CHỦ ĐỀ VIỆT NAM

CHỦ ĐỀ VIỆT NAM

Trung Cộng thôn tính Việt Nam chỉ là vấn đề thời gian

Ngô Đình Nhu

Dịch Giả
Ma Trọng Thẩm

CHỦ ĐỀ VIỆT NAM

ISBN 978-1-954891-96-8 (eBook)

ISBN 978-1-954891-97-5 (Paperback)

*Đừng nghe những gì Cộng Sản nói mà hãy
nhìn kỹ những gì Cộng Sản làm.*

Cố Tổng Thống Nguyễn Văn Thiệu

CONTENTS

Một Vài Lời

Đã đến lúc! Đã đến lúc thay đổi quan niệm về Việt Nam! Vì một số lý do, Việt Nam được miêu tả là một quốc gia nhỏ yếu mà những kẻ xâm lược bên ngoài lầm tưởng rằng họ có thể chinh phục và chiếm được.

Thật thú vị, điều này thật xa sự thật. Bởi vì, dù Việt Nam có vẻ "nhỏ bé" nhưng lại có một lịch sử lâu dài và hoàn hảo trong việc sống sót qua mọi tấn công dữ dội từ mọi hình thức của những kẻ xâm lược nước ngoài, cả lớn lẫn nhỏ.

Vậy nên tinh thần Việt Nam bất khuất vẫn trường tồn!

Điều đó nói lên tính bất khuất của dân tộc Việt Nam về ách ngoại xâm chưa hề suy yếu. Nếu bất cứ điều gì, sự xâm lược này đã thay đổi về màu sắc và kết cấu trong khi vẫn giữ nguyên bản chất ác độc qua nhiều thập kỷ và có thể là nhiều thế kỷ.

Nhưng đây là một thực tế để suy ngẫm. Sự xâm lược bên ngoài không thể duy trì lâu dài nếu các lực lượng bên trong không hỗ trợ và tiếp tay cho nó. Bạn có thể nhanh chóng nghĩ đến những kẻ phá hoại trong lòng người Việt sẵn sàng đánh đổi những người anh em của mình để lấy một tô Phở.

Vậy thì, trong khi điều đó có thể đúng, có một khía cạnh sâu xa hơn nhiều đối với cơn lốc nội lực có thể khiến dân tộc Việt Nam sụp đổ nếu không được kiểm soát. Tôi đề cập đến một vấn đề có nguồn gốc xã hội và tâm lý sâu xa đến nỗi không gian văn hóa và chính trị Việt Nam đơm hoa kết trái.

Không phải tất cả các cuộc xâm lược chống lại người Việt Nam đều là quân sự. Một số cuộc tấn công đã có nhiều hình thức gián tiếp hơn. Một cách mà các cường quốc (vì muốn diễn đạt tốt hơn) đã tấn công người dân Việt Nam là tìm mọi cách để giữ quyền lực kinh tế ngoài tầm với của đa số người dân. Đây là một chiến thuật phổ biến trong sự tương tác giữa các quốc gia vượt trội về kinh tế và các quốc gia kém mạnh mẽ hơn về kinh tế mà họ đã thèm muốn trong nhiều năm. Đó là một kỹ thuật lâu đời đã diễn ra trong suốt lịch sử thế giới.

Cách thứ hai mà người Việt Nam bị tấn công là sự kìm hãm sự phát triển của trí thức, những người có thể hướng dẫn người dân hướng tới phiên bản El Dorado của họ. Nói cách khác, một dân tộc không có những nhà lãnh đạo phù hợp sẽ tiếp tục là những con rối mà những kẻ múa rối trong nước và địa phương có thể sử dụng để thực hiện mệnh lệnh của họ.

Cả hai phương pháp thống trị đều có những hậu quả tàn khốc, đã được người Việt thấu hiểu trong khoảng thời gian qua.

Bối cảnh chính trị Việt Nam

Một nhà lãnh đạo có lẽ là điều tốt nhất xảy ra với bất kỳ nhóm người nào phải đối mặt với sự xâm lược không ngừng của nước ngoài. Đó là bởi vì một cá nhân như vậy có đủ sức mạnh về thể chất và tinh thần để điều khiển mọi người hướng tới việc điều hướng các địa hình xâm lược để đánh bại kẻ thù chung và đạt được một vận mệnh chung.

Nhưng vấn đề nằm ở chỗ đó.

Lãnh đạo đòi hỏi phải hiểu rằng nhu cầu chung được đặt lên trên nhu cầu cá nhân. Điều này phải được hiểu vì hầu hết mọi người đều đặt bản thân lên hàng đầu trước cộng đồng trong những lúc khó khăn. Nhưng có những tình huống mà sự hy sinh cá nhân sẽ thúc đẩy việc theo đuổi lợi ích chung.

Đó là lúc người lãnh đạo phát huy tác dụng. Các nhà lãnh đạo giỏi nhất đã làm cho những người đi theo họ hiểu được sự cần thiết phải hy sinh vì lợi ích chung, bất kể điều đó có khó khăn đến đâu. Việc không thu hút được lượng người theo dõi nhìn thấy bức tranh toàn cảnh hơn sẽ dẫn đến oán giận, thù hận, phẫn nộ, tức giận, bất mãn và thờ ơ chính trị. Sự kết hợp của những quan điểm tiêu cực này tạo ra mảnh đất màu mỡ cho các lợi ích nước ngoài gieo mầm bất mãn, phát triển thành bất hòa nội bộ, dễ dàng trở thành con rối cho các lợi ích nước ngoài.

Lịch sử Việt Nam có bằng chứng về động lực này. Khi Hồ Quý Ly cố gắng xúi giục một cuộc cách mạng nhằm thay đổi tình trạng của người dân Việt Nam, ông ta đã thất bại trong việc khiến người dân nhìn thấy bức tranh toàn cảnh hơn. Sự thiếu hiểu biết của ông đã khiến ông ta khởi xướng những đóng góp nặng nề từ những người vốn đã nghèo khó mà không khiến họ thấy được sự cần thiết của những hy sinh như vậy. Cuối cùng, ông ta đã gây ra ác ý trong nhân dân đến nỗi đội quân xâm lược của nhà Minh được coi là những người giải phóng sẽ cứu người dân khỏi một kẻ cướp ngôi. Tất cả chúng ta đều biết điều đó cuối cùng đã xảy ra như thế nào đối với người dân Việt Nam.

Trải qua nhiều năm, Việt Nam phát triển rất khiêm nhường về chính trị, kinh tế và văn hóa. Bất chấp sự xâm lược kéo dài chống lại, Việt Nam đã trở thành sân chơi hiện đại trong nền chính trị hiện đại. Chính trị hiện đại có hai sân chơi riêng biệt: Khối Tự do và Khối Cộng sản.

Mặc dù cả hai bên đều tuyên bố lấy lợi ích của người dân làm trọng tâm chính, nhưng nhận thức khác biệt về lãnh đạo là điểm khác biệt giữa họ. Trong khi Khối Tự do tin vào việc khiến người dân tự nguyện tham gia để đạt được lợi ích chung, thì Khối Cộng sản lại ủng hộ sự tham gia bắt buộc của người dân trong việc theo đuổi những lợi ích này. Đương nhiên, cả hai khối đều có lý thuyết chính trị, bộ máy chính phủ, hệ thống kinh tế và văn hóa, và cách tiếp cận quyền sở hữu khác nhau.

Cộng Sản Việt Nam

Học thuyết chính trị Cộng sản phát triển ở Nga vào khoảng đầu thế kỷ 20, và theo thời gian, nó lan sang Châu Âu, Châu Á và Nam Mỹ. Ở mỗi nơi này, lý thuyết Cộng sản được tiếp nhận vì những lý do riêng biệt và được điều chỉnh cho phù hợp với hoàn cảnh địa phương. Do đó, cách giải thích về Chủ nghĩa Cộng sản ở Châu Âu khác với Chủ nghĩa Cộng sản ở Nga, cũng như nó khác với Chủ nghĩa Cộng sản ở Trung Quốc.

Chủ nghĩa Cộng sản ở châu Âu được cho là sẽ cung cấp một giải pháp cho các tệ nạn xã hội đã hoành hành ở châu Âu trong thời kỳ nó nổi lên để trở thành một cường quốc thế giới. Theo thời gian, nó mất đi sức hấp dẫn khi mọi người sớm phát hiện các khái niệm chính trị khác.

Lý thuyết Cộng sản phát triển ở Nga để cạnh tranh với những tiến bộ khoa học, công nghệ và kinh tế của phương Tây. Ý tưởng là biến Nga thành một thành trì đóng vai trò là bệ phóng cho Chủ nghĩa Cộng sản ở các nước Tây Âu. Do đó, tạo ra các đồng minh sẽ giúp Nga giành chiến thắng trong cuộc chiến chống lại phương Tây.

Chủ nghĩa Cộng sản ở châu Á phát triển như một phản ứng đối với sự thống trị chính trị từ phương Tây. Vào thời điểm đó, hầu hết các khu vực của châu Á đã bị phương Tây chinh phục. Và ngay cả sau cái gọi là "độc lập chính trị", hầu hết các nước châu Á vẫn nằm dưới sự thống trị của phương Tây. Vì vậy, để chống lại ý đồ của phương Tây, các quốc gia châu Á này đã chọn liên minh với Nga để đánh đuổi quân xâm lược phương Tây và đảm bảo sự phát triển của quốc gia sau khi đã đạt được điều đó.

Vậy điều này đặt Việt Nam ở đâu?

Sau nhiều thập kỷ nội chiến, triều Nguyễn đã thống nhất Việt Nam ngay trước khi đất nước bị đế quốc Pháp đánh bại và đô hộ, những hành động của họ đã phải trả giá bằng những nỗ lực lâu dài của Trung Quốc trong việc đô hộ Việt Nam. Từ khi lập quốc, Việt Nam đã tám lần, bảy lần bị Trung Quốc xâm lược và một lần bị phương Tây xâm lược. Việt Nam sáu lần bị đánh, một lần thua nhà Minh và lần xâm lược thứ tám, đế quốc Pháp cai trị Việt Nam hơn tám mươi năm.

Do đó, với cuộc xâm lược của Pháp, chủ quyền và ý thức dân tộc đã bị mất, và chẳng bao lâu sau đó là sự tan rã xã hội. Việt Nam đã bị kéo qua sự thống khổ của chủ nghĩa thực dân và ảnh hưởng suy yếu của mình đối với ý thức dân tộc và cuối cùng là giới lãnh đạo bản địa.

Sau khi người Pháp "rời khỏi" Việt Nam, một tầng lớp lãnh đạo đã phát triển, mặc dù Việt Nam không được hưởng chủ quyền thực sự về mọi ý định và mục đích. Vì vậy, một cách tự nhiên, trong nỗ lực loại bỏ sự can thiệp của thực dân, các nhà lãnh đạo Việt Nam tin rằng cách tốt nhất là áp dụng cách tiếp cận Cộng sản đối với các vấn đề chính trị của mình.

Thật vậy, có thể nói rằng các nhà lãnh đạo Việt Nam đã liên minh với Liên Xô vì những điều kiện khắc nghiệt của cuộc đấu tranh giành độc lập từ tay người Pháp. Đó dường như là điều hợp lý phải làm vì trong hơn một nghìn năm sau khi Việt Nam trở thành một quốc gia, sự thống trị của Trung Quốc đã lan rộng đến mức Việt Nam dường như là một phần mở rộng của văn hóa Trung Quốc. Vì Trung Quốc đã chấp nhận chủ nghĩa cộng sản, Việt Nam không có lý do gì để không chấp nhận nó.

Ngay sau đó, Nga và Trung Quốc đã công nhận Việt Nam Dân chủ Cộng hòa và bắt đầu cung cấp viện trợ. Nhưng hành động ấy đã gây ra hậu quả nặng nề cho người dân Việt Nam vì nó dẫn đến Chiến tranh Việt Nam, mà thực chất là cuộc chiến tranh ủy nhiệm giữa Liên Xô và phương Tây.

Vì vậy, thay vì trở thành một phương tiện để phát triển đất nước, việc áp dụng chủ nghĩa cộng sản đã sớm trở thành một phương tiện để hủy diệt.

Vấn đề

Việt Nam luôn bị cản trở bởi những nhà lãnh đạo kiêu ngạo, thiếu thực tế, những người thiếu sáng suốt để xác định các vấn đề chính trị đặc thù của quốc gia và đưa ra các giải pháp, ngay cả khi cơ hội tự đến. Thay vào đó, hầu hết các nhà lãnh đạo Việt Nam tự giam mình trong những quan niệm sai lầm về quyền lực chính trị.

Người ta có thể lập luận rằng liên minh với khối Cộng sản là điều tốt nhất nên làm vào thời điểm đó. Đáng buồn thay, như phần còn lại của cuốn sách này sẽ cho thấy, quyết định đặc biệt này đã khiến cuộc đấu tranh giành độc lập của người Việt Nam trở thành một trải nghiệm gian khổ hơn cho người dân. Các nhà lãnh đạo phải luôn hiểu cách điều hướng các tình huống chính trị để họ giảm thiểu tối đa sự tiêu hao năng lượng của cộng đồng. Đây là lý do tại sao Cộng sản ở Việt Nam phải được xem xét lại.

Chủ nghĩa cộng sản hoạt động tốt nhất với một hệ thống đảng độc tài nhằm huy động người dân làm việc vì một mục tiêu chung. Đó là một mô hình chính trị trong đó xã hội được thiết lập sao cho các hệ thống chính trị, kinh tế và xã hội phải phục tùng một hệ thống chuyên chế loại trừ sự tham gia của công chúng. Như chúng ta đã thấy trong một số đoạn trong bản dịch này (*Chủ Đề Việt Nam*), một hệ thống như vậy chỉ gây ra sự bất mãn. Đó là công thức chắc chắn dẫn đến thảm họa chính trị, bất kể ý định của giới lãnh đạo có tốt đến đâu.

Quan trọng hơn, một mô hình quản trị như vậy cần phải được cập nhật, dựa trên những tiến bộ mới của khoa học và công nghệ cũng như các cách tiếp cận được cải cách đối với quyền con người và quyền sở hữu.

Người ta chỉ cần nhìn vào những tiến bộ về xã hội, chính trị, văn hóa và kinh tế của phương Tây để tìm ra bằng chứng về thực tế này bởi vì lý thuyết Cộng sản, về mặt tốt nhất, là một phương tiện đấu tranh cướp chính quyền.

Như số phận đã định, những nhu cầu như vậy đã trở thành dĩ vãng. Đó là bởi vì bối cảnh chính trị toàn cầu dường như đã vượt qua nhu cầu về một cách tiếp cận cộng sản đối với chính trị. Phương Tây đã từ bỏ mô hình Cộng sản, và ngay cả Nga, quốc gia trung thành nhất với mô hình này, dường như cũng ủng hộ việc sửa đổi các câu thần chú của Cộng sản.

Vậy, nếu thực tế xã hội và chính trị hiện nay không cần một mô hình quản trị như vậy, tại sao nó phải là nền tảng của nền chính trị Việt Nam? Có thể nói, người Việt Nam không có thực lực như phương Tây, Nga hay các nước anh em về nội dung châu Á, nhưng những ngọn gió đổi thay vẫn không ngừng thổi.

Vì vậy, người Việt Nam phải tìm ra hướng gió thổi và giương buồm cho phù hợp. Làm khác đi sẽ khiến họ phải sống suốt đời trong cảnh nô lệ và có khả năng bị hủy diệt với tư cách là một dân tộc.

Giải pháp

Lối thoát cho người dân Việt Nam là tự giải phóng mình khỏi gông cùm của Chủ nghĩa Cộng sản bằng cách loại hẳn ý thức hệ Cộng sản, phương pháp Cộng sản và hình thức Cộng sản ra khỏi mọi khía cạnh của đời sống dân tộc Việt Nam.

Nhưng để đạt được điều đó, cần có một nhà lãnh đạo có tầm nhìn.

Các vấn đề về lãnh đạo là một trong những cuộc đấu tranh chính của xã hội hiện đại. Nhiều người có niềm tin sai lầm rằng lao động tập thể chỉ là một khái niệm Cộng sản. Sẽ cần một nhà lãnh đạo phù hợp để khiến họ hiểu rằng quan điểm về công việc này là bí mật đằng sau những tiến bộ khoa học và công nghệ mà thế giới chứng kiến ở phương Tây.

Giống như phương Tây đã phát triển từ lý thuyết Cộng sản thành phiên bản chính trị độc đáo của nó đã báo trước những tiến bộ to lớn về công nghệ và văn hóa, phong cách lãnh đạo Cộng sản không còn hiệu quả nếu Việt Nam muốn trở thành một quốc gia phát triển.

Mặc dù trước đây đã có những sai sót trong lãnh đạo, nhưng con đường phía trước tương đối dễ hình dung. Dân tộc Việt Nam có thể mãi mãi đánh đuổi được ngoại xâm khi đào tạo được thành phần lãnh đạo biết gieo trồng và nuôi dưỡng ý thức dân tộc độc lập thực sự trong nhân dân. Ý thức dân tộc này sẽ trang bị cho họ ý chí và sức mạnh để làm tất cả những gì cần thiết để chống lại sự xâm lược của ngoại bang từ bất kỳ nơi nào - dù là nội lục địa hay liên lục địa.

Và cách tiếp cận của Cộng sản không thể đảm bảo điều này. Đó là lý do tại sao đảng cộng sản phải bị tiêu diệt trước khi nó tiêu diệt Việt Nam và dân tộc Việt Nam. Về bản chất, việc vun đắp một ý thức dân chủ cho một nước độc lập và một hình thức Tây phương hóa toàn diện phù hợp với người Việt Nam là cần thiết để giữ cho người Việt Nam ở vị trí 'trụ' sào để giữ vững chủ quyền thực sự với tư cách là một dân tộc và đạt được sự phát triển tổng thể phù hợp với một quốc gia hiện đại.

Cuốn sách này cung cấp những gì

Cuốn sách này, *Chủ Đề Việt Nam*, nhằm mục đích cung cấp một cái nhìn thực tế về bản chất của nền chính trị Việt Nam kể từ khi bắt đầu có chủ quyền với tư cách là một quốc gia. Người đọc sẽ được cung cấp một đánh giá toàn diện về sự phát triển xã hội, văn hóa và chính trị mà đất nước đã phải trải qua để có được vị trí như ngày nay.

Cũng sẽ tập trung vào những thách thức phải đối mặt trong quá trình phát triển của quốc gia và tác động của việc áp dụng mô hình chính trị Cộng sản, những tác động của nó và những gợi ý có thể có cho tương lai. Một mặt, cuốn sách này muốn cho thế giới thấy lý do thực sự tại sao Việt Nam lại như ngày nay. Mặt khác, cuốn sách này muốn cảnh báo đồng bào Việt Nam về sự nguy hiểm của việc lãnh đạo Bắc Việt Nam tuân theo mô hình Cộng sản kể từ Thế chiến thứ hai.

Để đạt được những mục tiêu này, cuốn sách đã được chia thành bốn phần:

Phần I

Với tiêu đề thích hợp là "Bình luận thế giới", đây là phần đầu tiên của cuốn sách đặt nền tảng cho cuộc đàm luận. Phần này trình bày cho người đọc một cái nhìn về bối cảnh chính trị toàn cầu và sự khác biệt về chính trị, văn hóa và công nghệ giữa các hệ tư tưởng chính trị lớn kiểm soát chính trị thế giới.

Phần II (A, B, C, D)

Được chia thành bốn phần nhỏ, phần này của cuốn sách bắt đầu bằng việc khám phá vị trí của Việt Nam trong bối cảnh chính trị toàn cầu. Ở đây, người đọc được cung cấp một bối cảnh về những thách thức đặc biệt của Việt Nam liên quan đến quy mô, vị trí địa lý, sự tương tác với đế quốc và những hậu quả.

Tiểu mục thứ hai của phần này cung cấp cho người đọc bối cảnh lịch sử của các điểm được tranh luận trong tiểu mục trước. Người đọc sẽ được biết quá trình Tây phương hóa diễn ra như thế nào, tác động qua lại giữa tôn giáo và sự phát triển của Tây phương hóa, các đặc điểm của nền văn minh phương Tây, khái niệm "Tây phương hóa tự nguyện" và sự tương tác giữa tôn giáo và sự phát triển quốc gia do Tây phương hóa gây ra.

Tiểu mục thứ ba đi xa hơn bằng cách xem xét sự phát triển dân tộc và tôn giáo ở Việt Nam. Trong phần này của cuốn sách, người đọc sẽ được thấy những cơ hội phát triển dành cho người Việt Nam. Tác giả cũng chia sẻ nhận xét của mình về những tình huống này và đặt ra một số câu hỏi liên quan.

Tiểu mục cuối cùng của phần này đề cập đến vấn đề cải chính nội bộ bằng cách xem xét thái độ của Nga đối với chính trị thế giới.

Phần III (A,B,C,D)

Phần thứ ba của cuốn sách xem xét toàn bộ các điều kiện bên trong xung quanh lịch sử Việt Nam và trong một số trường hợp, xem xét một số thuật ngữ được thảo luận ở đầu cuốn sách. Phần này cũng giải quyết các điều kiện phát sinh từ các mối quan hệ của Việt Nam với các thành phần khác của xã hội Đông Á và với các nước đang phát triển.

Tiểu mục thứ hai của phần này tập trung vào cơ sở hạ tầng vô tổ chức và cách nó tạo điều kiện cho cuộc xâm lược của Pháp, chính sách thực dân của Pháp và hệ lụy của cuộc xâm lược của Pháp đối với dân tộc Việt Nam.

Tiểu mục thứ ba làm sáng tỏ vai trò của Nam Việt Nam trong thực tế chính trị hiện tại của đất nước.

Tiểu mục cuối cùng của phần này đề cập đến con đường phát triển hiện đại của Việt Nam. Phần này xem xét các mục tiêu kinh tế, tinh thần quốc gia và các yếu tố liên quan khác.

Phần IV

Đây là phần kết luận của cuốn sách, trong đó tác giả trình bày các lập trường liên quan đến các lập luận được thảo luận trong cuốn sách.

Vài Hàng Về Ngô Đình Nhu

Cố vấn chính trị của Đệ Nhất Việt Nam Cộng hòa, Ngô Đình Nhu sinh ngày 7 tháng 10 năm 1910 tại làng Phước Quả, tổng Cư Chánh, huyện Hương Thủy, phủ Thừa Thiên, Việt Nam, nay thuộc phường Phước Vĩnh, thành phố Huế, Việt Nam, nguyên quán tại làng Đại Phong, huyện Lệ Thủy, tỉnh Quảng Bình, Việt Nam. Ông bị quân đảo chính giết chết cùng với anh trai là Ngô Đình Diệm (tổng thống đầu tiên của Việt Nam) vào ngày 2 tháng 11 năm 1963 (53 tuổi) tại Sài Gòn, Việt Nam.

Thân phụ là Ngô Đình Khả từng giữ chức Thượng thư Bộ Lễ dưới triều vua Thành Thái nhà Nguyễn và thân mẫu là bà Phạm Thị Thân. Ông có tám anh chị em: anh cả Ngô Đình Khôi, chị gái Ngô Đình Thị Giao, anh trai Ngô Đình Thục, anh trai Ngô Đình Diệm, chị gái Ngô Đình Thị Hiệp, chị gái Ngô Đình Thị Hoàng, em trai Ngô Đình Cẩn và em trai Ngô Đình Luyện. Năm 1943, ông kết hôn với Trần Lệ Xuân và có bốn người con (hai trai, hai gái): Ngô Đình Lệ Thủy (1945 - 1967): con gái lớn, chết trong một tai nạn xe hơi vào tháng 4 năm 1967 tại Longjumeau, Pháp, Ngô Đình Trác sinh năm 1949 (tốt nghiệp kỹ sư nông nghiệp, lấy vợ người Ý, có bốn con - ba trai, một gái), Ngô Đình Quỳnh sinh năm 1952 (tốt nghiệp ESSEC, Trường Kinh tế và Thương mại, Pháp, hiện đang làm việc cho một công ty của Mỹ tại Brussels, Bỉ) và Ngô Đình Lệ Quyên, sinh năm 1959 (Tiến sĩ Luật tại Đại học Rome. Cô có chồng là người Ý và con trai sinh năm 2007, giấy tờ mang họ mẹ là Ngô Đình Sơn, bà qua đời trong một vụ tai nạn giao thông tại Rome ngày 16/4/2012).

Năm 1938, Ngô Đình Nhu tốt nghiệp văn bằng văn khố cổ (archiviste paléographe) trường The École Nationale des Chartes ở Paris, Pháp. Ông trở về Việt Nam với hai tấm bằng Văn Khố - Cổ Thư và Cử Nhân Khoa Học. Ông được nhận vào làm việc tại Nha Lưu trữ và Thư viện Đông Dương tại Hà Nội với chức danh Phó quản giáo hạng ba.

Năm 1942, Ngô Đình Nhu được đề bạt thành lập Văn Khố Trung Kỳ và Thư Viện tại Huế để sắp xếp lại văn thư của triều Nguyễn. Ông đề xuất phương án tôn tạo, bảo quản những tài liệu có giá trị quan trọng đối với công tác lưu trữ ở Việt Nam. Tháng 2 năm 1942, ông đề xuất một kế hoạch khác để giải cứu tài liệu Châu bản đang cất giữ trong Nội các, kế hoạch này đã được văn phòng triều đình Huế trình lên vua Bảo Đại và được chấp thuận. Sau đó, ông được vua Bảo Đại chuẩn y làm Chủ tịch Hội đồng Cứu Châu Bản.

Trong 3 năm (1942-1944), với tư cách là Chủ tịch Hội đồng kiêm cố vấn kỹ thuật, Ngô Đình Nhu đã tham gia vào công tác bảo quản tài liệu của 5 nguồn Quốc sử quán, Văn khố Tư liệu, Nội các, Cơ mật viện và Thư viện Bảo Đại. Viện Cơ mật và Thư viện Bảo Đại vào Văn khố và Thư viện Nam triều. Riêng số Châu Bản trong Tủ, dưới sự chỉ đạo của Ngô Đình Nhu, đã được kiểm đếm, cất trên giá, đánh số thứ tự và thống kê ba bản bằng chữ Hán và tiếng Việt. Đến nay, các tài liệu trên vẫn được bảo quản trong kho lưu trữ.

Cũng trong thời gian từ 1942-1944, với chức danh Quản lý Văn khố và Thư viện Trung Kỳ, Ngô Đình Nhu đã thực hiện tốt các nhiệm vụ: Thống kê toàn bộ tài liệu của các kho, sắp xếp ngăn nắp và hợp lý, tổ chức lưu trữ vào một kho duy nhất trong điều kiện bảo quản tốt. Ông tổ chức bảo quản Mộc bản triều Nguyễn. Số mộc bản này hiện đang được bảo quản tại Trung tâm Lưu trữ Quốc gia IV - Đà Lạt, Lâm Đồng (trước đây và vẫn là Biệt điện Trần Lệ Xuân - Di tích Thành phố Đà Lạt).

Có thể nói, trong thời gian làm lưu trữ (1938-1944), Ngô Đình Nhu đã có những đóng góp cho hoạt động lưu trữ ở Việt Nam, một hoạt động còn rất mới mẻ lúc bấy giờ. Ông tỏ ra là một người có năng lực và tập trung một cách "trong sáng", không quan tâm đến chính trị. Bằng năng lực và niềm đam mê với nghề, chỉ trong vòng 6 năm, ông đã thăng hạng từ Cố vấn Quản lý Hạng Ba lên Cố vấn Quản lý Hạng Nhất. Từ quản thủ trở thành Chánh Quản Lý Nha Văn Khố và Thư Viện Tòa Khâm Sứ Trung Kỳ tại Huế năm 1943, một tốc độ phát triển rất nhanh.

Khi Việt Minh cướp Bắc Việt, người anh là Ngô Đình Khôi bị Việt Cộng bắn chết và một người anh khác là Ngô Đình Diệm bị Hồ Chí Minh bắt giam. Năm 1946, Ngô Đình Nhu chạy vào Phát Diệm ẩn náu rồi chạy vào Thanh Hóa. Tại đây, ông tham gia các tổ chức chính trị chống chính quyền Bắc Việt.

Năm 1950, Ngô Đình Nhu cùng với Lý Văn Lập, Ngô Văn Thụy, Bửu Dương sáng lập thuyết Nhân vị (Personalism). Chủ nghĩa Nhân Vị đề cao cá nhân, lấy con người làm trung tâm. Nhân cách là vị trí cá nhân của con người, trung tâm của mối quan hệ của cá nhân với đồng loại, Thiên nhiên và Thiên tế. Năm 1951, khi ông rời Đà Lạt vào Sài Gòn, khái niệm Đảng Lao Động được thêm vào. Đây là một nỗ lực đáng kể trong việc xây dựng nền tảng tư tưởng cho hoạt động chính trị của Việt Nam lúc bấy giờ.

Năm 1953, Ngô Đình Nhu cùng với Trần Văn Độ, Trần Chánh Thành, Nguyễn Tăng Nguyên, Trần Trung Dung thành lập lực lượng công nhân lấy tên là "Tổng Liên Đoàn Lao Công". Tháng 9 năm 1953, ông tiếp tục tổ chức hội nghị "Đại đoàn kết", đòi hòa bình cho Việt Nam, kể cả các tổ chức chính trị và giáo phái. Đồng thời, ông thành lập đảng "Đảng Lao động và Nhân loại Cách mạng".

Năm 1954, ông đề cao lý thuyết Nhân Vị cho xã hội miền Nam, đồng thời lấy lý thuyết này làm nền tảng tư tưởng cho các tổ chức do ông thành lập. Học thuyết này và các lực lượng chính trị do ông sáng lập sau này trở thành cơ sở tư tưởng và chính trị của chính thể Việt Nam Đệ nhất Cộng hòa.

Ngày 2 tháng 9 năm 1954, Đảng Cần lao Nhân vị chính thức được thành lập. Ban chấp hành gồm có Trần Trung Dung, Nguyễn Tăng Nguyên, Lý Trung Dung, Hà Đức Minh, Trần Quốc Bửu, Võ Như Nguyện, Lê Văn Đông do Ngô Đình Nhu làm Tổng bí thư. Đảng Cần Lao phát triển nhanh chóng, thâm nhập vào hàng ngũ quân đội, công chức, trí thức và thậm chí cả giới kinh doanh và trở thành đảng chính trị lớn nhất lúc bấy giờ.

Để tạo cơ sở pháp lý cho chính thể Việt Nam Cộng hòa, ông đã trực tiếp tham gia soạn thảo Hiến pháp - văn bản pháp lý cao nhất của quốc gia. Năm 1955, ông thành lập Phong trào Cách mạng Quốc gia do Trần Chánh Thành làm Chủ tịch. Tổ chức này cùng với Đảng Cần lao đã tham gia bầu cử Hội đồng Lập pháp khóa I. Ngày 20 tháng 10 năm 1955, bản Hiến pháp - văn bản pháp lý cao nhất chính thức khai sinh ra nước Việt Nam Cộng hòa do Tổng thống Ngô Đình Diệm đứng đầu đã được Quốc hội thông qua.

Ông cũng là tác giả của *Ấp Chiến Lược* thành công ngăn chặn quân đội Bắc Việt vào miền Nam Việt Nam.

Ngày 1 tháng 11 năm 1963, các tướng lĩnh tiến hành đảo chính quân sự lật đổ Tổng thống Ngô Đình Diệm. Ông và anh trai Ngô Đình Diệm phải lánh nạn vào nhà thờ Cha Tam. Ngày 2 tháng 11 năm 1963, Ngô Đình Diệm và Ngô Đình Nhu bị đại úy Nguyễn Văn Nhung giết chết bằng lưỡi lê và súng lục trong hầm của thiết giáp M-113. Ngô Đình Nhu bị đâm nhiều nhất và bị bắn từ sau đầu ra phía trước. Còn Ngô Đình Diệm thì bị hành hung trước khi bị bắn.

Sau khi bị ám sát ngày 2 tháng 11 năm 1963, mộ của hai anh em (Ngô Đình Diệm và Ngô Đình Nhu) chỉ là hai ngôi mộ đất trũng, thậm chí không có tấm bia ghi tên người quá cố. Và sau đó được dời về nghĩa trang Bộ Tổng tham mưu Quân lực Việt Nam Cộng hòa (đường Võ Tánh, nay là đường Hoàng Văn Thụ) ở Sài Gòn. Sau một thời gian ngắn, mộ của họ được dời về nghĩa trang Mạc Đĩnh Chi, quận 1, Sài Gòn. Hai ngôi mộ này lại được dời về nghĩa trang Lái Thiêu, Thuận An, Bình Dương vào năm 1985.

Trên bia mộ của Ngô Đình Nhu có ba hàng chữ: "GIACÔBÊ; ĐỆ; MẤT NGÀY 2.11.1963" và trên bia mộ Ngô Đình Diệm có ba hàng chữ: "GIAON BAOTIXITA; HUYNH; MẤT NGÀY 2.11.1963". Hai ngôi mộ của hai ông nằm hai bên mộ mẹ - bà Phạm Thị Thân, trên bia mộ của bà cũng có ba dòng: "LUXIA; PHẠM THỊ THÂN; MẤT NGÀY 01.02.1964." Ngoài ra, mộ của em trai ông là Ngô Đình Cẩn cũng đã được di chuyển đến gần đó.

BỐI CẢNH VẤN ĐỀ

Việt Nam là một nước nhỏ, ít dân, ít lãnh thổ, kinh tế kém phát triển, và ít đóng góp cho nền văn minh nhân loại.

Xuyên suốt phần lịch sử nhân loại như chúng ta biết ngày nay, số phận của các quốc gia cổ đại, nhỏ bé vẫn không thay đổi. Các nước nhỏ luôn bị ảnh hưởng bởi những cơn bão vô trách nhiệm do các nước lớn gây ra. Và luôn sống dưới sự đe dọa thường xuyên của một cuộc xâm lược nước ngoài.

Từ khi dựng nước đến nay, hơn nghìn năm lịch sử đã chứng minh rằng nước Việt Nam chúng ta không nằm ngoài vận mệnh bình thường đó. Chúng ta phải chống phương Bắc, rồi chống phương Tây, rồi chống lại phương Bắc. Liên tục và hơn bao giờ hết, ngoại xâm vẫn đe dọa dân tộc Việt Nam.

Để duy trì ách thống trị của mình, các cường quốc xâm lược thường áp dụng đối với các dân tộc bị trị nhiều biện pháp, tuy khác nhau về hình thức, nhưng nhìn chung thuộc hai loại chính:

° Ngăn chặn lợi ích kinh tế rơi vào tay người dân bản địa.

° Cản trở dân trí phát triển.

Loại biện pháp thứ nhất nhằm tiêu diệt mọi phương tiện vật chất của những người bị áp bức.

Loại biện pháp thứ hai nhằm tiêu diệt những người có khả năng sử dụng các phương tiện vật chất nói trên, tức là những nhà lãnh đạo xứng đáng.

Đối với các dân tộc, hai loại biện pháp này có hậu quả cực kỳ nghiêm trọng. Tuy nhiên, nếu bạn không có phương tiện của mình, bạn vẫn có thể tìm phương tiện khác, nhưng nếu bạn không có người lãnh đạo, ngay cả khi bạn có phương tiện, bạn cũng không thể sử dụng nó.

Vì vậy, đối với một nước bị đe dọa hoặc bị mất nền độc lập, phương pháp hiệu quả nhất và điều kiện thiết yếu nhất để chống ngoại xâm là nuôi dưỡng và phát triển bộ máy lãnh đạo.

Thực ra, nuôi dưỡng và phát triển lãnh đạo tức là tạo điều kiện thuận lợi để những tinh hoa của tập thể hun đúc nên một thiểu số lãnh đạo xứng đáng.

Thế nào là một nhà lãnh đạo xứng đáng?

Các nhà lãnh đạo thiểu số và hiểu biết cộng đồng

Trong cộng đồng nói chung, có thiểu số lãnh đạo cộng đồng và đa số được lãnh đạo. Một cộng đồng lành mạnh khi giữa thiểu số lãnh đạo và đa số được lãnh đạo có sự đồng cảm thông suốt, dẫn đến sự phối hợp hiệu quả trong mọi công việc của cộng đồng.

- Thiểu số lãnh đạo xứng đáng phải bao gồm những người tài đức. Tức là có "Nhân hòa" theo người xưa.

- Thiểu số lãnh đạo xứng đáng phải bao gồm những người có đủ thể chất, trí lực và tinh thần để đối phó với các tình huống. Tức là có "Dũng" và "Mưu" theo lời người xưa.

- Thiểu số lãnh đạo xứng đáng phải bao gồm những người hiểu thấu đáo vấn đề cần giải quyết của tập thể. Tức là có "khôn ngoan" theo lời người xưa. Cuộc sống của một cộng đồng, giống như cuộc sống của một cá nhân, có thể được chia thành các giai đoạn. Trong cuộc đời của một cá nhân, một khoảng thời gian trung bình là mười năm. Đối với một cộng đồng, mỗi thời kỳ tất nhiên phải tương ứng với đời sống của cộng đồng đó và có thể là vài thế kỷ. Trong mỗi thời kỳ của cuộc đời, mỗi cá nhân đều phải giải quyết một số vấn đề lớn và đặc biệt của thời kỳ đó. Và mỗi cộng đồng đôi khi cũng phải giải quyết một số vấn đề chính, thiết yếu đối với cộng đồng.

- Thiểu số lãnh đạo xứng đáng phải hiểu thấu đáo vấn đề đó để hướng dẫn cộng đồng đi trên con đường tiến hóa, thích ứng không chỉ với hoàn cảnh của thế hệ hiện tại mà còn phù hợp với cuộc sống vĩnh cửu của cộng đồng.

Các đức tính "Nhân", "Dũng", "Mưu" phát sinh từ cơ sở tài năng thiên bẩm, nếu được nuôi dưỡng, rèn luyện bởi hoàn cảnh xã hội bên ngoài và sự nỗ lực bên trong của mỗi cá nhân thì sẽ phát huy đúng mức. Nhưng nếu không có cơ hội để rèn luyện và phát triển, thì những phẩm chất trên, vì chúng là năng khiếu tự nhiên, nên vẫn tồn tại trong bản chất của chúng. Vì vậy, các đức tính "Nhân", "Dũng", "Mưu" là những điều kiện chủ quan. "Trí" là hiểu thấu đáo vấn đề cần giải quyết của cộng đồng, là điều kiện khách quan. Bởi vì sự thấu hiểu vấn đề chỉ có thể đạt được bằng cách thu thập, điều tra, phân tích, nhận thức, quan sát và tổng hợp các tài liệu bên ngoài có liên quan đến vấn đề. Không có tài liệu bên ngoài, ngay cả một bộ óc thông minh tuyệt đỉnh cũng không thể hiểu được vấn đề.

Một lãnh đạo có đủ "Nhân" "Dũng" "Mưu" nhưng không thấu đáo vấn đề cần giải quyết của cộng đồng thì không thể dẫn dắt con thuyền cộng đồng đi đến thắng lợi.

Một người lãnh đạo dù thiếu "Nhân" "Trí" và "Mưu" nhưng hiểu thấu đáo vấn đề của cộng đồng thì vẫn có hy vọng mang lại chiến thắng cho cộng đồng, cho dù chiến thắng đó phải trả giá bằng lao tâm khổ tứ.

Chúng ta có thể ví trường hợp thứ nhất như trường hợp một người có xe ngựa và lái rất giỏi, điều tốc, ghìm ngựa tiến, kéo ngựa tới lui, quay phải quay trái một cách nhanh chóng và dễ dàng không ai sánh được. Nhưng đường đi thì chưa biết. Như vậy, cổ xe dù có phóng nhanh vượt ngàn dặm cũng không thể đưa khách đến nơi cần đến, vì bản thân người đánh xe cũng không biết đó là đâu. Trường hợp thứ hai là trường hợp người không có xe lôi, không biết lái xe nhưng lại nắm rõ đường đi. Vì vậy, những người đồng hành cùng người này một ngày nào đó sẽ đến đích, dù biết rằng cuộc hành trình sẽ rất gian khổ và cần nhiều kiên nhẫn.

Lý luận trên không nhằm chứng minh rằng "Nhân" "Dũng" "Mưu" không phải là điều thiết yếu đối với lãnh đạo. Nhưng phải nói rõ rằng, mặc dù các đức tính "Nhân", "Dũng cảm", "Mưu lược" và "Trí" đều cần thiết, nhưng sự thấu hiểu vấn đề cần giải quyết của cộng đồng mới là quan trọng nhất.

Vì vậy, cho đến nay, chúng ta làm rõ ba điểm:

Việt Nam chúng ta là một nước nhỏ yếu, luôn bị ngoại xâm đe dọa.

Trong cuộc chiến chống ngoại xâm, vũ khí hữu hiệu nhất là phát triển lãnh đạo.

Trong phát triển lãnh đạo, điều kiện thiết yếu cần được thỏa mãn là: Thiểu số lãnh đạo phải hiểu thấu đáo vấn đề của cộng đồng cần giải quyết.

Số đông đang bị dẫn dắt và những vấn đề cần giải quyết.

Sự hiểu biết về vấn đề cộng đồng liên quan như thế nào đến thiểu số lãnh đạo, chúng ta đã thấy ở trên.

Một cộng đồng xét về tổng thể bao gồm nhiều thành phần riêng lẻ, được chia thành hai khối, thiểu số lãnh đạo và đa số được lãnh đạo. Thiểu số lãnh đạo chịu trách nhiệm về vận mệnh của cộng đồng.

Chỉ có sự tồn tại của cộng đồng mới đảm bảo cho sự phát triển của cá nhân. Cộng đồng tồn tại thông qua nỗ lực và hy sinh cá nhân, đóng góp tự nguyện hoặc cưỡng chế. Nhưng lý do của cuộc sống là thực hiện những mong muốn chính đáng của một người.

Nói cách khác, lý do sống là lý do cá nhân. Nhưng điều kiện sống là điều kiện cộng đồng. Vì vậy, xét về bản chất, giữa lợi ích của cộng đồng với lợi ích của các cá nhân trong cộng đồng bị mâu thuẫn. Mâu thuẫn như vậy thuộc loại mâu thuẫn luôn hiện diện trong nội tại của mọi sự kết hợp sáng tạo giữa hai lực lượng đối lập.

Cứu cánh của lãnh đạo là đạt được trạng thái hài hòa tuyệt đối giữa hai lợi ích trái ngược nhau, cá nhân và cộng đồng. Nếu sự điều hòa được thực hiện dưới hình thức cân bằng động, hai lực lượng đối lập sẽ dựa vào nhau, kích thích nhau cùng tiến thì cả cộng đồng cùng tiến. Nếu sự hòa giải được thực hiện dưới hình thức cân bằng tĩnh, nghĩa là hai lực lượng đối lập sẽ đóng khung và kìm hãm lẫn nhau, thì toàn thể cộng đồng sẽ mất đà và trở thành trụ hãm. Nếu không hòa giải, cộng đồng sẽ tan rã.

Nhưng mâu thuẫn giữa lợi ích cá nhân và lợi ích cộng đồng không phải lúc nào cũng gay gắt. Trong thời gian bình thường của cộng đồng, cộng đồng không phải đối mặt với thử thách khó khăn và không đòi hỏi nhiều sự đóng góp của cá nhân. Trong những thời điểm đó, mâu thuẫn lắng xuống – và lãnh đạo tập trung vào việc giữ trật tự xã hội được mọi người tôn trọng và cuộc sống cá nhân phát triển.

Nhưng ở những thời điểm khi cộng đồng đứng trước thử thách nghiêm trọng, và vì sự tồn tại của cộng đồng, đòi hỏi sự đóng góp to lớn của các cá nhân, thì mâu thuẫn trên lên đến cực độ. Lãnh đạo, ngoài việc bảo vệ trật tự xã hội, còn phải tập hợp vật lực và nhân lực vượt mức thông thường để giúp cộng đồng vượt qua trở ngại.

Mâu thuẫn trở nên vô cùng nghiêm trọng. Sự hài hòa rất khó đạt được và sự đổ vỡ của cộng đồng có thể đến bất cứ lúc nào.

Vì vậy, sự mâu thuẫn, có lúc nhẹ, có lúc nặng, luôn hiện hữu. Trong thực tế, mâu thuẫn giữa hai lợi ích cộng đồng và cá nhân sẽ biến thành mâu thuẫn giữa thiểu số lãnh đạo và đa số được lãnh đạo, bởi vì thiểu số nhân danh cộng đồng lãnh đạo đòi hỏi đa số đóng góp thì phải chịu sự lãnh đạo. Mâu thuẫn càng gay gắt nếu số đông không có ý thức cộng đồng, không hiểu vấn đề cần giải quyết của cộng đồng. Điều này có nhiều khả năng xảy ra trong các cộng đồng nghèo về vật chất và ngây thơ trong tổ chức. Đa số do cộng đồng lãnh đạo, không được cộng đồng đảm bảo những nhu cầu tối thiểu, sơ đẳng nên không có tâm lý biết đến cộng đồng, mãi lo giải quyết các vấn đề của cuộc sống hàng ngày, không có thời gian tìm hiểu các vấn đề của cộng đồng.

Trong thời gian bình thường, có thể miễn cưỡng thay thế sự tham gia tự nguyện của đa số lãnh đạo vào đời sống của cộng đồng bằng sự bắt buộc phải tôn trọng các quy tắc của cộng đồng. Nhưng trong những thời điểm thử thách, uy tín vững chắc của một nhà lãnh đạo, hoặc sự ép buộc bằng vũ lực, không thể thay thế sự đóng góp có ý thức cho nhu cầu của cộng đồng.

Và điều kiện thiết yếu để đóng góp tự nguyện đó là số đông dưới quyền lãnh đạo phải có ý thức với cộng đồng và hiểu những vấn đề mà cộng đồng cần giải quyết. Chỉ bằng cách này, các nhà lãnh đạo thiểu số và đa số dưới sự lãnh đạo mới mới hài hòa và mang lại cho cộng đồng năng lượng cần thiết để vượt qua những thách thức quyết liệt đang chờ đợi.

Nhiều hậu quả trực tiếp

Mối quan hệ hiển nhiên giữa thiểu số lãnh đạo và đa số được lãnh đạo trong một cộng đồng cũng đã đặt ra cho đa số được lãnh đạo nhu cầu hiểu rõ vấn đề của cộng đồng cần giải quyết.

Hơn nữa, trong thực tế, nếu số đông được dẫn dắt một cách có ý thức đối với vấn đề của cộng đồng, thì cộng đồng cũng có thể tránh được nhiều sai lầm rất có hại cho công việc chung.

Đa số lãnh đạo càng nhận thức được vấn đề, cơ sở chuyển hướng cho các chiến thuật hành động của lãnh đạo thiểu số càng rộng. Cuộc đấu tranh càng khó khăn, các chiến thuật càng trở nên mơ hồ và bất ngờ. Và như vậy sự phối hợp giữa thiểu số dẫn đầu và đa số dẫn đầu sẽ không bị sứt mẻ và tính sắc bén của sách lược sẽ không bị sờn. Khi đó, kẻ thù đã không lợi dụng được hoàn cảnh ngặt nghèo do thử thách tạo ra để tách thiểu số ra khỏi đa số trong cộng đồng.

Mọi nhà lãnh đạo đều phải chịu sự chỉ trích. Có những lời chỉ trích mang tính xây dựng và có những lời chỉ trích tiêu cực. Ngay cả trong những thời điểm bình thường, hầu hết các nhà lãnh đạo đều không dễ dàng phân biệt được những lời chỉ trích mang tính xây dựng với những lời chỉ trích tiêu cực. Trong những thời điểm mà nhiệt độ của không khí đấu tranh cao và bao trùm mọi thứ, phán đoán dễ bị sai lầm hơn và thiện chí dễ bị lợi dụng hơn bởi các chính sách phá hoại. Tuy nhiên, nếu số đông được dẫn dắt bởi nhận thức về các vấn đề của cộng đồng, thì ít nhiều sẽ có một tiêu chuẩn để đánh giá bản chất của sự chỉ trích và không bị lừa dối bởi những kẻ bênh vực phá hoại. Ví dụ, hành khách có thể không hiểu tuyến đường như tài xế, nhưng nếu nhiều hành khách nắm rõ tuyến đường thì tài xế khó đưa tuyến lạ thay thế tuyến nhiều người biết.

Một nhà lãnh đạo chân chính vì lợi ích cộng đồng cũng có lúc phạm sai lầm có hại cho cộng đồng. Nhiều suy đoán được ngụy trang tốt có thể đánh lừa phần lớn các nhà lãnh đạo của cộng đồng. Trong hai trường hợp trên, đa số có thể bị lôi kéo vào những công việc có hại. Và do đó có thể dẫn đến sự sụp đổ của cộng đồng.

Đa số lãnh đạo, dù chưa hiểu hết những vấn đề cộng đồng cần giải quyết, nhưng nếu có ý thức, họ có thể kịp thời lắng nghe những lời cảnh báo mang tính xây dựng và từ chối tham gia các hoạt động cộng đồng sẽ sa vào vòng giết chóc.

Càng phân tích những trường hợp như vậy, chúng ta càng nhận ra rằng sự hiểu biết của cộng đồng về vấn đề cần giải quyết quan trọng như thế nào đối với đa số.

Nhiều hậu quả gián tiếp

Đối với một cộng đồng dân tộc nhỏ bé và yếu ớt như nước ta, luôn bị đe dọa bởi ngoại xâm, thì nhận thức của cộng đồng về vấn đề này đối với số đông dẫn đến nhiều hệ lụy, tuy gián tiếp, nhưng rất quan trọng.

Trong những thời điểm đứng trước nhiều thử thách gay gắt, khi vận mệnh của cộng đồng bị đe dọa, thiểu số lãnh đạo buộc phải đòi hỏi ở đa số sự lãnh đạo bằng những nỗ lực phi thường, nhiều hy sinh nặng nề, hy sinh đóng góp to lớn. Nhưng nếu trong hoàn cảnh đó, số đông dưới quyền lãnh đạo không nhận thức đầy đủ các vấn đề của cộng đồng, thì không những sự đóng góp của họ trở nên miễn cưỡng, không xứng đáng, mà còn nảy sinh hiện tượng tâm lý rất nguy hiểm cho cộng đồng. Tin rằng họ bị ép buộc phải đóng góp quá mức cho một mục tiêu mà họ không hiểu, đa số lãnh đạo ngày càng không hài lòng với thiểu số lãnh đạo. Và dần dần sự bất mãn biến thành sự thù hận và cuối cùng nổi lên thành sự tức giận. Đến cùng cực, đa số được lãnh đạo sẽ trở thành công cụ sắc bén cho bất kỳ kẻ ngoại xâm nào biết chớp thời cơ đứng lên khoác lá cờ giải phóng cho đa số tưởng mình bị thiểu số bóc lột.

Trong lịch sử nước ta, sự thất bại của nhà Hồ và sau đó là cuộc xâm lược nước ta của quân Minh là một sự kiện lịch sử tiêu biểu cho trường hợp vừa phân tích ở trên. Hồ Quí Ly quyết định tiến hành một cuộc cách mạng toàn diện cho dân tộc Việt Nam. Xét sử liệu, cuộc cách mạng theo nhà Hồ nếu thành công sẽ làm thay đổi cả diễn biến của dân tộc. Nghĩa là con đường mà Nhà Hồ vạch ra là vô cùng có lợi cho cộng đồng. Nhưng Hồ Quí Ly, để thực hiện chương trình, đã bắt đa số phải gánh những đóng góp nặng nề của lãnh đạo, trong khi đa số không ý thức được các vấn đề của cộng đồng. Và những sự kiện đã xảy ra như chúng ta đã biết: quân Minh lấy danh nghĩa giải phóng dân tộc Việt Nam khỏi ách tiếm quyền, cướp cả nước ta.

Trong ví dụ lịch sử trên, nếu đa số được lãnh đạo hiểu ít nhiều vấn đề, chúng ta đã tránh được một trong bảy cuộc xâm lược mà Trung Quốc đã giáng cho chúng ta trong một nghìn năm lịch sử.

Nhưng sự hiểu biết của cộng đồng về vấn đề để số đông lãnh đạo không những có tác dụng chống ngoại xâm như chúng ta vừa thấy ở trên, mà còn có tác dụng tích cực đối với chính nghĩa, chống lại nạn ngoại xâm luôn đe dọa chúng ta. Lý do chứng minh điều này nằm ở lịch sử hàng ngàn năm chống Tàu của dân tộc Việt Nam.

Kinh nghiệm lịch sử của chúng ta chứng minh rằng, cuối cùng, không phải ngoại giao hay quân sự đã giúp chúng ta nhiều lần đánh bại các cuộc xâm lược của Trung Quốc và nhiều lần thắp lại ách độc ác và sự hà khắc của chúng. Vì ngoại giao chỉ mạnh khi có quân đội hậu thuẫn mạnh. Và bởi vì, chiến lược tuy dồi dào, nhưng vật lực và nhân lực của chúng ta có hạn, sức mạnh quân sự của chúng ta cũng có hạn.

Chúng ta đánh thắng giặc ngoại xâm, đánh đổ ách đô hộ vì chúng ta có lãnh tụ, ý thức dân tộc được hun đúc, nuôi dưỡng và vấn đề dân tộc được giải thích sâu sắc trong đại bộ phận nhân dân lãnh đạo. Như vậy, số đông được dẫn dắt bởi ý thức dân tộc và sự hiểu biết về những vấn đề cần giải quyết của cộng đồng chính là công cụ sắc bén nhất để một nước nhỏ và yếu như chúng ta chống lại sự xâm lược của ngoại bang.

Những trường hợp đã phân tích ở trên chứng tỏ rằng đa số lãnh đạo hiểu rõ vấn đề cần giải quyết của cộng đồng chứa đựng nhiều hệ quả có lợi thiết yếu cho cộng đồng.

Nếu chúng ta nhận ra điều đó, thì đa số dưới quyền lãnh đạo hiểu được vấn đề sẽ tự động dẫn đến việc đa số được lãnh đạo tham gia trực tiếp hoặc gián tiếp vào chính trị của cộng đồng.

Và nếu xét lại rằng việc đa số được lãnh đạo, trực tiếp hay gián tiếp, trong các công việc chung của cộng đồng là bản chất của tinh thần dân chủ, thì có thể thấy rõ những điểm sau:

1. Chỉ tôn trọng tinh thần dân chủ là vũ khí sắc bén nhất để một nước nhỏ yếu như nước ta chống ngoại xâm.

2. Phát huy sự hiểu biết của đa số dưới sự lãnh đạo về những vấn đề cần giải quyết của dân tộc là đóng góp tích cực nhất vào việc xây dựng và củng cố tinh thần dân tộc.

Một ví dụ cụ thể và xác thực

Ở đây chúng ta đã đưa ra bằng chứng để xác nhận hai điều.

- Nhóm thiểu số lãnh đạo hiểu rằng việc giải quyết vấn đề của cộng đồng là điều cần thiết cho cộng đồng.

- Đa số lãnh đạo biết rằng vấn đề cần giải quyết của cộng đồng là một điều cần thiết cho cộng đồng.

Có thể lấy những biến cố chóng vánh xảy ra trong lịch sử Việt Nam từ hai mươi năm trở lại đây mà mọi người còn nhớ như in như một ví dụ cụ thể, rõ ràng để giải thích cho hai điều trên.

Thiểu số lãnh đạo và vấn đề

Hai mươi năm qua và nhiều năm nữa về sau, các biến cố chính trị tại Việt Nam đều phát sinh từ sự tranh giành ảnh hưởng giữa hai chính sách Quốc Gia và Cộng Sản. Dù cả nước Việt Nam chịu ảnh hưởng nặng nề của thế giới Tự do và Cộng sản, nhưng sự khác biệt giữa hai lập trường vẫn tùy thuộc vào một số yếu tố nội tại quyết định, trong đó cấp lãnh đạo chiếm một vai trò quan trọng.

Phần sau trong phần chính của cuốn sách, chúng ta sẽ phân tích rất chi tiết những lý do tại sao chủ nghĩa Cộng sản không những không giải quyết được vấn đề của dân tộc Việt Nam trong giai đoạn cộng đồng này, mà còn đưa dân tộc vào con đường đen tối cho nhiều thế hệ mai sau.

Mặc dù phần lớn trí óc chưa hiểu rõ mối nguy hiểm này, nhưng ngày càng có nhiều người thuộc mọi tầng lớp xã hội chống lại Chủ nghĩa Cộng sản vì họ sợ các phương pháp cai trị tàn bạo và ý tưởng của họ và ít nhiều ý thức được việc họ từ chối thừa nhận những lý do cá nhân của cuộc sống.

Tuy nhiên, một sự kiện không thể không làm cho chúng ta suy nghĩ. Vì sao trong hoàn cảnh đó chính sách Cộng sản ngày càng lấn át chính sách Quốc gia?...

Các nhà lãnh đạo quốc gia, trăn trở với vận mệnh đất nước, đã để nhiều tâm tư đi tìm câu trả lời.

Lý thuyết đấu tranh

Nhiều người cho rằng sở dĩ Cộng Sản thắng thế là nhờ một lý thuyết đấu tranh. Để đối phó với chính sách Cộng sản, ngược lại với chính sách Quốc gia, không có lý thuyết đấu tranh. Do đó từ hai mươi năm nhiều lý thuyết đã được tạo ra. Nhiều lý thuyết lấy học thuyết triết học hoặc tôn giáo làm cơ sở. Những người khác mượn cơ sở của một chủ nghĩa đấu tranh chính trị đã có lúc này hay lúc khác trên thế giới, chống lại chủ nghĩa cộng sản. Đối với một số lý thuyết, tư duy hoàn toàn bị giới hạn trong giới hạn dân tộc. Một số lý thuyết khác tự do hơn dựa trên hệ thống tư tưởng của các triết gia nổi tiếng thế giới.

Có nhiều khuynh hướng lấy lập trường Quốc Gia để chống lại lập trường Quốc Tế, chẳng hạn như lập trường của Cộng Sản. Và quên rằng đối với một quốc gia, kể cả các quốc gia Cộng sản, mọi chính sách đều được nghiên cứu cả từ quan điểm Quốc gia và quan điểm Quốc tế.

Có rất nhiều lý thuyết được đưa ra như là lý thuyết đấu tranh chống chủ nghĩa cộng sản. Và hiện nay vẫn có người đi tìm một lý thuyết khác có tác dụng như trên.

Giá trị tư tưởng của các lý thuyết rất khác nhau, nhưng chúng đều bất lực trong vai trò mong muốn của mình: giúp chính sách Quốc gia chiến thắng chính sách Cộng sản. Không những thế, mọi lý thuyết còn mang lại một kết quả bất ngờ và trái ngược nhau: Mỗi lý thuyết đều có một số người tin tưởng, trung thành với lý thuyết của nhóm mình và bảo vệ lý thuyết của mình một cách chân thành hoặc miễn cưỡng. Kết quả là khối Quốc dân đảng bị chia năm xẻ bảy làm cho sức sống chống giặc càng yếu hơn lúc chưa có lý thuyết.

Quả thật, không có gì làm cho người Cộng Sản sung sướng hơn thế. Và họ chỉ ước khối quốc gia sẽ tạo ra nhiều lý thuyết tương tự.

Một quan niệm cần được sửa chữa.

Nguyên nhân của tình trạng như vậy rất dễ hiểu. Một khi lý thuyết đó không phải là một thực tế. Nếu lý thuyết dựa trên một lý thuyết triết học thì lại càng không thực tế. Như chúng ta đã biết: Hai người theo hai học thuyết triết học khác nhau có thể cãi nhau chí chóe mà không đi đến thống nhất.

Vì thiếu cơ sở thực tiễn đó, nên những lý thuyết đề ra, mặc dù có giá trị tư tưởng cao, nhưng không có khả năng phát quang để thuyết phục bất kỳ ai.

Đặt mình vào một lý thuyết thiếu cơ sở thực tế còn gây ra một hậu quả tai hại khác. Những người tin vào lý thuyết có nghĩa vụ tôn trọng các nguyên tắc phi thực tế mà nó đề xuất.

Khi hành động và chạm vào thực tế của vấn đề, bạn phải rơi vào tình thế không lối thoát. Vì thực tế của vấn đề không theo ý muốn của tác giả mà tự gò mình vào khuôn khổ của các nguyên tắc đã đề ra. Trong trường hợp đó, hoặc phản bội lý thuyết và tuân theo thực tế, hoặc tôn trọng lý thuyết và phủ nhận thực tế. Trường hợp thứ nhất, thiểu số lãnh đạo sẽ mất uy tín, dần dần mất lòng tin của đa số, cuối cùng sẽ thất bại. Trong trường hợp thứ hai, thất bại sẽ đến trong thời gian ngắn. Vì thực tế không thể phủ nhận.

Sức mạnh của sóng và gió

Nhìn thấy lực lượng hội tụ của lý thuyết đấu tranh Cộng sản và bị lực lượng đó ám ảnh, các nhà lãnh đạo khối Quốc gia chỉ hiểu được một nửa con đường. Họ chưa thấy rằng lý luận Cộng sản chỉ là một phương tiện đấu tranh và sở dĩ phương tiện đấu tranh đó có sức mạnh như vậy, như chúng ta đều biết, là nhờ có sự hỗ trợ nghiên cứu sự thật lịch sử của nhiều thế hệ tư tưởng gia. Trong những trường hợp nào khối Cộng sản chấp nhận lý thuyết đó như một phương tiện đấu tranh, chúng ta sẽ thấy ở phần sau trong phần chính của cuốn sách.

Lý luận trên giúp chúng ta thấy ngay tại sao một lý thuyết đấu tranh do một nhóm người ngồi vắt óc viết ra lại không thể phù hợp với thực tế. Nếu không phù hợp với thực tế thì làm sao nó mang lại kết quả như mong muốn và cuối cùng nó sẽ bị đào thải.

Người ta thấy sức mạnh của lý thuyết đấu tranh, nhưng không thấy nghiên cứu lịch sử thực tế để hỗ trợ nó, giống như người ta thấy sức mạnh của sóng mà không thấy sức mạnh của gió đã tạo ra sóng.

Cộng sản và phương Tây

Nếu có thể tạo ra một lý thuyết để chống lại lý thuyết đấu tranh của Cộng sản thì đã từ lâu trong cuộc chiến khốc liệt giữa xã hội phương Tây và Cộng sản, phương Tây đã tạo ra thứ vũ khí sắc bén đó. Nhưng, biết rằng lý luận Cộng sản là một phương tiện đấu tranh, nó chỉ tìm thấy sức mạnh của nó trong nghiên cứu thực tiễn xã hội, nên phương Tây, đặc biệt là các dân tộc thực dụng như Anh, Mỹ, đã tìm ra lời giải cho những vấn đề do thực tế xã hội đặt ra để đánh bại Chủ nghĩa Cộng sản. Họ đã thành công.

Ngày nay, ở Âu Mỹ, sở dĩ chủ nghĩa cộng sản suy tàn không phải vì giá trị tư tưởng tuyệt đối của nó kém cỏi. Nhưng vì hoàn cảnh xã hội Âu Mỹ hiện nay đã đổi khác nhiều so với trước, và lý thuyết mà Cộng sản dùng làm phương tiện đấu tranh không còn phù hợp với thực tế xã hội Âu Mỹ hiện nay. Đây là nguyên nhân chính của việc xét lại học thuyết Mác-Lênin mà nhiều nhà lãnh đạo Cộng sản đang chủ trương. Thực tế trên chứng tỏ sức mạnh của một lý thuyết đấu tranh không phải ở giá trị lý luận của lý thuyết mà ở sự nhìn sâu vào thực tế của đối tượng.

Như vậy, khi lập ra những lý thuyết chống Cộng mà không hiểu rõ sự thật của vấn đề, những người lãnh đạo khối Quốc gia đã làm công việc của những người lãnh đạo không hiểu vấn đề. Và lý thuyết đấu tranh, trong khi một khía cạnh đáng chú ý của vấn đề, không có nghĩa là một vấn đề.

Các vấn đề xã hội Phương Tây đã vượt qua chủ nghĩa cộng sản trong chính xã hội của họ, bằng cách giải quyết các vấn đề xã hội cho tầng lớp yếu thế về kinh tế. Lấy ví dụ đó, nhiều nhà lãnh đạo Quốc gia cũng tin rằng nếu chúng ta giải quyết được các vấn đề xã hội nội bộ của chúng ta, chúng ta sẽ đánh bại Cộng sản.

Nhận xét trên đúng nhưng chưa chính xác. Vâng, bởi vì các vấn đề xã hội cũng chiếm một phần quan trọng trong các vấn đề của chúng ta, nhưng chắc chắn không phải là vấn đề. Mặt khác, thực tế của xã hội Tây phương thời Cộng sản đang hoành hành không phải là thực tế của xã hội chúng ta ngày nay.

Niềm tin

Cũng có nhiều người chủ trương chống Cộng lợi dụng tôn giáo. Niềm tin là nhu cầu thiêng liêng của mọi người. Do đó, khả năng quy tụ tín đồ của một tôn giáo là một điều kiện không thể phủ nhận. Niềm tin là một tín hiệu tập thể hiệu quả. Các chế độ Cộng sản đàn áp tôn giáo chính vì khả năng tập hợp nói trên, luôn luôn đe dọa độc quyền lãnh đạo cộng đồng mà họ tin rằng nhất thiết phải dành cho Đảng Cộng sản.

Nhưng hiệu quả thực sự và hiển nhiên của việc quy tụ đức tin là hiệu quả tôn giáo, tức là tập trung vào linh hồn, vào phần sau của cuộc sống hiện tại. Và nếu không có Cộng sản thì sự tập hợp đó vẫn còn đó. Nói cách khác, cuộc tụ tập nào tự nó không có mục đích chống Cộng. Ví dụ, chỉ khi trong một chế độ Cộng sản, có sự đàn áp tôn giáo, bởi vì chế độ Cộng sản không thể dung thứ cho bất kỳ cuộc tụ tập nào khác ngoài đảng Cộng sản, thì bất kỳ cuộc tụ tập tôn giáo nào cũng trở thành một hành động chống Cộng sản. Nhưng phản kháng vẫn là một hành vi tiêu cực, nghĩa là phản kháng có mục đích tự bảo vệ mình và nếu đàn áp không còn thì phản kháng cũng ngừng.

Các cuộc tụ họp tôn giáo chỉ có tác dụng chính trị khi cộng đồng tôn giáo đứng đối lập và phản đối tiêu cực một chính sách.

Trong trường hợp cuộc đàn áp tôn giáo của Cộng sản vẫn còn là một viễn cảnh chưa thực hiện được, thì việc tụ tập tôn giáo tự nó không phải là điều kiện tiên quyết để chống Cộng sản. Nếu tín đồ có thể nhìn xa và kiên quyết không muốn sống cuộc đàn áp tôn giáo của cộng sản, và do đó kiên quyết chống lại Cộng sản, thì hành động đó vẫn là một hành động tiêu cực chưa thể mang lại chiến thắng.

Để khả năng quy tụ tôn giáo trở thành vũ khí chống Cộng, phải đem khả năng quy tụ ấy sử dụng vào một công việc có mục đích nhằm giải quyết những vấn đề thực tiễn của cộng đồng. Nghĩa là những người lãnh đạo chủ trương chống Cộng bằng tôn giáo, phải thấu triệt vấn đề cộng đồng cần giải quyết và dùng khả năng tín ngưỡng để giải quyết vấn đề đó.

Nói tóm lại, tôn giáo tự nó không phải là vũ khí chống lại chủ nghĩa cộng sản. Đức tin sẽ trở thành vũ khí chống Cộng trong hai trường hợp:

1. Khi bị Cộng sản đàn áp.

2. Khi sự hội tụ của niềm tin được sử dụng trong việc giải quyết các vấn đề do thực tế xã hội tạo ra.

Lý thuyết cộng sản mạnh bởi vì nó có một sự hỗ trợ phong phú: Nghiên cứu các sự kiện lịch sử. Niềm tin sẽ là vũ khí lợi hại để chống Cộng khi còn có chỗ dựa cho việc nghiên cứu sự thật lịch sử.

Vận động để đánh bại Cộng sản bằng niềm tin có thể dẫn đến một kết quả bất lợi, tương tự như kết quả bất lợi do các lý thuyết chống Cộng mang lại. Ranh giới của các cộng đồng tôn giáo không trùng với các cộng đồng quốc gia. Một quốc gia bao gồm nhiều cộng đồng tôn giáo và một tôn giáo có thể có tín đồ ở nhiều quốc gia. Thêm vào đó là sự thật hiển nhiên rằng mỗi tín ngưỡng đều có phần giáo lý riêng thường không dung nạp các giáo lý khác. Do đó, việc huy động tín đồ của nhiều tôn giáo một cách thiếu tinh vi có thể gây xung đột và chia rẽ trong cộng đồng quốc gia.

Chống tiêu cực và chống tích cực

Như vậy, các sự kiện chính trị ở Việt Nam từ hai mươi năm trở lại đây là một ví dụ cụ thể chứng minh rằng sự hiểu biết thấu đáo về vấn đề cần giải quyết của cộng đồng là hết sức cần thiết đối với thiểu số lãnh đạo.

Về phần họ, những người lãnh đạo Cộng sản có phải là một thiểu số lãnh đạo hiểu được vấn đề của cộng đồng cần giải quyết? Trong phần chính của cuốn sách tiếp theo, chúng ta sẽ thấy sức mạnh của họ cùng với việc chấp nhận lý thuyết Cộng sản như một vũ khí đấu tranh, họ đã thừa hưởng từ chủ nghĩa Cộng sản quốc tế một nghiên cứu về sự thật lịch sử rất phong phú. Tuy nhiên, điểm yếu của họ cũng nằm ở chỗ họ dựa dẫm vào di sản ngoại lai, trong khi thực tế của vấn đề Việt Nam ngày nay không phải là thực tế của các quốc gia Cộng sản mà họ đã mô hình hóa.

Tóm tắt những điểm sau đây có thể được dùng làm kết luận cho đoạn văn trên.

Lý thuyết cộng sản là một phương tiện đấu tranh cho một vị thế. Điểm mạnh của lập trường này là nhờ di sản của chủ nghĩa cộng sản quốc tế: Một nghiên cứu rất phong phú về hiện thực xã hội.

Trên chính trường Việt Nam hai mươi năm qua, chính sách cộng sản được đề ra như một giải pháp cho bài toán nan giải mà cộng đồng người Việt quốc gia cần giải quyết. Toàn bộ vấn đề này là do hoàn cảnh lịch sử của cộng đồng người Việt trong giai đoạn này tạo nên. Tất nhiên, giai đoạn này bao gồm các thế kỷ đã qua và sẽ bao gồm các thế kỷ sắp tới.

Giải pháp Cộng sản có phù hợp với cộng đồng hay không, phần chính của cuốn sách sẽ trả lời chi tiết câu hỏi này. Bây giờ chúng ta chỉ biết rằng sức mạnh của chính sách Cộng sản nằm ở chỗ chính sách này đã hỗ trợ cho việc nghiên cứu thực trạng của vấn đề.

Vậy muốn cho Cộng Sản thất bại thì phải làm hai việc:

1. Tìm hiểu thực tế vấn đề cần giải quyết của cộng đồng.
2. Có một giải pháp thay thế khác cho giải pháp Cộng sản.

Nhưng thay vì hai điều thiết thực trên, cho đến ngày nay, những người lãnh đạo khối Quốc gia chỉ nêu vấn đề chống Cộng một cách tiêu cực. Tiêu cực ở đây không có nghĩa là hăng hái chống đối, mà có nghĩa là lấy chống đối làm mục đích. Vì sau đấu tranh không giải quyết được vấn đề cần giải quyết của cộng đồng dân tộc.

Nếu vấn đề vẫn chưa được giải quyết, thì ngay cả khi Chủ nghĩa Cộng sản bị đánh bại bằng một số biện pháp nhất định trong thời điểm hiện tại, thì lý do tồn tại của nó vẫn còn.

Hơn nữa, để thực hiện chính sách chống Cộng, không những ý thức hệ của khối Quốc gia là tiêu cực, mà vũ khí sử dụng cũng không sắc bén. Chủ trương chính trị không có khả năng tập hợp, nhưng một khi đã tập hợp lại thì không thể sử dụng sự tập hợp đó vì thiếu một chương trình để giải quyết các vấn đề của quốc gia.

Nếu cần một ví dụ để làm sáng tỏ lập luận trên, chúng ta có thể ví thiểu số lãnh đạo Cộng sản với một số người trước khi xây nhà đã được thừa hưởng thành quả của việc đào đá cẩn thận và trên tảng đá vững chắc đó, họ đã đặt nền móng cho một ngôi nhà theo quan niệm của họ. Nhưng hướng, kích thước và kiến trúc của ngôi nhà có phù hợp với cộng đồng không? Chúng tôi sẽ trả lời sau. Bây giờ họ chỉ biết rằng ngôi nhà mà họ muốn xây dựng được đặt trên một nền móng vững chắc, có thể chịu được sự rung chuyển của các biến cố.

Trong khi đó, thiểu số lãnh đạo khối Quốc Gia không chịu khó bới đá, không định kiến xây nhà thế nào, và nhà nào trên bùn trên cát cũng hối hả xây nhà, nhà nhỏ, nhà lớn. Nhưng nền tảng không vững chắc, biến cố xảy ra làm sụp đổ hết cái này đến cái khác. Nếu khối Quốc Gia đánh bại được khối Cộng Sản, làm cho họ không thể xây dựng được ngôi nhà mà họ quan niệm, thì cái chính nghĩa mà họ đã đào lên tảng đá mà họ thừa hưởng từ Cộng Sản Quốc Tế sẽ vẫn còn đó, và khái niệm về ngôi nhà của họ vẫn còn đó.

Vấn đề của thiểu số lãnh đạo Quốc gia là đào tảng đá, trên đó đặt nền móng cho một ngôi nhà được hình thành rõ ràng phù hợp với cộng đồng. Chỉ bằng cách đó Khối Quốc Gia mới có thể thay thế và loại bỏ hoàn toàn ngôi nhà của Cộng Sản.

Sở dĩ Khối Quốc gia rơi vào tình trạng sa lầy như vậy chỉ vì thiểu số lãnh đạo chưa hiểu hết vấn đề.

Như vậy, những biến cố chính trị ở Việt Nam trong hai mươi năm qua là một ví dụ rất cụ thể và rõ ràng về việc những người lãnh đạo thiểu số phải quán triệt những vấn đề cộng đồng cần giải quyết.

Đa số được lãnh đạo và các vấn đề

Thiểu số lãnh đạo không hiểu thấu đáo vấn đề cần giải quyết của tập thể, đương nhiên đa số được lãnh đạo không hiểu được vấn đề.

Và do đó, những sự kiện có khả năng phá vỡ sự hài hòa giữa thiểu số lãnh đạo và đa số được lãnh đạo, như chúng ta biết, sẽ lại xảy ra nghiêm trọng hơn trường hợp thiểu số lãnh đạo hiểu, nhưng đa số lãnh đạo không hiểu vấn đề.

Giữa hai bộ phận thiểu số và đa số của cộng đồng không những không có sự phối hợp nhịp nhàng mà còn có sự rạn nứt ghê gớm. Đối với bất kỳ vấn đề gì, chính sách của thiểu số lãnh đạo không được đa số hiểu và tán thành. Vì vậy, thiểu số đi đầu chỉ có biện pháp mạnh để buộc đa số phải tuân theo.

Kẻ thù không bỏ lỡ cơ hội, cố tình khoét sâu hố ngăn cách giữa thiểu số và đa số. Sự bất mãn của đa số với thiểu số luôn ngấm ngầm và bùng phát dữ dội trong thời kỳ khủng hoảng.

Đôi khi uy tín cá nhân của một số ít người có thể đạt được sự tập hợp cần thiết cho sự tiến bộ của dân tộc trong một thời gian. Nhưng vì các yếu tố cơ bản của sự hòa giải giữa thiểu số và đa số không có, nên chẳng bao lâu sau công việc không hoàn thành.

Điểm lại và phân tích những biến cố chính trị đã xảy ra hơn hai mươi năm qua trong Khối Dân Tộc Việt Nam, chúng ta có thể hiểu được tất cả khi biết rằng nguyên nhân chính nằm ở sự thiếu phối hợp giữa đa số được lãnh đạo và thiểu số lãnh đạo.

Chúng ta biết rằng mâu thuẫn tự nhiên luôn tồn tại giữa thiểu số dẫn đầu và đa số được dẫn đầu sẽ trở nên vô cùng nghiêm trọng khi hai điều kiện sau đây đồng thời xảy ra.

1. Có khoảng cách giữa thiểu số lãnh đạo và đa số được lãnh đạo.

2. Nhu cầu của lực lượng cộng đồng thiểu số lãnh đạo đòi hỏi sự đóng góp to lớn của đa số được lãnh đạo.

Đa số được lãnh đạo không hiểu lý do cho những đóng góp của họ và nghĩ rằng họ bị lợi dụng bởi thiểu số. Cơn giận vì thế càng tăng lên. Lúc bấy giờ, bất kỳ kẻ xâm lược nào đứng lên phất cờ giải phóng, thì phần lớn những kẻ bị dẫn dắt sẽ nhắm mắt xuôi tay.

Trường hợp trên xảy ra điển hình, hi hữu thời gian gần đây ở khối Quốc gia Việt Nam. Vì nhu cầu phát triển, sự lãnh đạo của thiểu số đòi hỏi nhiều nỗ lực của đa số, nhất là ở nông thôn những năm 1958-1959 trong cái gọi là chương trình phát triển cộng đồng. Nhưng vì một khiếm khuyết trong lãnh đạo, đa số được lãnh đạo không nhận thức được sự cần thiết của nỗ lực yêu cầu. Do đó, sự bất mãn bùng cháy và dần dần lan rộng.

Nhà cầm quyền Cộng Sản Hà Nội liền lợi dụng cơ hội và năm 1960 cho quân xâm lược miền Nam dưới danh nghĩa quân Giải Phóng. Tất nhiên, những người tuyên bố đã bị bóc lột bởi thiểu số hàng đầu ở miền Nam đã trả lời, và chúng ta vẫn đang chứng kiến hiện tượng này cho đến ngày nay.

Ở miền Bắc Việt Nam, tình hình xung đột giữa cộng sản thiểu số lãnh đạo và đa số lãnh đạo cũng không kém phần gay gắt.

Thiểu số lãnh đạo cộng sản nhận thức được vấn đề phát triển cộng đồng, như chúng ta sẽ thấy trong phần chính tiếp theo. Nhưng phương pháp phát triển của họ đòi hỏi sự đóng góp cuối cùng của đa số được lãnh đạo. Vì vậy, mặc dù các kỹ thuật huy động quần chúng của họ có hiệu quả, nhưng sự bất mãn của đa số ngày càng tăng, và mặc dù hệ thống cảnh sát của họ rất khắc nghiệt, thỉnh thoảng vẫn có những cuộc nổi dậy thể hiện sự phẫn nộ của đa số lãnh đạo.

Nếu có cơ hội, ai phất cờ giải phóng miền Bắc sẽ được đa số lãnh đạo hoan nghênh nhiệt liệt.

Như vậy, những sự kiện xảy ra ở Việt Nam trong hai mươi năm qua là một ví dụ cụ thể, chứng tỏ tính chất cốt yếu của việc hiểu vấn đề của cộng đồng để giải quyết cho số đông được lãnh đạo.

Đề xuất đối tượng

Thiểu số lãnh đạo hiểu rằng vấn đề cần giải quyết của cộng đồng là điều kiện thiết yếu để cộng đồng tồn tại.

Đa số được lãnh đạo hiểu rằng vấn đề cần giải quyết của cộng đồng là điều kiện thiết yếu của cộng đồng.

Mục tiêu của cuốn sách này là tìm ra đâu là vấn đề cần giải quyết của cộng đồng người Việt quốc gia trong giai đoạn cộng đồng này.

Trong khuôn khổ vài trăm trang, và đối với một vấn đề đương nhiên liên quan đến dân tộc và bản thân nó phức tạp như vấn đề nêu ở đây, tham vọng của tác giả không thể vượt quá tầm mức của tác phẩm, chỉ nêu các khía cạnh của vấn đề, và mối liên hệ giữa các khía cạnh trong tổng thể. Mặc dù đã tham khảo rất nhiều tài liệu trong và ngoài nước, đồng thời nghiên cứu vấn đề trong nhiều năm nhưng tác giả không khỏi e ngại và do dự khi trình bày kết quả suy luận của mình. Động lực duy nhất giúp tác giả vượt qua sự nhút nhát chính là nỗi băn khoăn mà tác giả chia sẻ với toàn thể dân tộc Việt Nam về tình hình hết sức bi đát của dân tộc. Vì vậy, dám góp một phần nhỏ bé của mình vào việc tìm lối thoát cho cộng đồng dân tộc.

Ba bối cảnh

Đối tượng chính vẫn là vấn đề cần giải quyết của cộng đồng dân tộc. Nhưng, như mọi khi, một phần của tổng thể luôn rõ ràng hơn khi đưa vào tổng thể. Vì vậy, bài toán cần giải cụ thể cho Việt Nam sẽ được đặt trong ba bối cảnh. Bối cảnh đầu tiên là bối cảnh rộng lớn của tình hình chính trị thế giới. Bối cảnh thứ hai, nhỏ hơn, bao gồm các quốc gia trên thế giới đang đối phó với thách thức tương tự, chẳng hạn như Việt Nam. Và cuối cùng, bối cảnh thứ ba là bối cảnh hẹp của các quốc gia cùng thuộc một khối văn hóa với Việt Nam: Các quốc gia láng giềng ở Đông Á và Đông Nam Á.

Nguyên trạng

Mặt khác, mỗi thời kỳ cộng đồng dân tộc bao gồm nhiều thế hệ trước và sau thế hệ hiện tại. Hơn nữa, thực tế lịch sử mà chúng ta thấy trước mắt là hệ quả của những sự kiện đã xảy ra cách đây mấy thế kỷ và là nguyên nhân của những sự kiện sau này. Do đó, nếu chúng ta muốn hiểu tình hình hiện tại và dự đoán các sự kiện trong tương lai, thì bắt buộc phải xem xét lịch sử của các thế kỷ trước. Nếu chúng ta hiểu được cốt truyện được thể hiện trên màn ảnh và dự đoán được ít nhiều những cảnh sắp diễn ra khi chúng ta đã xem những phân đoạn trước của phim. Do đó sẽ có những chương dành cho lịch sử của nhiều quốc gia trong các thế kỷ trước.

Giải pháp

Sau đây, nhờ những phân tích trên, vấn đề cần giải quyết ở Việt Nam trong giai đoạn cộng đồng hiện nay đã sáng tỏ, nhiều chương sẽ dành để nghiên cứu một giải pháp mà tác giả cho là phù hợp với dân tộc.

Nhưng trước khi bàn đến giải pháp đã để ra, thì hãy noi gương các lữ khách, trước khi lên đường, chúng ta sẽ điểm lại vốn liếng tinh thần và vật chất mà mình đang có, cũng như những món nợ mà chúng ta đang mang. Một số chương sẽ được dành cho mục lục đó.

Cuối cùng, một vài chương sẽ được dành để vạch ra giải pháp mà tác giả cho là phù hợp với vấn đề. Các khía cạnh chính trị, kinh tế và văn hóa sẽ được đề cập.

Như trên đã nói, đối với một vấn đề rộng lớn và phức tạp như vậy và trong khuôn khổ vài trăm trang, tham vọng của tác giả không thể vượt ra ngoài mức công trình chỉ nêu ra các khía cạnh của vấn đề. Việc nghiên cứu và hướng dẫn chi tiết xin trân trọng dành cho các học giả trong nước.

Lập trường của tác giả

Đối tượng có thể được xem từ nhiều vị trí. Vị trí khác thì kết quả nhìn sẽ khác, tức là hai người từ hai vị trí khác nhau cùng nhìn vào một đối tượng, mỗi người sẽ nhìn một đối tượng khác nhau.

Trong các nhận xét, phân tích, suy luận dưới đây, đối với một vấn đề hay nhiều vấn đề, tùy trường hợp tác giả sẽ đứng ở các vị trí khác nhau. Ví dụ: nhiều sự kiện sẽ khả dụng khi được bình luận từ một địa điểm trong nước và đôi khi từ một địa điểm của một cộng đồng không thuộc quốc gia nào. Khi sự việc xảy ra, người đọc sẽ nhận ra ngay nó ở đâu.

Tuy nhiên, có hai quan điểm cần có sự đồng ý trước giữa tác giả và độc giả. Vì nếu không có sự thống nhất trước thì nhiều nội dung hoặc khía cạnh của vấn đề sẽ không được sáng tỏ, bởi vì tác giả và độc giả sẽ ở những vị trí khác nhau.

Lập trường thứ nhất là lập trường mà tác giả sẽ luôn đứng trong đó để nhìn thấy mọi vấn đề được trình bày: Đó là lập trường thực tế lịch sử. Vì sự thật lịch sử không thể phủ nhận. Và trên nền tảng vững chắc đó, có thể dùng đầu óc khoa học để suy luận mà không sợ mắc những sai lầm cơ bản.

Lập trường thứ hai là lập trường mà tác giả không bao giờ dám đứng nhìn bất cứ vấn đề nào được trình bày: Đó là lập trường triết học tôn giáo, còn lý luận là lĩnh vực có sự đối đầu giữa hai lập trường. Điều ngược lại có thể tiếp tục vô thời hạn. Trong bất cứ lĩnh vực nào của đời sống cộng đồng: chính trị, văn hóa, kinh tế, những quan sát và suy luận phân tích của tác giả đều dựa trên thực tế lịch sử và lý thuyết. Hành động như vậy không có nghĩa là phủ nhận tính hữu ích của lý thuyết và giá trị của nhiều lý thuyết. Nhưng người ta cố định đứng ngoài lập trường triết học và lý thuyết để tránh mọi lập luận không thực tế và do đó không liên quan đến mục đích của cuốn sách.

Tài liệu đấu tranh

Vài trăm trang sau đây không phải là một tài liệu đấu tranh theo nghĩa thông thường của thuật ngữ: Tức là lời văn sẽ không sắc sảo, và văn bản sẽ không đề cao bất cứ điều gì của dân tộc hay khối Quốc Gia. Hình thức sẽ không khuyến khích nhiều người đứng lên và tham gia vào một sự nghiệp chung và nội dung sẽ không cố tình bảo vệ một lập trường đã được xác định trước.

Nhưng mấy trăm trang dưới đây có thể là tài liệu đấu tranh, nếu gọi là tài liệu đấu tranh thì tài liệu nào có thể đem lại thắng lợi cho chính sách Quốc gia.

Vì mấy trăm trang dưới đây là một tài liệu nghiên cứu thực tế của lịch sử. Nhưng nhìn đúng thực tế vấn đề, biết mình, biết người xung quanh mới là yếu tố quyết định thắng lợi.

Vì chủ trương nghiên cứu các sự kiện thực tế của lịch sử nên hoàn toàn không tự ái khi nhận xét Việt Nam là một nước nhỏ và yếu. Nhỏ và yếu vì dân số, vì kinh tế không phát triển, và vì sự đóng góp cho nền văn minh nhân loại. Ngược lại, chính vì không tự ti nên mới đưa ra nhận xét như vậy. Chừng nào dân đông, kinh tế giàu có, thì đó là một quốc gia lớn. Và chính khi dám nhìn thẳng vào thực tế của dân tộc, chúng ta mới có đủ tư cách để đưa dân tộc lên đỉnh cao.

Và cũng vì lý do đó, tài liệu này không nói đến bốn nghìn năm văn hiến của dân tộc mà chỉ nói đến một nghìn năm lịch sử. Như trên, làm như vậy không phải vì mặc cảm. Những gì trong lịch sử của chúng ta chỉ một ngàn năm sau mới có đủ tư liệu chính xác để làm cơ sở suy luận.

Phong cách viết

Cuối cùng, tác giả cố tình dùng lối hành văn sử dụng nhiều danh từ.

Các ngôn ngữ trên thế giới được chia thành hai loại, loại cụ thể và loại trừu tượng. Các ngôn ngữ cụ thể sử dụng nhiều động từ trong câu để diễn đạt hành động. Ngôn ngữ trừu tượng sử dụng nhiều danh từ để mô tả các khái niệm. Nền văn hóa của một dân tộc càng tiên tiến thì các khái niệm càng trừu tượng, ngôn ngữ càng trừu tượng. Vì một khái niệm trừu tượng bao giờ cũng biểu đạt tư tưởng phong phú hơn hành động cụ thể, nghĩa là danh từ bao giờ cũng biểu đạt tư tưởng phong phú hơn động từ.

Giữa hai câu:

- Anh A vào Sài Gòn.
- Việc anh A vào Sài Gòn.

Câu đầu chỉ diễn tả hành động cụ thể "Vào Sài Gòn của anh A".

Ngược lại, câu thứ hai mô tả không chỉ hành động cụ thể đó mà tất cả các sự kiện liên quan đến hành động trên.

Tiếng Việt cũng có lối viết có danh từ, nhưng thường có động từ quen thuộc hơn. Vì vậy, câu "Anh A vào Sài Gòn" nghe quen thuộc hơn.

Tuy nhiên, trong một vấn đề rộng lớn và phức tạp như được giải quyết trong các trang tiếp theo, tác giả thấy cần phải mô tả tất cả các ý tưởng, cả hai để suy luận được toàn diện và vững chắc. Chắc chắn, chỉ để cho phép các ý tưởng được thể hiện phong phú để mọi khía cạnh của vấn đề được làm sáng tỏ. Những câu sử dụng nhiều danh từ, tuy hơi lạ, nhưng ngắn gọn và súc tích hơn để diễn đạt những ý trừu tượng chung và bao hàm, hơn là những ý cụ thể chỉ giới hạn trong từng trường hợp.

Vấn đề văn học này sẽ được đề cập rất chi tiết trong phần văn hóa ở đoạn cuối của cuốn sách.

Đến đây kết thúc các trang đặt vấn đề để vào phần trình bày vấn đề.

Trong suốt nghìn năm lịch sử kể từ ngày dựng nước, dân tộc Việt Nam đã vượt qua biết bao thử thách mà lịch sử còn ghi lại. Theo quy luật của vạn vật, mỗi lần vượt qua thử thách là một lần bước lên nấc thang tiến hóa – một cộng đồng dân tộc là một sinh vật. Cộng đồng của chúng ta tiến lên trước thách thức. Tuy nhiên, niềm tin vào tiềm năng của quốc gia không nên khiến chúng ta đánh giá thấp thách thức đang chờ đợi cho thế hệ chúng ta.

Năm thế hệ trước chúng ta đã thất bại trong thử thách này. Cả ngàn năm nay, chưa bao giờ dân tộc ta đứng trước một thử thách ghê gớm như thế. Thử thách càng lớn, chiến thắng càng nâng cao dân tộc, nhưng thất bại cũng sẽ là bi kịch tương xứng cho thế hệ mai sau.

Hai mươi năm trước, những thay đổi đã đưa những thành công và thất bại của thế hệ chúng ta đến một điểm như một sợi tơ. Các trang trong phần chính sẽ giải thích tại sao trách nhiệm đối phó với thách thức này bây giờ và sau đó đè nặng lên vai của Nam Việt Nam. Và chưa bao giờ cộng đồng dân tộc lại đòi hỏi từng phần tử tham gia vào một công việc kích thích như hiện nay.

Nếu không nhìn ra vấn đề thất bại hay thắng lợi thì mười phần mà năm là trách nhiệm và năm là vận may quốc gia.

Đã nhìn ra vấn đề, trong thắng bại, mười phần thì trách người bảy phần và vận nước là ba phần.

Đối với một thành viên của cộng đồng, không có niềm khao khát nào lớn hơn mong muốn được chứng kiến dân tộc vượt qua thử thách một lần nữa, lần này cũng như bao lần khác trong lịch sử.

Phần I

BÌNH LUẬN THẾ GIỚI

Lĩnh vực chính trị

Hiện nay, trên lãnh vực chính trị, thế giới chia thành hai khối rõ rệt: một là khối Tự do, hai là khối Cộng sản.

Mặc dù gần đây, một mặt, tranh chấp đôi khi lên đến đỉnh điểm đáng kể giữa các quốc gia thuộc khối Cộng sản cũng như trong khối Tự do, mặt khác, nhiều thỏa thuận chính trị, văn hóa, khoa học hoặc kinh tế đã được ký kết giữa các quốc gia thuộc các khối khác nhau thì sự phân biệt trên vẫn có hiệu lực. Sở dĩ có tình trạng đó, có sự khác biệt giữa hai khối là do hai quan niệm khác nhau về phương pháp lãnh đạo.

Cả hai bên đều tuyên bố mục đích cuối cùng của họ là mưu cầu hạnh phúc cho nhân dân. Tuy nhiên, để đạt được mục tiêu đó, khối Tự do chủ trương vượt qua sự tham gia tự nguyện của quần chúng vào công cuộc xây dựng hạnh phúc đó. Ngược lại, khối Cộng sản chủ trương tham gia một cách gượng ép.

Cả hai khái niệm đều có ưu điểm và nhược điểm. Sự lựa chọn giữa hai quan điểm này không dựa trên những ưu và nhược điểm này mà dựa trên hoàn cảnh lịch sử, như chúng ta sẽ thấy.

Bây giờ đủ để biết rằng sự khác biệt giữa hai quan điểm này đã dẫn đến sự khác biệt về lý thuyết chính trị, về bộ máy chính quyền, về hệ thống kinh tế và về quyền sở hữu.

Lĩnh vực văn hóa

Bây giờ nếu bước sang lĩnh vực văn hóa, chúng ta thấy thế giới bị chia cắt thành nhiều khối hơn. Đầu tiên là khối Âu Mỹ gồm các nước ở châu

Âu trong đó có Nga và các nước Đông Âu của Nga. Các quốc gia ở Bắc và Nam Mỹ và những quốc gia do người châu Âu thành lập ở Úc, New Zealand và Nam Phi. Khối này bao gồm các quốc gia thuộc xã hội phương Tây kế thừa nền văn hóa Hy Lạp, La Mã cổ đại và văn hóa Công giáo sau này.

Khối thứ hai bao gồm các nước Ả Rập từ Cận Đông đến Hồi giáo, Thổ Nhĩ Kỳ, Sudan, Ai Cập và các nước Bắc Phi. Khối này tạo thành một xã hội Hồi giáo kế thừa văn hóa Hồi giáo.

Khối thứ ba bao gồm các quốc gia ở phía đông của châu Á: Nhật Bản, Hàn Quốc, Trung Quốc và Việt Nam, tạo thành một xã hội Đông Á kế thừa văn hóa Trung Quốc cổ đại.

Khối thứ tư bao gồm Ấn Độ và các quốc gia láng giềng nhỏ ở phía bắc Ấn Độ – Miến Điện, Thái Lan, Lào, Campuchia, Malaysia và Indonesia. Thành lập xã hội Ấn Độ kế thừa văn hóa Ấn Độ.

Và cuối cùng là khối Hắc Phi bao gồm các dân tộc mới xuất hiện ở châu Phi hình thành nên một xã hội Hắc Phi với một nền văn hóa phôi thai.

Lĩnh vực khoa học và công nghệ

Bây giờ nếu bước sang lĩnh vực khoa học và công nghệ, chúng ta thấy rằng các khối chính trị và văn hóa nói trên tự nhiên biến mất, và một hiện trạng thống nhất đột ngột xuất hiện. Tất cả các quốc gia trên đều theo đuổi một nền khoa học phương Tây - khoa học, áp dụng công nghệ phương Tây - dù là trong lĩnh vực chính trị, hay quân sự, hay giáo dục, hay sản xuất, hay kinh tế, hay công nghiệp, hay giao thông và vận tải.

Vì lý do gì tùy theo lĩnh vực mà thế giới có lúc tạo thành một khối, có lúc chia thành nhiều khối?

Những sự kiện lịch sử dưới đây sẽ giải thích diện mạo mới phức tạp này.

Nền văn minh phương Tây chinh phục thế giới

Ngược dòng lịch sử nhìn vào bản đồ thế giới vào khoảng thế kỷ thứ mười bốn, thời điểm mà giao thông vận tải còn nghèo nàn, chúng ta thấy rằng không quá sáu trăm năm trước, những xã hội mà chúng ta phân biệt ở trên trong lĩnh vực văn hóa đã tồn tại. Lúc bấy giờ ranh giới giữa các xã hội trong lĩnh vực văn hóa cũng là ranh giới trong lĩnh vực chính trị, kinh tế, kỹ thuật.

Nhưng sau đó, nền văn minh phương Tây đã thoát ra khỏi giai đoạn sơ khai và phát triển rực rỡ. Nền văn minh này đã tạo cho họ một sức sống dồi dào nhờ kế thừa nền văn hóa Hy Lạp và La Mã được xây dựng trên nền tảng của lý trí đúng đắn và nhờ thấm nhuần niềm tin mãnh liệt vào Kinh thánh Công giáo.

Nhờ đó, người phương Tây đã tìm ra nhiều phát minh khoa học và phát minh ra nhiều kỹ thuật khả thi giúp họ vượt biển và chinh phục nhiều vùng đất mới. Lúc đầu, chúng chiếm các vùng dân cư thưa thớt, lạc hậu ở Nam và Bắc Mỹ để thành lập các nhà nước mới kiểu châu Âu.

Nhưng bằng cách theo dõi sự phát triển ngày càng mạnh mẽ và nhanh chóng của xã hội phương Tây, người phương Tây đã vượt qua nhiều công nghệ mới lạ có thể đặt vào tay họ bất kỳ lực lượng vật chất phi xã hội nào để đối phó. Và vào thế kỷ 16, họ bắt đầu chinh phục xã hội Hồi giáo láng giềng. Thế kỷ 17 và 18 chứng kiến sự thất bại của các quốc gia trong xã hội Ấn Độ, và thế kỷ 19 chứng kiến sự thay đổi của các quốc gia trong xã hội Đông Á. Đến thế kỷ 20, nền văn minh phương Tây đã chinh phục hoàn toàn thế giới và từ đó mang lại cho các dân tộc phương Tây một sự thịnh vượng chưa từng có. Tất cả các quốc gia bên ngoài xã hội phương Tây đều là thuộc địa hoặc bán thuộc địa. Ngoại trừ một số dân tộc như Thổ Nhĩ Kỳ và Nhật Bản, do sớm nhận ra bí quyết thành công của người phương Tây là ưu thế vượt trội của họ trong lĩnh vực khoa học và công nghệ.

Các nước này đã kịp thời "theo mới", vượt qua các kỹ thuật của phương Tây để không những tự bảo vệ mình trước sự tấn công của phương Tây mà còn như các nước khác trong xã hội phương Tây, mang lại cho dân tộc mình mức sống dư dả hơn.

Tất cả các nước khác như Việt Nam đều là nô lệ, và cũng như Việt Nam, đã mất đi cơ hội đầu tiên để xây dựng một quốc gia giàu mạnh và mang lại hạnh phúc cho cuộc sống của quần chúng.

Ngày nay, sự thống nhất của thế giới trong các lĩnh vực khoa học và công nghệ có hai ý nghĩa.

1. Nền văn minh phương Tây đã chinh phục thế giới và đã chinh phục bằng khoa học và công nghệ.

2. Nước nào muốn tồn tại phải vượt qua khoa học phương Tây, kỹ thuật phương Tây.

Nhưng muốn vượt qua khoa học phương Tây, kỹ thuật phương Tây trước hết phải vượt qua lý luận phương Tây dựa trên cơ sở duy lý chính xác. Và sau đó vượt qua những thói quen của cuộc sống hàng ngày có thể thúc đẩy và duy trì lý luận trên. Nếu chỉ tiếp thu khoa học kỹ thuật thì không sáng tác được. Không sáng tác như người phương Tây vẫn tiếp tục sáng tác, mối đe dọa của phương Tây vẫn còn mãi.

Vì vậy, trong thế giới ngày nay vấn đề Tây phương hóa là vấn đề thiết yếu đối với các quốc gia muốn tồn tại, dù Tây hóa theo kiểu khối Tự do hay Tây hóa theo kiểu khối Cộng sản.

Và đó cũng là vấn đề thiết yếu đối với Việt Nam.

Sau này chúng ta sẽ xem Tây phương hóa là gì, và liệu nó có hại cho tinh thần dân tộc hay không.

Vấn Đề Cộng Sản.

Từ đầu thế kỷ XX, lý thuyết Cộng sản đã làm rúng động xã hội phương Tây. Sau đó, lý thuyết cộng sản đã nắm giữ và phát triển ở Nga. Và ngày nay lý thuyết Cộng Sản đang hoành hành ở Á Châu và đang đe dọa Nam Mỹ. Nhưng ở mỗi nơi, lý thuyết cộng sản được tiếp nhận vì những lý do riêng và được giải thích theo cách thích ứng với hoàn cảnh địa phương. Chủ nghĩa cộng sản ở châu Âu khác với chủ nghĩa cộng sản ở Nga. Cộng sản ở Nga khác với Cộng sản ở Trung Quốc, nhưng cả ba nơi đều là Cộng sản. Những sự thật lịch sử dưới đây sẽ giải thích sự phức tạp mang tính chất mới mẻ đó.

Chủ nghĩa cộng sản ở phương tây

Khoa học và công nghệ của phương Tây phát triển với tốc độ ngày càng nhanh nên có lúc vấp phải sự thụ động của cơ cấu xã hội luôn phát triển chậm hơn. Trong những thời kỳ đó xung đột biểu hiện ở những xáo trộn xã hội.

Vào cuối thế kỷ 19, phương Tây đã phát minh ra kỹ thuật sản xuất công nghiệp.

Lúc đầu, những lực lượng sản xuất mới này chưa được kiểm soát hoàn toàn, gây ra nhiều biến động trong một xã hội công nghệ. Phần lớn thợ thủ công bị phá sản và trở thành công nhân vô sản, trong khi những máy móc sản xuất tiên tiến nhất lại tập trung tư bản vào tay một số ít. Sự cân bằng trong phân phối của cải của xã hội thủ công cũ đã bị phá vỡ và đại đa số nhân dân lao động phải sống một cuộc sống cực kỳ nghèo khổ.

Karl Max, một triết gia và nhà kinh tế người Đức gốc Do Thái sống ở Anh, nhận thấy rằng tất cả những tệ nạn thời bấy giờ là do các cấu trúc của xã hội phương Tây không còn thích nghi với các lực lượng của phương Tây, khối lượng sản xuất mới mang lại bằng các phát minh kỹ thuật. Do đó, Karl Max đã đề xuất một kiểu xã hội mới được xây dựng trên những nền tảng mới để đáp ứng các phương tiện sản xuất mới. Ông chủ trương thành lập một xã hội mới bằng một cuộc cách mạng toàn diện.

Như vậy, ở phương Tây, chủ nghĩa cộng sản là phương thuốc phương Tây đề xuất để chữa trị những căn bệnh của xã hội phương Tây trong thời kỳ phát triển khó khăn.

Các nhà lãnh đạo phương Tây sau này đã tìm ra nhiều phương thuốc khác, nhờ đó xã hội phương Tây không chỉ trở nên lành mạnh hơn mà còn phát triển mạnh mẽ hơn, như chúng ta thấy ngày nay. Vì vậy, hiện nay chủ nghĩa cộng sản đã mất đi rất nhiều sinh lực trong xã hội phương Tây và sẽ có ngày không còn nữa.

Chủ nghĩa cộng sản ở Nga

Trong xã hội phương Tây, người Nga là một dân tộc Slavic ở biên giới giữa châu Âu và châu Á, chịu ảnh hưởng nặng nề của châu Á bởi các cuộc chinh phục của Thành Cát Tư Hãn và Attila. Các quốc gia Tây Âu là Latin hoặc Saxon. Đạo Công giáo của hai bên lẽ ra đã giúp đoàn tụ, lại trở thành một yếu tố gây chia rẽ khác sau khi nhà thờ Công giáo chia thành hai giáo hội, một giáo hội Đông phương bao gồm Nga và Giáo hội Công giáo, một giáo hội Tây phương ở Rome.

Chính vì lý do này mà trong lịch sử giữa Nga và Tây Âu luôn xảy ra tranh chấp và vẫn đang diễn ra cho đến ngày nay. Tranh chấp khi cao khi thấp. Tây Âu thắng nhờ công nghệ tiên tiến hơn. Bất cứ khi nào Nga tiếp thu công nghệ phương Tây, họ đều thắng nhờ dân đông, đất rộng. Phương Tây phát minh ra những kỹ thuật mới và chiến thắng một lần nữa, và cứ như vậy, vở kịch lặp lại chính nó.

Vào cuối thế kỷ 19, khi phương Tây ngoài thì chinh phục thế giới, nhưng bên trong gặp phải những trở ngại xã hội tạo điều kiện cho chủ nghĩa cộng sản bành trướng. Nước Nga đang trong thời kỳ suy yếu vì bất cập về kỹ thuật. Các nhà lãnh đạo Nga, theo các chiến thuật truyền thống, đang cố gắng tiếp thu các kỹ thuật mới của phương Tây. Nhưng lần này, ngoài các kỹ thuật vật chất, họ đã áp dụng lý thuyết Cộng sản. Vì hai lý do:

1. Họ muốn nhanh chóng đuổi kịp Tây Âu bằng cách tổ chức trước phương Tây một xã hội mới thích nghi với tư liệu sản xuất mới như Marx đề xuất.

2. Nếu nước Nga trở thành thành trì của chủ nghĩa Cộng sản, thì sự bành trướng của chủ nghĩa Cộng sản ở các nước Tây Âu sẽ biến các đảng Cộng sản của các nước này thành đồng minh nội tuyến rất có giá trị trong lòng địch, thành kho báu cho nước Nga trong cuộc tranh chấp hàng thế kỷ với Tây Âu .

Như vậy, quá trình chuyển đổi từ Tây Âu sang Nga, học thuyết Cộng sản, đã đương nhiên từ chỗ là một phương thuốc được khuyên dùng cho xã hội phương Tây, trở thành vừa là phương tiện để nước Nga phát triển, vừa là vũ khí sắc bén giúp nước Nga chiến thắng kẻ thù.

Tuy nhiên, tranh chấp vẫn là tranh chấp nội bộ giữa các nước trong xã hội phương Tây.

Sở dĩ Nga nâng vụ tranh chấp đó lên thành tranh chấp quốc tế chỉ vì kẻ thù Tây Âu lúc bấy giờ đã bủa lưới kinh tế của họ trên khắp thế giới.

Và cũng để chắp cánh cho họ đi khắp thế giới, các nhà lãnh đạo Liên Xô đã hô hào lãnh đạo các nước bị chinh phục trở thành thuộc địa hoặc bán thuộc địa gia nhập hàng ngũ Cộng sản.

Như vậy, chủ nghĩa cộng sản đối với nước Nga chỉ là phương tiện và một khi đã đạt được mục đích thì phương tiện đó không còn giá trị nữa.

Ngày nay, mục tiêu đã đạt được, nước Nga đã chiến thắng nhờ vượt qua công nghệ Tây Âu và nhờ dân số đông, đất đai rộng lớn. Các sự kiện hiện tại ở Châu Âu và Châu Mỹ cho thấy rằng Nga sắp từ bỏ các phương tiện Cộng sản và quay trở lại xã hội phương Tây.

Các mối liên hệ của Rome với các nhà lãnh đạo nhà thờ Nga là một trong những nỗ lực đưa Nga trở lại xã hội phương Tây.

Và ngày đó, cuộc tranh chấp gay gắt giữa Cộng sản và Tư bản, như ngày nay, sẽ tiêu tan và nhường chỗ cho một cuộc tranh chấp khác, gay gắt hơn, hiện đã bắt đầu hình thành giữa khối Trung Hoa và khối Âu Mỹ.

Chủ nghĩa cộng sản ở châu Á

Trong hệ giá trị truyền thống của hai nền văn minh châu Á: văn minh Ấn Độ và văn minh Trung Hoa, không có một điểm nào có thể làm nẩy mầm một lý thuyết tàn bạo như chủ thuyết Cộng sản.

Sở dĩ chủ nghĩa cộng sản hoành hành ở châu Á ngày nay là vì chính phương Tây đã tạo điều kiện cho nó phát triển và chính phương Tây đã du nhập nó. Sau thất bại trước thế lực chinh phạt của phương Tây, các quốc gia ở châu Á lần lượt bị biến thành thuộc địa hoặc nửa thuộc địa. Tinh thần bất khuất của dân tộc đã khiến những người lãnh đạo tiếp tục một cuộc đấu tranh vô vọng. Bởi lẽ, để đương đầu với những thế lực xâm lược hùng hậu của phương Tây đang tràn ngập khắp chiến trường thế giới, chúng ta chỉ có thể cầm cự với những lực lượng kém kỹ thuật hơn trong một chiến trường hạn chế ở mỗi nước. Thất bại là chắc chắn nếu kẻ nào không có đồng minh với lực lượng kẻ thù ngang nhau.

Do nhận thức được điều này, các nhà lãnh đạo cách mạng thời bấy giờ đều hưởng ứng tiếng gọi của Liên Xô. Liên minh với Nga sẽ mang lại cho họ:

1. Phương tiện xứng đáng đánh đuổi quân thù ra khỏi lãnh thổ.

2. Mô hình và phương thức phát triển đất nước sau độc lập.

Như vậy, đến Châu Á chủ nghĩa cộng sản trở thành một phương tiện để đánh bại những kẻ xâm lược và một phương thức phát triển.

Cho đến nay, các nhà lãnh đạo Cộng sản vẫn có lý vững chắc. Nhưng nếu họ say mê tôn thờ chủ nghĩa cộng sản như một chân lý mà quên mất điều đó thì họ đã hoàn toàn lầm to.

1. Liên Xô chỉ coi chủ nghĩa Cộng sản là phương tiện và chỉ có giá trị như phương tiện.

2. Phương pháp Cộng sản áp dụng ở Nga tuy có đưa đến kết quả nhưng không có nghĩa là có thể áp dụng hữu hiệu cho tất cả các nước.

Mao Trạch Đông thấy rõ hai điểm này. Sự khác biệt giữa các phương pháp Cộng sản ở Nga và ở Trung Quốc là một bằng chứng. Cộng sản ở Việt Nam cũng nằm trong khuôn khổ đã trình bày ở trên.

Phần II-A

VỊ THẾ VIỆT NAM TRONG KHUNG THẾ GIỚI

Như đã đề cập ở trên, vị thế quốc tế của Việt Nam hiện nay được xác định bởi các điểm sau:

1. Việt Nam là một nước nhỏ và kém phát triển.

2. Theo truyền thống văn hóa, Việt Nam thuộc xã hội Á Đông.

3. Việt Nam thuộc khối các nước châu Á vừa thoát khỏi ách đế quốc.

4. Việt Nam cần Tây phương hóa như tất cả các nước ngoài phương Tây để: Một là tồn tại và bảo vệ nền độc lập; hai là phát triển đời sống kinh tế để xây dựng hạnh phúc của nhân dân.

Bốn điểm trên nói lên vị trí của nước ta trên thế giới ngày nay cả về địa lý lẫn lĩnh vực tiến hóa chung của nhân loại. Vì vậy, cùng với những điều kiện nội tại duy nhất của Việt Nam mà chúng ta sẽ thấy sau đây, những điểm này chi phối tất cả các đường lối chính trị của chúng ta trong ít nhất một vài thế kỷ.

Do đó, điều cần thiết là phải phân tích từng điểm một.

Việt Nam là một nước nhỏ và chưa phát triển.

Mục đích của những bài bình luận này không phải là để truyền cảm hứng cho đại chúng, vì vậy nó không phải là nơi để ca ngợi công lao ngàn năm văn hiến của cha ông chúng ta, và nó không phải là nơi để chúng ta tự hào về những trang này. lịch sử huy hoàng của người xưa. Những người có trách nhiệm với tương lai của dân tộc không thể ru ngủ mình trong quá khứ, cho dù quá khứ đó quả là hào hùng.

Ngược lại, một sự phán đoán khách quan rất cần thiết cho những người lãnh đạo, nếu họ muốn tránh những sai lầm có hại cho tương lai của một quốc gia. Tự ti khi thấy nước yếu kém không phải là tâm trạng của kẻ phản nghịch.

Từ đó chúng ta phải thừa nhận rằng trong thế giới ngày nay nước ta là một nước nhỏ và dân tộc ta là một dân tộc kém phát triển. Không những thế, trong suốt hàng nghìn năm lịch sử, dân tộc ta chưa bao giờ đạt đến trình độ của một nền văn minh rực rỡ. Vì vậy, chúng ta thậm chí còn ở trong tình trạng hưởng thụ hơn là đóng góp cho nền văn minh nhân loại. Tuy nhiên, quá khứ của chúng ta cho phép chúng ta tin rằng quốc gia này có tiềm năng trong thời gian rất ngắn để đưa chúng ta từ trạng thái thứ nhất sang trạng thái thứ hai. Đó là mục đích và lý do của cuộc đấu tranh hiện nay của chúng ta. Bởi vì theo quy luật cân bằng, người thụ hưởng luôn đứng sau người đóng góp, và trong thực tế, mức sống của người thụ hưởng phải thấp hơn mức sống của người đóng góp.

Và đấu tranh để thoát khỏi tình trạng kém phát triển vừa là tranh thủ nâng cao mức sống của dân tộc, vừa phải sẵn sàng gánh vác trách nhiệm đóng góp cho nền văn minh thế giới.

Do đó, đối với chúng ta, nỗ lực thoát khỏi tình trạng kém phát triển có thể được hình dung như một nỗ lực vượt qua ranh giới giữa tình trạng người hưởng lợi và người đóng góp.

So với các nước công nghiệp phát triển hiện nay, nước ta nhỏ bé vì đất không rộng, dân ít, tài nguyên thiên nhiên chưa phong phú.

So với các khối kinh tế lớn như Nga, Trung Quốc, Ấn Độ, Hoa Kỳ và khối châu Âu mới nổi, chúng ta vẫn chưa đáng kể.

Từ quan điểm quân sự, kỹ thuật hạt nhân tiên tiến với sức công phá mãnh liệt có thể làm giảm yếu tố dân số và đột nhiên quân số cao không còn ảnh hưởng nặng nề đến thắng bại. Tuy nhiên, ở một mức độ nào đó, ví dụ như đối với dân số Trung Quốc, yếu tố dân số vẫn là một yếu tố đáng kể.

Cho nên trong trường hợp của chúng ta, nếu chúng ta chế ngự được kỹ thuật nguyên tử, thì hiểm họa xâm lược đối với chúng ta chỉ giảm bớt chứ không chấm dứt được.

Xét về góc độ kinh tế, yếu tố dân số để cơ khí chế tạo quy mô lớn là yếu tố quyết định. Dân số càng đông thì thị trường càng mạnh. Có một mức tiêu thụ tối thiểu trong mỗi ngành, dưới mức đó sản xuất công nghiệp không thể diễn ra trong điều kiện thuận lợi. Nhưng thị trường tiêu thụ càng lớn lại là động cơ thúc đẩy ngành thăng hoa, trưởng thành và phát triển vì giá sản xuất càng nhẹ, lợi nhuận càng cao. Đó là lý do của sự cạnh tranh thị trường trong thế kỷ trước và bây giờ.

Vì vậy, nếu dân số của chúng ta ít, điều kiện để ngành công nghiệp của chúng ta phát triển là rất kém và sự cạnh tranh với khối kinh tế bên ngoài là điều mà chúng ta không thể đối phó.

Về mặt văn hóa, dân số ít là một trở ngại rất lớn. Ngôn ngữ của chúng ta chỉ được nói bởi một thiểu số. Những sáng tác bằng tiếng Việt chẳng hạn, thực sự có giá trị trên thế giới thì không nhiều người biết đến giá trị đó vì bản dịch của chúng ta không được nhiều người biết đến. Chỉ cần nghĩ đến việc một tác phẩm bằng tiếng Anh hay tiếng Trung có thể ngay lập tức được phổ biến ra toàn thế giới là đủ thấy sức mạnh của dân số. Trong một khối lượng lớn người như vậy có thể trao đổi ý kiến với nhau đơn giản vì bản dịch của họ được nhiều người sử dụng. Vì dân số ít nên dân tộc ta phải nằm ngoài vòng suy nghĩ trên, trừ một số ít người biết ngoại ngữ.

Dân số ít cũng là một trở ngại trong phát triển như chúng ta sẽ thấy dưới đây.

Trong khuôn khổ của thế giới ngày nay, một dân tộc kém phát triển là một dân tộc có địa vị đáp ứng các điều kiện sau:

1. Thiếu kỹ thuật và phương tiện sản xuất.

2. Do đó thu nhập quốc dân thấp.

3. Vì vậy mức sống của toàn dân thấp và thiếu.

4. Cuộc sống theo đuổi hàng ngày chiếm hết thời gian và sức lực, đời sống văn hóa không mở rộng.

5. Những sáng tạo là vô giá trị và không có đóng góp cho nền văn minh nhân loại.

Trình bày như trên, chúng ta thấy rằng điều kiện đầu tiên là nguyên nhân của điều kiện thứ hai và cả hai điều kiện này đều là nguyên nhân của điều kiện thứ ba và ba điều kiện đầu tiên là nguyên nhân của điều kiện thứ tư, v.v. ... Và như vậy nguyên nhân chủ yếu và đầu tiên của tình trạng kém phát triển là thiếu công nghệ và thiếu tư liệu sản xuất kỹ thuật. Nhưng muốn có đủ kỹ thuật, tức là máy móc sản xuất, thì toàn dân phải có trình độ văn hóa khá cao, phải có thu nhập dồi dào để mua công cụ, máy móc.

Như vậy các điều kiện ảnh hưởng tác động qua lại tạo thành một vòng luẩn quẩn. Đưa dân tộc vào con đường phát triển tức là phá bỏ cái vòng luẩn quẩn đó. Vì vậy, các phương pháp phát triển được đề ra hoặc thực hiện hiện nay ở các nước trên thế giới, trong đó có phương pháp Cộng sản, chỉ là phương pháp phá bỏ cái vòng luẩn quẩn nói trên. Và dưới đây chúng ta sẽ có dịp trở lại chi tiết hơn về vấn đề cốt yếu này. Bây giờ xin nói thêm rằng những điều kiện trên cho chúng ta thấy rằng phát triển không phải là công việc mà một nhóm người hay một thiểu số có thể làm được. Chỉ có toàn dân hoặc đa số cùng quyết tâm đứng lên mới đạt được kết quả. Đây là một yếu tố quyết định; nó sẽ ảnh hưởng nặng nề đến việc lựa chọn phương hướng sau này.

Điều thứ hai cần chỉ ra là nguồn vốn duy nhất dành cho các nước kém phát triển là công nhân. Dân số đông do đó là một lợi thế cho sự phát triển, theo một phương thức lao động cưỡng bức. Yếu tố này cũng mang tính quyết định cho việc lựa chọn con đường sau này.

Việt Nam thuộc xã hội Đông Á.

Xã hội Đông Á bao gồm các quốc gia Đài Loan, Nhật Bản, Hàn Quốc và Việt Nam bao quanh lục địa Trung Quốc.

Trong hơn sáu nghìn năm lịch sử, các quốc gia trong xã hội này đều phát triển từ nền văn minh phát sinh trên đất Hán và lấy chữ Hán làm nền tảng, phương tiện phát triển trên mọi lĩnh vực.

Sự xâm lược của phương Tây gây ra nhiều thay đổi, bởi vì đứng trước nguy cơ chung, phản ứng của mỗi người dân khác nhau. Vì vậy, mỗi dân tộc, tùy thuộc vào việc họ có nắm bắt được các cơ hội đến với họ hay không, mà đi theo những con đường ngày càng khác nhau, dẫn đến sự chênh lệch mà chúng ta thấy ngày nay.

Trước thời kỳ đó, tất cả các nước trong xã hội Đông Á nói trên đều tin tưởng và bảo vệ các giá trị như nhau trong các lĩnh vực chính trị, văn hóa và tôn giáo. Tất cả đều áp dụng chính trị quân chủ chuyên chế. Tất cả đều được thừa nhận là di sản chung của văn tự Trung Quốc. Nghệ thuật của các nước đều phát triển theo tiêu chuẩn chung. Các quốc gia đều tin vào Phật giáo và Đạo giáo, lấy giáo điều của Khổng Tử làm tiêu chuẩn cho cơ cấu xã hội.

Nguyên nhân của tình hình lúc bấy giờ, chia thành nguyên nhân địa lý và nguyên nhân lịch sử. Trong thời đại mà giao thông còn kém, việc giáp ranh là một yếu tố nặng nề trong mối quan hệ giữa hai nước. Đất nước chúng ta đã học được rất nhiều từ tình huống này. Ngày nay, nhiều phát minh khoa học đã làm cho sự chênh vênh giữa biển khơi vạn lý không còn là trở ngại không thể vượt qua như xưa. Tuy nhiên, hiệu ứng của sự gần gũi giữa các quốc gia, nếu có, vẫn là một yếu tố quan trọng trong mối quan hệ giữa hai quốc gia. Và trong sự lựa chọn sau này của chúng ta tất nhiên, sự gần gũi của chúng ta với Trung Quốc là một yếu tố quan trọng.

Ngoài những nguyên nhân địa lý kể trên, nhiều biến cố lịch sử đã tạo thành những mối liên hệ giữa Trung Quốc và các nước trong cùng một xã hội Đông Á, như chúng ta đã thấy ở trên. Qua thời gian, những ràng buộc về tôn giáo, văn hóa, xã hội đã ăn sâu vào tiềm thức của các dân tộc trong cùng một xã hội. Do đó, không có sai lầm nào lớn hơn niềm tin rằng trong một vài thế hệ hoặc một vài thế kỷ có thể thay đổi tất cả các ý tưởng của một dân tộc.

Nói cách khác, nếu mỗi người Việt Nam đều có cùng một ý chí là không muốn lệ thuộc vào xã hội Đông Á nữa, thì chúng ta sẽ không thể thực hiện được ý chí đó, vì ý thức lệ thuộc vào xã hội Á Đông đã ăn sâu vào tế bào của chúng ta và ra ngoài về sự kiểm soát tâm trí của chúng ta. Đã vậy, chúng ta đều có ý chí giống nhau, huống hồ chỉ có một nhóm người quyết tâm thực hiện mà nhất quyết bắt mọi người phải theo mình, thì lại càng là một kế hoạch tương lai vô căn cứ và phi lý.

Nhiều báo cáo về các thí nghiệm khoa học đã xác nhận rằng tẩy não có thể thay đổi tốt nhất những thành kiến của chúng ta, nhưng không phải bản chất của chúng ta.

Hơn nữa, nếu bằng một phép lạ nào đó mà chúng ta có thể cắt đứt Việt Nam khỏi Á Châu và gộp chung với cả dân tộc chúng ta ở một nơi khác trên địa cầu, thì chúng ta cũng sẽ suy nghĩ và phản ứng như những người trong xã hội Đông Á.

Chúng ta đã đề cập ở trên rằng Tây phương hóa là một điều cần thiết đối với chúng ta. Bây giờ chúng ta mới thấy rằng dù muốn cũng không thể thoát khỏi bối cảnh hình thức và vô hình của xã hội Á Đông.

Vậy Tây hóa và thuộc về xã hội Đông Á có mâu thuẫn với nhau không?

Để trả lời thấu đáo câu hỏi này, trước hết chúng ta cần biết Tây hóa là gì, nội dung dưới đây.

Bây giờ chúng ta hãy cứ công nhận Tây hóa là tiếp thu kỹ thuật, lý luận và nhiều phong tục của Âu Mỹ, không làm chúng ta mất đi bản chất của dân tộc. Như vậy, mâu thuẫn trên sẽ không tồn tại. Một nhận xét khác biện minh cho khẳng định này. Các dân tộc trong xã hội phương Tây đều sử dụng cùng một kỹ thuật và tôn thờ cùng một khoa học. Tất cả đều có cách suy luận dựa trên sự chính xác của lý trí. Và tất cả họ đều sống trong cùng một khuôn khổ trật tự và cô đọng - ăn ở và ăn mặc giống nhau - nhưng họ vẫn khác nhau về bố cục. Đó là bản chất dân tộc họ vẫn giữ. Bản chất dân tộc của chúng ta sẽ thể hiện trong các sáng tạo của chúng ta, miễn là chúng ta chủ động trong các phương tiện và phương pháp sáng tạo của phương Tây. Và đây là mục đích chính của công cuộc Tây phương hóa mà chúng ta đang theo đuổi.

Biết như vậy, chúng ta sẽ thấy rằng trong quá trình Tây phương hóa, chúng ta cần phải dồn hết tâm sức vào công việc đó, không do dự, không rụt rè, không chần chừ. Biết thế mới thấy sự vô ích của nỗi sợ mất quốc hồn, bản sắc dân tộc của một lớp người từng năm này qua năm khác ngồi tranh luận xem phải đổi mới bao nhiêu. Họ thực sự là những người ngồi ở nhà và nói về cách lên tàu và xuống xe buýt.

Biết được điều này, chúng ta lại thấy tính cách phi thực tế của một nhóm người chủ trương thay đổi ý thức hệ của một dân tộc bằng những biện pháp dã man, dã man đã áp dụng từ bao đời nay. Thất bại của họ sẽ là điều đương nhiên. Nhưng tác hại mà họ để lại cho quốc gia, như chúng ta sẽ thấy sau đây, sẽ không bao giờ được xóa bỏ.

Việt Nam thuộc khối các nước châu Á vừa thoát khỏi ách thực dân đế quốc.

Bắt đầu từ thế kỷ thứ 10, các cường quốc trong xã hội phương Tây vẫn còn sơ khai. Dưới sự thúc đẩy của hoàn cảnh và sự kiện lịch sử nảy sinh từ sự gần gũi với một xã hội Hồi giáo đang phát triển mạnh mẽ, các quốc gia mới đã cố gắng tìm mọi cách thoát khỏi vòng vây ngày càng siết chặt và đội quân hùng mạnh của các thủ lĩnh Ả Rập.

Kể từ ngày xuất hiện sau sự sụp đổ của các nền văn minh Hy Lạp và La Mã, lần đầu tiên xã hội phương Tây phải đối mặt với một thử thách có tầm quan trọng to lớn và quyết định sự tồn vong của nền văn minh đang chớm nở. Nhưng cũng chính trong dịp này, xã hội Tây phương đã tỏ ra xứng đáng với di sản tri thức kế thừa từ nền văn minh Hy Lạp - La Mã và sức sống dồi dào mà giáo lý Công giáo đã hun đúc qua nhiều thế kỷ.

Sức mạnh phi thường của niềm tin đã nuôi dưỡng và duy trì những nỗ lực cần thiết một cách liên tục trong nhiều thế kỷ. Mặt khác, sự chính xác của lý trí đã hướng dẫn hữu hiệu khối sinh lực vĩ đại này vào một vòng tròn hữu ích và hữu hiệu. Nhờ đó, xã hội phương Tây không những thời đó đã chiến thắng mà về sau còn vượt qua nhiều trở ngại để giành được ưu thế như chúng ta thấy ngày nay.

Nhờ những yếu tố này, người phương Tây đã phát minh ra nhiều kỹ thuật hiện đại, không ngừng cải tiến những phát minh cũ và rèn luyện những vũ khí lý trí ngày càng tinh vi để bảo đảm cho những phát minh tương lai. Sức sống dồi dào của đức tin giúp họ có thể áp dụng những phát minh này ở mức độ ngày càng tăng, trong phạm vi ngày càng mở rộng. Và trong sự trỗi dậy đó, xã hội phương Tây không chỉ phá vỡ thế bao vây của xã hội Hồi giáo đang dồn họ về phía Tây lục địa châu Âu, mà còn chinh phục cả thế giới như chúng ta đã biết.

Nguồn gốc của các đế chế phương Tây là do sự kiện trên. Để thoát khỏi sự bao vây của xã hội Hồi giáo, người phương Tây đã nắm vững kỹ thuật đi biển và sử dụng vũ khí mà công nghệ tiên tiến đã trang bị cho họ để chinh phục các dân tộc kém kỹ thuật hơn.

Đầu tiên, Ý và Bồ Đào Nha dẫn đầu cuộc chinh phục. Sau đó, Anh, Pháp, Hà Lan, Bỉ tham gia và thay thế hai cường quốc tiên phong khi hai nước này mệt mỏi và suy yếu. Đổi lại, các quốc gia trên thế giới không thuộc xã hội phương Tây đã bị tấn công, đánh bại, chiếm đóng và chinh phục. Tùy theo hoàn cảnh và cường độ kháng chiến, các dân tộc bị chinh phục hay bị tiêu diệt và các vùng đất bị biến thành đất của kẻ xâm lược như ở Nam và Bắc Mỹ, Úc, New Zealand, Nam Phi, hoặc trở thành thuộc địa như Thái Lan, Cận Đông. Các nước phương Đông hoặc nửa thuộc địa như Trung Quốc, hoặc thuộc địa như Việt Nam. Và những hậu quả để lại cho các dân tộc bị chinh phục cũng tùy theo hoàn cảnh của chính họ mà tác hại nhiều hay ít.

Ngày nay vấn đề không giải quyết được cho các dân tộc đã bị tiêu diệt. Các nước đã từng là thuộc địa hay nửa thuộc địa khi thoát khỏi ách đô hộ vẫn phải gánh chịu những hậu quả tuy khác nhau tùy theo hoàn cảnh địa phương nhưng đều giống nhau vì đều bị chi phối bởi những biến cố lịch sử chung. Hậu quả khác nhau, tùy theo chế độ đế quốc phải gánh chịu.

Hai loại đế chế.

Trong thời kỳ hoàng kim của Chủ nghĩa đế quốc, các quốc gia không thuộc xã hội phương Tây đã bị cai trị trực tiếp hoặc gián tiếp bởi hai loại Đế chế:

1. Đế quốc Anh.
2. Đế quốc Pháp, Hà Lan, Bỉ.

Chủ nghĩa đế quốc Anh rõ ràng đáng chú ý. Họ chia lãnh thổ thành hai loại: chiếm đóng di dân và chiếm đóng bóc lột. Đối với loại nhập cư, họ dồn thiểu số bản địa vào một chỗ và dần dần sự cạnh tranh tự nhiên để sinh tồn sẽ bị loại bỏ. Những kẻ chinh phục đã chiếm đất đai và thành lập các quốc gia mới, như ở Bắc Mỹ và Úc.

Nam Mỹ, mặc dù không thuộc Anh, cũng thuộc chính sách tương tự.

Đối với việc chiếm đóng bóc lột, chính sách của Anh hoàn toàn ngược lại. Họ rút kinh nghiệm từ thất bại ở Bắc Mỹ - khi người Mỹ giờ đây đã đánh đuổi người Anh và giành độc lập - và tính rằng nếu không tống khứ được người bản xứ thì sớm muộn gì họ cũng phải trả lại độc lập cho người bản xứ. Khái niệm này dẫn đến một chính sách dài hạn. Vì biết trước một ngày nào đó họ sẽ phải ra đi, nên để giữ thiện cảm với người dân địa phương, họ đã thành tâm đào tạo một lớp người đủ sức thay thế họ sau này. Đây là một đặc điểm cơ bản của chủ nghĩa đế quốc Anh đã được chứng minh là vô cùng khôn ngoan và hiệu quả.

Mặt khác, các đế chế kiểu Pháp, Hà Lan và Bỉ lại không phân biệt rõ ràng lắm giữa hai thái độ. Nếu nhiều điều kiện cộng lại không cho phép họ chủ trương di dân chiếm đóng, đồng thời họ cũng không nghĩ đến ngày trao trả độc lập cho người bản xứ. Những sự kiện xảy ra sau Chiến tranh thế giới thứ hai ở các thuộc địa của Anh và ở các thuộc địa của Pháp, Hà Lan,

Bỉ, đều bắt nguồn từ sự khác biệt của hai chính sách nói trên. Vì họ không nghĩ đến ngày phải rời bỏ thuộc địa, người Pháp, Bỉ, Hà Lan không có lớp đào tạo để thay thế. Do đó, khác với các cựu thuộc địa của Anh, các cựu thuộc địa của Pháp, Hà Lan và Bỉ sau khi giành độc lập đều trải qua tình trạng xáo trộn dữ dội, đơn giản chỉ vì thiếu người đủ tiêu chuẩn thay thế họ điều khiển guồng máy quốc gia. Trên đây là bất lợi cực kỳ quan trọng mà Việt Nam phải gánh chịu.

Hậu quả

Nếu sự thiếu lãnh đạo của chúng ta trong lĩnh vực chính trị là do một nguyên nhân không thể tránh khỏi, phát sinh từ mâu thuẫn tự nhiên phải tồn tại giữa những người muốn chinh phục một dân tộc và những người chống lại nó. Tuy nhiên, ngược lại, tình trạng thiếu lãnh đạo ở tất cả các ngành, các cấp trong bộ máy quốc gia là kết quả của chính sách đế quốc riêng của người Pháp, Hà Lan và Bỉ.

Đúng với chủ nghĩa đế quốc của mình, người Pháp không bao giờ muốn và không bao giờ thực hiện việc đào tạo những người bản xứ có trình độ để làm những công việc mà người Pháp đang làm và để thay thế họ trong tương lai. Thỉnh thoảng có những người bản xứ, nhờ nỗ lực của bản thân, đã được đào tạo lý thuyết ngang tầm với nhân viên cấp cao của họ, người Pháp chưa bao giờ giúp những người này trong hoàn cảnh thuận lợi để họ thu thập kinh nghiệm lãnh đạo cần thiết. Và vì những kinh nghiệm lãnh đạo thực tế như vậy đã đào tạo ra những nhà lãnh đạo xứng đáng, nên ngày nay khi đã giành được độc lập, chúng ta không còn đủ người để điều khiển guồng máy quốc gia. Trong khi đó chúng ta không chỉ cần một người giữ cho bộ máy hoạt động trơn tru, mà hơn nữa, vì những hoàn cảnh như chúng ta sẽ thấy dưới đây, chúng ta rất cần một người để giữ cho bộ máy chạy hết tốc lực.

Chẳng lẽ thiểu số người từng nhiều năm bị Pháp lợi dụng làm cộng tác viên, với kinh nghiệm tích lũy ngày nay, lại không thể thay thế người Pháp trong nhiệm vụ của họ?

Không thể được, bởi vì, trừ một số rất ít, với những khả năng vượt trội, đã phá bỏ những ràng buộc của Pháp để tự học thêm cho đến mức làm chủ được hoạt động của mình, và là những người mang những khuyết điểm sau:

1. Kiến thức và kinh nghiệm của họ rời rạc và tầm thường. Họ chưa có sự tổng hợp để đưa những kinh nghiệm, kiến thức vụn vặt ấy vào một hệ thống chung để thấy được mối liên hệ giữa các kinh nghiệm, tìm ra những nguyên tắc chung chi phối những trường hợp cá biệt mà họ thường gặp.

Do đó, hành động của họ chỉ có hiệu quả trong các trách nhiệm cơ bản. Vượt tầm một chút là thất bại ngay vì như người ta nói rằng không thấy mà chỉ thấy gốc cây "Phụ trách từng gốc thì được chứ cả rừng thì không". Do đó, những người này không thể vượt ra ngoài phạm vi hẹp mà họ đã quen làm việc từ lâu, đến tầm quan trọng cần thiết khi vấn đề không còn liên quan đến một khu vực nhỏ mà liên quan đến mạng lưới của một quốc gia. Nếu giao cho họ trách nhiệm quốc gia, đương nhiên họ sẽ hạ thấp trách nhiệm đó bằng cách gán cho trách nhiệm khu vực hẹp, tương xứng với những quan niệm hẹp hòi đã ăn sâu vào não họ. Với quan điểm như vậy và với việc họ không có khả năng nhận thức các vấn đề một cách rộng rãi tương xứng với nhu cầu của tình hình, thất bại của họ là điều chắc chắn. Bên cạnh đó, chúng còn mang nhiều điều xấu khác.

2. Người Pháp đã cố tình đào tạo cho những người họ sử dụng những kiến thức và khả năng tương xứng với nhu cầu sử dụng của họ. Ngoài ra, làm việc và sống nhiều năm trong bầu không khí và thói quen mà người Pháp cố tình tạo ra cho những người từng bị họ lợi dụng, những người này dần dần tạo ra tâm lý vô trách nhiệm. Làm việc chỉ vì sợ bị phạt chứ không phải vì trách nhiệm phải làm. Tâm lý non nớt của bọn tay sai đó là thực dân Pháp, lợi dụng tình trạng hỗn loạn trong xã hội ta do chúng đô hộ, đã tạo ra lớp người bị chúng đào tạo thành công cụ và sau này, do hoàn cảnh, nghiễm nhiên trở thành lớp tai mắt trong xã hội nước ta.

Khuôn phép Nho giáo của chúng ta xưa nay tuy thất bại về nhiều mặt, nhưng ít ra cũng đã đào tạo được một lớp người thấm nhuần đức của người quân tử: có tâm thế trưởng thành và có ý thức trách nhiệm với sứ mệnh tiếp dân. Tất cả những truyền thống tốt đẹp đó sụp đổ cùng lúc với uy thế chính trị của xã hội Việt Nam.

Tôi nghĩ, nếu người Pháp có thái độ "không can thiệp" thì sự thất bại của xã hội Việt Nam trước một kẻ xâm lược có nền văn minh hùng mạnh hơn sẽ đủ kéo theo sự sụp đổ của các giá trị truyền thống. Mặt khác, chính họ với chủ nghĩa đế quốc mà họ chủ trương đã thúc đẩy sự sụp đổ nói trên để phục vụ cho lợi ích chính trị của họ.

Và tâm lý hiện thời của số người mà chúng ta nói trên đây vừa là hậu quả tất nhiên của một hoàn cảnh lịch sử, vừa là kết quả của một chính sách hết sức tai hại cho dân tộc.

Trách nhiệm được giao phó cho số người này phải tương xứng với "Tâm lý trưởng thành" của họ. Đã quen không bao giờ để ý đến hướng đi, số phận của con thuyền thì không thể nào làm chủ được việc chèo lái, điều khiển cánh buồm, máy của con thuyền. Trách nhiệm này phải được giao cho những người đã tạo ra tâm lý thuyền trưởng, trong khi chờ đợi chúng ta đào tạo một lớp người mới với những phẩm chất mà nhiệm vụ đòi hỏi.

3. Trong quá khứ, dưới chế độ quân chủ chuyên chế, bộ máy quốc gia được xây dựng trên bộ máy quan liêu và chế độ này lấy giáo dục khoa bảng làm nền tảng. Xét lịch sử của Việt Nam cũng như của Trung Quốc, bộ máy quan liêu đã trải qua nhiều thời kỳ cực thịnh và để lại nhiều thành tựu xứng đáng.

Sở dĩ có điều này là vì chế độ quan liêu, mặc dù bản thân có nhiều tệ nạn cố hữu, nhưng một khi đã nằm trong khuôn khổ của một chế độ quân chủ chuyên chế, thì nó bị chi phối bởi tự nhiên và bởi sự phối hợp của các bộ phận khác. Trong cấu trúc quốc gia, cái ác cố nhiên bị hạn chế và không thể mở rộng, giống như mỗi bánh xe trong chuyển động của chiếc đồng hồ được điều khiển bởi sự phối hợp của các bánh xe xung quanh, nên tất cả đều là chuyển động đồng thời và hài hòa. Nhưng tất cả thước đo đó sẽ bị mất nếu chúng ta tách rời một bánh xe.

Trường hợp chế độ quan lại của chúng ta cũng tương tự như vậy. Trong khi vẫn là một phần của chế độ quân chủ chuyên chế, các tệ nạn của bộ máy quan liêu không phát triển bởi quyền lực to lớn và sự trừng phạt ngay lập tức của nhà vua. Khi người Pháp đến, hệ thống quan liêu vẫn được giữ lại, do có sự tính toán khôn khéo, nhưng không còn sự gò bó tự nhiên như trước. Những yếu kém của bộ máy quan liêu tự nhiên sinh sôi nảy nở và nạn tham nhũng, áp bức nhân dân lên đến tột độ. Người Pháp không có lý do gì để loại trừ tình trạng này, vì chính sách của họ là để cho những người họ sử dụng không được lòng dân. Và lợi ích của người dân không phải là mối quan tâm của chế độ thực dân.

Vì vậy, quan liêu, hèn hạ phục tùng cấp trên, khinh áp bức kẻ dưới là những nhược điểm không thể tránh khỏi của giai cấp sĩ phu thời thuộc địa. Trong khi đó, như sau này chúng ta sẽ thấy, sự phát triển của dân tộc ta trong giai đoạn này đòi hỏi những người có trách nhiệm phải có bản lĩnh đi dân, đi cùng dân, vận động quần chúng đang ngủ say trong giấc ngủ yên bình, để thiết lập họ mạnh dạn và nhanh chóng trên con đường tiến bộ.

Sau này chúng ta sẽ thấy rõ mục tiêu phát triển đất nước có ý nghĩa như thế nào. Bây giờ cần phải biết rằng phát triển đất nước là một công việc rất thú vị đối với những người tham gia nhưng đòi hỏi rất nhiều nỗ lực liên tục và hy sinh lớn lao. Vì vậy, quần chúng sẽ nhanh chóng mệt mỏi và buồn chán. Nếu những người cầm quyền không thương dân, không coi dân là trọng thì không thể nào nhân dân sẵn sàng chịu gian khổ, hy sinh để cùng lãnh đạo tiến lên.

Các biện pháp độc tài, cưỡng chế nếu được áp dụng thì tác dụng tạm thời không thể bù đắp được hậu quả tai hại lâu dài cho cả người áp dụng lẫn người chịu thiệt hại.

Sau này chúng ta sẽ phân biệt nền dân chủ với việc hướng dẫn nhân dân vào một kỷ luật chung, một điều kiện thiết yếu để phát triển thắng lợi. Vì vậy, nếu người đứng đầu không huy động được nhân dân thì thất bại nắm chắc trong tay. Và tất nhiên những người vận động nhân dân không phải là những kẻ ức hiếp và coi thường họ, cũng không phải những kẻ tâng bốc và sợ hãi họ.

Tóm lại cho đoạn này, ta thấy chính sách đế quốc của Pháp, Hà Lan, Bỉ đã để lại cho các dân tộc bị trị một hậu quả hết sức tai hại: Sau khi giành được độc lập, sự thiếu lãnh đạo trong các ngành công nghiệp là một cản trở rất lớn cho sự phát triển của đất nước.

Nhưng đó không phải là hậu quả duy nhất. Điểm lại lịch sử các cuộc chinh phạt của Tây phương, chúng ta thấy khi bị tấn công, người ta nhận thức ngay được tình thế nguy cấp và sự cần thiết phải dùng vũ lực dân tộc để đương đầu với kẻ thù, một thách thức quyết định sự tồn vong của tập đoàn. Bản năng sinh tồn đã ngay lập tức đánh thức khả năng tự vệ trước một vật thể lạ đang tìm cách xâm nhập vào các cơ quan nội tạng của cơ thể.

Nhiều loại phản ứng

Nhưng nếu ý thức về nguy cơ và phản ứng phòng thủ giống nhau, thì ngược lại, tính chất của phản ứng, cường độ của phản ứng và hậu quả của phản ứng khác nhau, tùy theo hoàn cảnh lịch sử, tùy thuộc vào khả năng của các bên. lãnh đạo trong những thời điểm quyết định đó, tùy thuộc vào tinh thần của nhân dân khi bị tấn công, tùy thuộc vào phương tiện sử dụng và tùy thuộc vào trình độ dân trí của dân tộc lúc bị tấn công.

Tất nhiên, sự nghiệp và hành động của một dân tộc, tuy do một số ít người quyết định trong một thời kỳ nhất định, nhưng cũng chịu sự tác động của nhiều hoàn cảnh, nhiều nhân tố.

Nhưng căn cứ vào kết quả phản ứng của mỗi người dân, chúng ta có thể chia các quốc gia hứng chịu cuộc tấn công khủng khiếp của phương Tây thành bốn loại.

Trước hết là những dân tộc như người Nhật, đã phản ứng hiệu quả, ngăn chặn cuộc tấn công, bảo vệ nền độc lập của họ và nắm bắt cơ hội để tự củng cố mình ngang tầm với các cường quốc Âu-Mỹ.

Khi đó những dân tộc như người Trung Quốc, phản ứng không hiệu quả, đã bị đánh bại bởi cuộc tấn công, nhưng do tình hình chính trị lúc bấy giờ trong trường hợp của Trung Quốc và Thái Lan, đúng là mâu thuẫn giữa các cường quốc giành độc lập tuy đã bị sứt mẻ nhưng chủ quyền của họ đã bị sứt mẻ. vẫn được bảo tồn.

Tuy nhiên, nước nhà cũng bị đặt trong tình trạng nửa thuộc địa nên không thể tự cường mà phải kéo dài thân phận thấp hèn để chờ thời cơ mới.

Rồi có những dân tộc như dân tộc Việt Nam, Indonesia phản ứng không hiệu quả, bị phản đòn, mất độc lập, chủ quyền bị sụp đổ, đất nước bị biến thành thuộc địa, bị ngoại bang thống trị. Bỏ lỡ cơ hội đối với chúng ta chẳng những kéo dài sự tự ti mà còn mang ách nô lệ về mình. Muốn nắm bắt thời cơ mới, trước hết phải phấn đấu giành độc lập.

Cuối cùng, có những dân tộc như các bộ lạc Bắc Mỹ, Trung Mỹ và Nam Mỹ, phản ứng không hiệu quả, bị đánh bại khi bị tấn công, mất độc lập, chủ quyền sụp đổ, quê hương bị thôn tính, dân tộc bị đồng hóa.

Đối với các dân tộc sau này, vấn đề không còn nữa và trong lịch sử họ chỉ để lại dấu vết mờ nhạt của một lối đi, đôi khi được đánh dấu bằng tàn tích của một số ngôi đền. Nếu hôm nay chúng ta may mắn nhận ra số phận nghiệt ngã này không phải của chúng ta, chúng ta cũng đừng quên rằng nhân loại ngày nay còn lâu mới có thể để cho số phận nghiệt ngã này tất nhiên không phải là số phận của những quốc gia nhỏ bé như chúng ta. Trong quá trình tiến hóa của loài người ngày nay, một dân tộc nhỏ bé như chúng ta có tránh được số phận khốn khổ đó hay không là tùy thuộc vào sự phấn đấu của chúng ta. Và chính điểm này sẽ đè nặng lên sự lựa chọn hướng đi của chúng ta sau này.

Phản ứng của Nhật Bản.

Nhật Bản đã phản ứng như thế nào trước kết quả mà chúng ta thấy ngày nay?

Trước hết, dân tộc Nhật Bản có cái may mắn là trong thời kỳ mà vận mệnh của dân tộc Nhật Bản cũng như các nước khác trong xã hội Á Đông đều như chỉ mành treo chuông, hơn thua trong gang tấc, nhưng giai cấp lãnh đạo là những người cực kỳ thông minh. Họ nhìn thấy ngay con đường tươi sáng của dân tộc. Những người này, trong một giai đoạn quyết liệt, đã lột bỏ tính tự phụ truyền thống của dân tộc, và có can đảm nhìn các sự kiện bằng con mắt thực tế. Như vậy, trái ngược với các quốc gia cùng hội cùng thuyền mù quáng khoác lên mình tấm áo kiêu ngạo, dân tộc Nhật Bản ý thức được ba điều quan trọng:

1. Lực lượng xâm lược hơn hẳn lực lượng kháng chiến chính quốc về tổ chức và vũ khí trang bị.

2. Để chống lại lực lượng xâm lược và tạm thời đánh bại chúng, cách duy nhất là nắm vững các kỹ thuật tinh vi của kẻ thù.

3. Những mâu thuẫn nội bộ giữa các cường quốc trong mặt trận phương Tây xâm lược là cơ hội duy nhất để bảo vệ nền độc lập và phát triển đất nước.

Bộ óc thông minh và phi thường của các nhà lãnh đạo Nhật Bản lúc bấy giờ đã nhanh chóng tìm ra, ngay khi quốc gia lần đầu tiên gặp phải mối nguy hiểm này, biện pháp đối phó hiệu quả duy nhất mà các nhà lãnh đạo Nga đã tìm ra và áp dụng sau nhiều thế kỷ chiến đấu với các cường quốc Tây Âu.

Học kỹ thuật của đối thủ để đánh bại đối thủ và nắm vững kỹ thuật của đối thủ để đánh bại đối thủ.

Những sự kiện trên là nguồn gốc của cuộc cách mạng ở Nhật Bản thời Minh Trị. Các kỹ thuật phương Tây trong mọi lĩnh vực đều được phân tích, học hỏi và áp dụng triệt để. Các nhu cầu cấp thiết đã được ưu tiên cho các lĩnh vực quân sự và chính trị. Chế độ quân chủ truyền thống của xã hội Đông Á đã nhường chỗ cho lý thuyết chính trị phương Tây. Đội quân tập hợp và vũ trang theo thời cổ đại đã biến thành một lực lượng hùng hậu tổ chức lực lượng vũ trang theo phương Tây.

Rồi phương thức sản xuất kinh tế được đổi mới. Các chuyên gia Tây phương bận bịu vì những quyền lợi cá nhân lôi cuốn và nhất là vì những mâu thuẫn chính trị giữa các cường quốc đang chinh phục.

Nhờ sự khôn ngoan, các nhà lãnh đạo Nhật Bản đã nắm bắt ngay cơ hội. Một trăm năm sau, một cơ hội tương tự đã trở lại lần thứ hai cho những dân tộc bị chinh phục như dân tộc Việt Nam. Và nhờ biết nắm bắt cơ hội lúc bấy giờ, họ đã thành công trong việc đưa đất nước Nhật Bản phát triển đến mức tiến bộ như ngày nay.

Và tất nhiên, những người đã bỏ lỡ cơ hội đầu tiên, như đã nói ở trên, vẫn ở trong tình trạng như chúng ta ngày nay. Và cơ hội thứ hai sau Thế chiến thứ hai, một trăm năm sau như chúng ta sẽ thấy dưới đây. Và câu hỏi bây giờ dành cho chúng ta là liệu lần này có nắm lấy cơ hội?

Nhật Bản đã thành công trong quá trình Tây phương hóa chống lại người phương Tây. Độc lập còn, chủ quyền còn, người Nhật cũng như người Nga hoàn toàn chủ động trong công cuộc Tây hóa của mình. Do đó, không bao giờ có sự gián đoạn trong quá trình lịch sử của họ. Điều này là tối quan trọng như chúng ta sẽ thấy dưới đây.

Nói một cách đại khái, một nền văn minh là một tập hợp các giá trị tiêu chuẩn trong mọi lĩnh vực của cuộc sống: kỹ thuật, chính trị, văn hóa, xã hội và nghệ thuật.

Trong tổng thể đó, các giá trị cân bằng lẫn nhau tạo ra trạng thái hài hòa. Nếu trạng thái hài hòa tiến lên, thì nền văn minh đang phát triển lại. Nếu chỉ tỉnh điều hòa thì văn minh đi đến suy đồi. Mất đi một yếu tố cân bằng, hoặc bị xâm chiếm bởi một yếu tố bên ngoài, trạng thái hài hòa sẽ mất đi, và nền văn minh liên quan sẽ bị đặt trong tình trạng báo động nguy hiểm.

Nếu các thành viên trong xã hội tham gia không nhận thức và phản ứng kịp thời, đánh mất sự chủ động của con thuyền chung thì nền văn minh sẽ sụp đổ và tan rã, các chuẩn mực giá trị sẽ bị hủy hoại. Ngược lại, nếu các thành viên trong xã hội kịp thời nhận thức được những nguy cơ đến với mình và ứng phó hiệu quả, giữ được thế chủ động thì sẽ chế ngự được những xáo trộn, đưa nền văn minh đến một trạng thái hài hòa mới.

Tất cả các dân tộc như người Nhật khi bị phương Tây tấn công đều phản ứng hiệu quả bằng cách chế ngự công nghệ phương Tây làm vũ khí chống lại phương Tây, bảo vệ thành công nền độc lập và phát triển đất nước. Nhưng công nghệ phương Tây là một vật lạ được du nhập vào trạng thái hài hòa của nền văn minh Nhật Bản. Và như vậy, việc tiếp thu công nghệ phương Tây làm mất ổn định sự hài hòa nói trên và gây ra nhiều chấn động trong xã hội Nhật Bản, đe dọa các giá trị chuẩn mực truyền thống. Nhưng giữa hai thái độ: một là bảo vệ sự tồn vong của dân tộc bằng cái giá phải gánh chịu những chấn động do ngoại vật gây ra, hai là bảo vệ sự thuần khiết của nền văn hóa cổ truyền của một nhà nước hài hòa, lựa chọn không vấn đề. Vì những ai muốn giữ gìn sự thuần khiết của điều kiện cũ chắc chắn sẽ không có phương tiện để làm điều đó, và như vậy chỉ đưa dân tộc đến cảnh nô lệ và nghèo đói như dân tộc Việt Nam.

Sự khôn ngoan của các nhà lãnh đạo Nhật Bản đã dạy họ chọn thái độ đầu tiên. Tuy nhiên, dù thành công ở một khía cạnh nào đó, nhưng về mặt phát triển, họ phải đối mặt với những cú sốc do một vật lạ là công nghệ phương Tây mang lại cho xã hội Nhật Bản. Chúng ta có thể hình dung rõ ràng hơn về sự hủy diệt của những chấn động này nếu chúng ta nhận ra rằng công nghệ phương Tây không thể tách rời khỏi nền văn minh phương Tây nói chung. Công nghệ phương Tây là một phần của toàn bộ ở trên. Nếu chúng ta chấp nhận công nghệ phương Tây thì sớm muộn chúng ta cũng phải tiếp thu lý luận của phương Tây để kiểm soát và phát triển công nghệ đó. Chấp nhận lối suy nghĩ của phương Tây là dần dần chấp nhận lối sống của phương Tây, v.v… Tức là cho rằng chấp nhận công nghệ phương Tây để đánh phương Tây là một sai lầm lớn. Bởi vì công nghệ phương Tây mở ra cánh cửa, nhưng sau công nghệ dấu vết, các yếu tố của toàn bộ nền văn minh phương Tây sẽ được truy tìm bởi cánh cửa đã mở. Và sự thật là tất cả nền văn minh phương Tây, không chỉ công nghệ phương Tây, đã gây ra sự xáo trộn trong trạng thái hài hòa của các xã hội đã mở cửa cho công nghệ phương Tây tìm đường sống.

Như vậy, dù chúng ta có mở cửa hay không mở cửa đón công nghệ phương Tây vào thì sớm muộn văn minh phương Tây cũng sẽ vào trong chúng ta và gây xôn xao. Chỉ khác là, nếu không mở cửa, chúng ta sẽ chết ngay dưới sự tấn công ác liệt của quân Tây, không còn làm chủ được con thuyền của mình, như trường hợp của Việt Nam.

Nếu chúng ta mở cửa, thì ít nhất, dù có bao giông bão, chúng ta vẫn chủ động được con thuyền của mình để có thể đưa nó đến một trạng thái hài hòa mới. Đó là trường hợp của Nhật Bản, trong và sau cải cách xã hội Nhật Bản đã trải qua nhiều chấn động dữ dội mà ảnh hưởng vẫn còn cho đến ngày nay.

Lối sống mới chồng lên lối sống cũ, nền văn minh cũ đã đến hồi kết thúc, nhưng trạng thái hài hòa của nền văn minh mới vẫn chưa ổn định. Nhưng bất chấp tất cả những khiếm khuyết đó, bất chấp tất cả những chấn động phát sinh từ cuộc chiến giữa hai nền văn minh, xã hội Nhật Bản không bao giờ bị gián đoạn trong vai trò lãnh đạo và dân tộc Nhật Bản luôn thắng thế để chèo lái con thuyền của mình. Chỉ một điều kiện này thôi cũng đủ để đảm bảo cho tương lai.

Phản ứng của Trung Quốc và Thái Lan

Bây giờ nếu so sánh trường hợp của Trung Quốc và Thái Lan với trường hợp của Nhật Bản thì ý kiến trên càng được khẳng định.

Trung Quốc và Thái Lan đã bị phương Tây tấn công như Nhật Bản. Nhưng các nhà lãnh đạo đã chọn thái độ thứ hai, như đã nói ở trên, đó là bảo vệ sự hài hòa của nền văn minh cũ. Chỉ nhờ mâu thuẫn chính trị giữa các cường quốc mà hai nước trên sau khi bại trận mới không bị đô hộ và biến thành thuộc địa như Việt Nam.

Tuy nhiên, chủ quyền đã bị mất, họ không còn chủ động hoàn toàn trên thuyền, không chủ động trong việc phát triển. Chính vì ý thức dùng công nghệ Tây để chống Tây và tạm thời đánh bại Tây chưa chín muồi trong bộ não của người lãnh đạo nên đã bỏ lỡ cơ hội phát triển.

Trăm năm trở lại giữa hai thời cơ, dân tộc Trung Hoa và dân tộc Thái Lan vẫn ở trong tình trạng bi đát của những nước bị biến thành nửa thuộc địa. Quá trình Tây phương hóa, thời kỳ đó, hai nước trên không thể tùy tiện đặt cho mình là công quốc, nhưng họ vẫn không tránh khỏi, vì không thể chống lại sự tấn công khốc liệt của công nghệ phương Tây.

Điểm khác biệt duy nhất so với trường hợp của Nhật Bản là quá trình Tây phương hóa không được hướng dẫn và không chủ động. Những cải tạo hỗn loạn thậm chí còn gây ra những cú sốc khủng khiếp hơn cho xã hội, mà không có bất kỳ nỗ lực nào để chủ động đưa con thuyền đến một trạng thái hài hòa mới. Tất cả những xáo trộn trong xã hội Trung Quốc và Thái Lan trong giai đoạn trên đều bắt nguồn từ những sự kiện trên. Chỉ có một thực tế ít nhiều làm giảm bớt mức độ nghiêm trọng của tình hình trên, đó là chủ quyền ở hai quốc gia trên chưa bị mất hoàn toàn nên xã hội của họ chưa bị tan rã và chưa bị gián đoạn trong quá trình lãnh đạo. Vấn đề lãnh đạo quốc gia vẫn được truyền từ thế hệ này sang thế hệ khác.

Phản ứng của Việt Nam

Đối với Việt Nam, sự kiện cuối cùng này không tồn tại nữa. Vì vậy, tình hình của Việt Nam xưa và nay nghiêm trọng hơn nhiều so với Trung Quốc và Thái Lan.

Sau thất bại, Việt Nam bị đô hộ. Chủ quyền đã mất, tay lái con thuyền không còn trong tay. Và sự kiện đó xảy ra, bởi trong một giai đoạn quyết liệt của lịch sử dân tộc, chúng ta đã gặp phải một lớp lãnh đạo kém hiểu biết và thiếu thực tế, kiêu ngạo và lạc hậu, không chịu nhìn thẳng vào những vấn để thực tiễn của dân tộc, tự thu mình trong khuôn khổ hẹp hòi của quan niệm về quyền lực và triều đại.

Những bất cập đó đã dẫn đến cơ hội phát triển đầu tiên của dân tộc bị bỏ lỡ. Hơn nữa, bỏ lỡ cơ hội có hại cho chúng ta hơn là Trung Quốc và Thái Lan. Suốt trăm năm lệ thuộc, xã hội ta tan rã, lãnh đạo quốc gia rối loạn. Dù nhà Nguyễn có công khai phá vùng đất rộng gấp mấy lần mảnh đất mà nhà Nguyễn luôn tự hào đã góp phần tạo nên di sản quốc gia, nhưng họ cũng không thể bù đắp được sai lầm lãnh đạo trong một bộ phận dân tộc quyết liệt như chúng ta đã thấy. bên trên.

Sau này, các nhà sử học của chúng ta, làm việc theo kỹ thuật khoa học, tất nhiên sẽ tìm ra những chi tiết và thấy rõ hơn trường hợp không thể tha thứ của nhà Nguyễn khi ông đã phạm những sai lầm to lớn để lại hậu quả tàn khốc cho dân tộc.

Tác hại đầu tiên đối với chúng ta chính là khi nền văn minh của chúng ta phải đối phó với những chấn động do các yếu tố ngoại lai gây ra trong xã hội của chúng ta, khi chúng ta không còn kiểm soát được vận mệnh của mình nữa.

Xã hội Nhật Bản khi đứng trước hoàn cảnh đó đã may mắn được đặt dưới sự lãnh đạo của một lớp người vừa vô cùng sáng suốt, vừa có đủ chủ quyền, vừa có tư cách để làm chủ con thuyền quốc gia. Vậy mà xã hội Nhật Bản đã bị xáo trộn đến tận gốc rễ và phải từ bỏ trạng thái văn minh hài hòa để tìm đến một trạng thái hài hòa mới, như chúng ta đã biết.

Ngược lại, dân ta, trong cơn bão không ai chèo lái. Lớp lãnh đạo trước đó đã biến mất trong thất bại. Các lớp tiếp theo đã bị phá hủy bởi những kẻ chinh phục. Trong khi đó, theo vết chân của kẻ chiến thắng, nền văn minh mới ồ ạt dẫn đến một cuộc đổi mới hỗn loạn, vô trật tự và không mục đích. Chuẩn mực giá trị truyền thống với sự suy vong của dân tộc, sự phá sản và sự khinh bỉ. Khi chưa có chuẩn mực giá trị mới, xã hội chưa có chuẩn mực giá trị giống như con thuyền trôi dạt, vô phương hướng, vô hồn.

Tình trạng này là nguyên nhân duy nhất của mọi sự quái dị đã xuất hiện trong suốt gần trăm năm qua mà chúng ta khi chứng kiến phải vừa đau đớn vừa tủi nhục. Xã hội chia làm hai khối: một bên cố bảo vệ những giá trị truyền thống đã chết thành thây ma, một bên hiện đại nhưng không biết đổi mới để làm gì, không biết đổi mới theo hướng nào, mới bắt đầu đổi mới bắt chước cử chỉ như khỉ và lời nói như sáo. Hai bên mới và cũ coi thường nhau, đó là hiện tượng rõ ràng của một xã hội đang tan rã.

Tình hình càng bi đát hơn khi chính quyền "mới" với sự hỗ trợ của quân xâm lược đã đánh bại phe "cũ". Những giá trị cũ dẫu đã chết khô như cây khô vì không được ai tưới tắm, nhưng đó là những chuẩn mực giá trị đích thực đã từng đào tạo bao thế hệ con người với nhiều đức tính cao siêu. Với sự sụp đổ của những giá trị đó, sự tiết kiệm và khí chất của người xưa cũng biến mất. Lớp người "mới" không biết cách tân để lấy gì khác ngoài hưởng thụ vật chất, không có óc sáng tạo, không có biểu hiện sức sống của một xã hội. Có lẽ chưa bao giờ dân tộc ta xuống dốc đến thế và chưa bao giờ ta đến gần bờ diệt vong đến thế. Trái lại, chính vì đã vượt qua những bước tuyệt vọng như thế nên chúng ta càng tin tưởng hơn vào sức sống của dân tộc.

Hậu quả tai hại nhất mà thời kỳ đô hộ của phương Tây để lại cho chúng ta là sự tan rã của xã hội Việt Nam và sự đứt đoạn trong đường lối lãnh đạo đất nước. Cũng như chủ nghĩa đế quốc Pháp đã để lại cho chúng ta một hậu quả tai hại không kém: không sử dụng được tai mắt của xã hội Pháp vào nhiệm vụ lãnh đạo.

Đối chiếu trường hợp của Nhật Bản và Trung Quốc như trên với trường hợp của chúng ta, chúng ta nhận thức rõ tính chất cực kỳ nghiêm trọng của tình thế nguy ngập mà xã hội chúng ta đang lâm vào. Cả ba dân tộc trong xã hội Đông Á, cùng một nền văn minh, cùng những giá trị truyền thống, đều đồng thời phải đối mặt với một mối nguy hiểm chung.

Nhưng nhân dân Nhật Bản đã phản ứng kịp thời, giành lấy, giữ gìn độc lập, giữ vững chủ quyền, chớp lấy cơ hội đầu tiên để phát triển đất nước. Lãnh đạo quốc gia không bị gián đoạn, đổi mới được định hướng và các giá trị chuẩn mực truyền thống không bị phá vỡ. Nhờ đó, xã hội Nhật Bản tiếp tục tiến bộ, vượt qua những cú sốc do các giá trị ngoại lai gây ra sau khi bước vào trạng thái hài hòa của nền văn minh cũ. Xã hội Nhật Bản chỉ buộc phải từ bỏ điều kiện cũ để tìm một điều kiện mới.

Người dân Trung Quốc đã không phản ứng kịp thời, và sự thất bại của nền độc lập được bảo toàn không phải nhờ những nỗ lực tích cực mà nhờ hoàn cảnh bên ngoài. Chủ quyền bị tổn hại nên tuy không bị gián đoạn lãnh đạo đất nước nhưng công cuộc đổi mới không được định hướng, các giá trị truyền thống bị hủy hoại, không nắm bắt được thời cơ đầu tiên để phát triển dân tộc. Do đó, không thể kiểm soát những cú sốc do các giá trị ngoại lai gây ra sau khi bước vào trạng thái hài hòa của nền văn minh cũ. Mặc dù xã hội Trung Quốc không tiến bộ liên tục, nhưng nó không sụp đổ vì chủ quyền của nó không bị mất. Ngày nay, Trung Quốc đã nắm bắt cơ hội thứ hai và đang nỗ lực hết mình để thực hiện công cuộc phát triển và đổi mới mà Nhật Bản đã thực hiện.

Và tất nhiên Trung Quốc cũng sẽ từ bỏ trạng thái hài hòa cũ để tìm một trạng thái hài hòa mới. Nhưng nó sẽ đến từ một xã hội không tan rã và với sự lãnh đạo không gián đoạn.

Dân tộc Việt Nam không phản ứng kịp thời, bị thua trận, mất độc lập, biến nước thành thuộc địa, mất hoàn toàn chủ quyền, không những không nắm bắt được thời cơ đầu tiên để phát triển dân tộc mà còn hoàn toàn không tuân theo đường lối cải cách cưỡng ép, vô phương hướng và đổi mới hỗn loạn.

Các giá trị truyền thống bị phá sản. Hoàn toàn bất lực trước những cú sốc do các giá trị ngoại lai gây ra sau khi bước vào trạng thái điều hòa của nền văn minh cũ. Vì không có chướng ngại vật nên chấn động hoành hành, hủy hoại xã hội cho đến tan rã. Việc mất chủ quyền hoàn toàn đã gây ra sự xáo trộn trong đường lối lãnh đạo quốc gia. Ngày nay không có gì đảm bảo rằng chúng ta đã nắm bắt được cơ hội thứ hai để thực hiện công việc phát triển đất nước. Giả sử chúng ta làm như vậy, công việc phát triển và đổi mới sẽ diễn ra từ một xã hội tan rã và với sự lãnh đạo quốc gia bị gián đoạn.

Hai hoàn cảnh này là hai điều kiện cực kỳ khắc nghiệt đối với chúng ta, nếu chúng ta có cơ hội thứ hai. Và thế nào là nắm bắt và thế nào là không nắm bắt cơ hội, chúng ta sẽ trả lời rõ ràng những câu hỏi đó sau đây.

Bây giờ chúng ta tìm hiểu tại sao hai điều kiện này là hai điều kiện cực kỳ khắt khe đối với chúng ta khi chúng ta bắt tay vào công cuộc phát triển đất nước và công cuộc Tây phương hóa.

Sự lãnh đạo quốc gia bị gián đoạn

Sự lãnh đạo quốc gia bị gián đoạn là gì?

Trong một trạng thái bình thường, chủ quyền của quốc gia được chuyển giao suôn sẻ từ lớp lãnh đạo này sang lớp lãnh đạo tiếp theo. Tính liên tục trong lãnh đạo nằm ở chỗ bí mật lãnh đạo và bí mật nhà nước được truyền cho nhau. Cuộc đời của một người ngắn ngủi so với cuộc đời của một quốc gia, và sự liên tục của sự lãnh đạo có thể thực hiện được nhờ bí mật nói trên và các kho lưu trữ thực sự có những người biết cách sử dụng. Ngoài ra, nghệ thuật lãnh đạo được truyền nguyên vẹn từ thế hệ này sang thế hệ khác. Cùng với thời gian, những bí mật chồng chất, kho lưu trữ, quá trình trau dồi khả năng lãnh đạo ngày càng phức tạp và kinh nghiệm lãnh đạo đúc kết là di sản quý giá vô giá đối với một dân tộc.

Sức mạnh của Anh hay Hoa Kỳ mà chúng ta thấy ngày nay bắt nguồn chủ yếu từ thực tế là hai quốc gia này đã liên tục thực hiện vai trò lãnh đạo quốc gia trong gần 200 năm. Một nhà lãnh đạo người Anh, hôm nay bước lên nắm quyền, ngay lập tức có 400 năm kinh nghiệm và tài liệu lưu trữ đằng sau anh ta. Đó là di sản quý báu không gì thay thế được và tạo cho họ một sức mạnh phi thường.

Với sự hỗ trợ đó, họ có thể hiểu và giải quyết những việc vượt quá khả năng của con người, dù tài năng đến đâu nhưng lại thiếu đi sự hỗ trợ của quá khứ. Mọi sự kiện xảy ra ở bất cứ đâu trên thế giới đều có thể được so sánh với một sự kiện tương tự đã xảy ra trước đó và đã được ghi lại trong kho lưu trữ của họ. Kết quả là, họ biết bí mật lãnh đạo của hầu hết các quốc gia khác tốt hơn chính các nhà lãnh đạo của các quốc gia đó. Về mặt này Pháp, Đức hay cả Nga đều không thể so sánh với Anh. Còn Pháp, Đức và Nga chưa đạt được sự liên tục lãnh đạo như Anh. Vì vậy chúng ta không ngạc nhiên khi biết rằng ngày nay chính sách đối ngoại của Anh, Mỹ dẫn đầu thế giới hiện nay.

Về mặt này, và theo thời gian, cuộc cách mạng Pháp năm 1789, gây ra nhiều xáo trộn trong xã hội Pháp, là một sự kiện gây hại nhiều hơn lợi cho quốc gia Pháp. Bộ máy lãnh đạo đất nước bị rạn nứt sâu rộng và cho đến ngày nay việc chuyển giao quyền lực trong bộ máy lãnh đạo quốc gia diễn ra liên tục mà Pháp vẫn chưa giải quyết ổn thỏa. Những sự kiện bất hạnh cho nước Pháp cho đến ngày nay, kể từ cuộc cách mạng năm 1789, là hậu quả của những sự kiện này. Và trong cuộc đua giành thuộc địa của các cường quốc châu Âu trong những thế kỷ gần đây, nước Anh đã thắng thế nhờ sự hậu thuẫn vô bờ bến của gần 400 năm liên tục lãnh đạo quốc gia.

Người dân Đức, trong mọi lĩnh vực của đời sống, đã thể hiện nhiều đức tính mà các dân tộc khác không sánh được, đã đóng góp cho nền văn minh nhân loại những sáng tạo vĩ đại. Nhưng sở dĩ đến nay vẫn khốn đốn chỉ vì không giải quyết được bài toán chuyển giao quyền lực, lãnh đạo đất nước một cách liên tục. Nước Nga sau cách mạng 1917 thành công trong công cuộc phát triển đất nước và đổi mới xã hội. Nhưng họ đã phải trả giá đắt và phải mất hơn ba mươi năm mới chế ngự được những cú sốc do sự gián đoạn lãnh đạo gây ra. Mặc dù vậy, điểm yếu của Liên Xô vẫn tồn tại cho đến ngày nay là bộ máy chính quyền Cộng sản vẫn chưa giải quyết được vấn đề chuyển giao quyền lực và vấn đề lãnh đạo quốc gia liên tục.

Với thời gian qua, những cuộc cách mạng bạo lực trong lịch sử đều là những tác hại, cho dù cần thiết, đối với đất nước và dân tộc. Nếu coi hai bên, một mặt là cuộc cách mạng bạo lực để thanh toán những tệ nạn trước mắt của xã hội và mặt khác, là sự đảm bảo cho sự tiếp tục lãnh đạo quốc gia, thì lịch sử cho biết rằng sự lãnh đạo liên tục của quốc gia phù hợp hơn, vì nó là một tầm nhìn dài hạn, và cách mạng bạo lực là một cái nhìn ngắn hạn. Lịch sử là một viễn cảnh dài hạn so với cuộc sống cá nhân là một viễn cảnh ngắn hạn. Một quốc gia càng trưởng thành, tầm nhìn càng dài hạn và tầm nhìn càng dài hạn, thì càng có nhiều cơ hội và phương tiện để một quốc gia trưởng thành.

Hơn nữa, cái ác có thể bị trả giá bằng nhiều cách, bên cạnh cách mạng bạo lực.

Tính liên tục của lãnh đạo quốc gia

Như đã trình bày ở trên, sự lãnh đạo quốc gia là liên tục khi hội đủ các điều kiện sau:

1. Việc chuyển giao quyền lực từ lớp trước sang lớp sau là bình thường.

2. Bí mật nhà nước được chuyển giao.

3. Nghệ thuật lãnh đạo được truyền lại và ngày càng hoàn thiện một cách tinh vi.

4. Những kinh nghiệm của quá khứ được xếp vào kho lưu trữ, được truyền lại và có người biết cách sử dụng kho lưu trữ.

Trong những điều kiện trên, một chế độ độc tài hay quân chủ toàn trị hoàn toàn không có khả năng đảm bảo sự lãnh đạo quốc gia liên tục. Vì mầm mống của bạo lực luôn luôn được tạo ra và dập tắt bởi các chế độ trên.

Nhưng càng đàn áp, càng được nuôi dưỡng theo quy luật tự nhiên của lịch sử và cuối cùng bạo lực sẽ nổ ra và kéo theo sự đổ vỡ trong bộ máy lãnh đạo của nhà nước. Nhận xét trên sẽ có ảnh hưởng nặng nề đến sự lựa chọn hướng đi của chúng ta trong tương lai.

Nếu sự lãnh đạo quốc gia được giữ vững nhờ thỏa mãn các điều kiện trên, thì đương nhiên, nếu thiếu một hay nhiều điều kiện trên sẽ dẫn đến sự đổ vỡ về mặt lãnh đạo. Và tùy theo điều kiện thiếu nhiều hay ít mà sự đổ vỡ sẽ chịu đựng được hay trầm trọng. Chúng ta có thể phân biệt ba mức độ gián đoạn.

Mức độ gián đoạn nhẹ nhất xảy ra khi việc chuyển giao quyền lực từ cơ quan trước sang cơ quan sau không bình thường, bí mật nhà nước của thời kỳ ngắn trước đó bị thất lạc. Tuy nhiên, tài liệu lưu trữ vẫn còn đó và lãnh đạo không vì thế mà mất đi. Các cuộc đảo chính ở Nam Mỹ là điển hình của cấp độ này.

Sự gián đoạn nghiêm trọng xảy ra khi việc chuyển giao quyền lực từ người trước sang người sau không chỉ bất thường mà còn xảy ra trong những tình huống bạo lực kinh hoàng. Bí mật nhà nước bị mất, tài liệu lưu trữ bị tiêu hủy, người sử dụng tài liệu lưu trữ không còn. Sự lãnh đạo và kinh nghiệm trong quá khứ được thay thế bằng sự nhiệt tình của quần chúng và sáng kiến cá nhân. Di sản của quá khứ không còn nữa, vì sự điên rồ của thế giới khiến họ tin rằng họ cần phải san bằng tất cả quá khứ để xây dựng tương lai. Cách mạng Pháp năm 1789 là một ví dụ điển hình về điều này. Biết vậy, chúng ta không ngạc nhiên tại sao cho đến ngày nay người Pháp vẫn chưa giải quyết thỏa đáng vấn đề lãnh đạo liên tục cho đất nước của họ.

Cũng trên phương diện này, chính quyền Việt Minh, vô tình hay hữu ý, đã không bảo vệ được kho tàng Châu bản triều Nguyễn do người Pháp để lại, để cho nhân dân Huế đốt một phần di sản kinh nghiệm quan trọng của chúng ta, là một lỗi lầm rất lớn, không thể tha thứ cho đất nước và nhân dân. Tuy nhiên, dù vô tình hay cố ý thì cũng chứng tỏ một thực tế chính là do chúng ta đã đánh mất truyền thống lãnh đạo nên những người có trách nhiệm trong chính quyền Việt Minh lúc bấy giờ ở Huế đã không nhận thức được tầm quan trọng và tính tất yếu của quốc gia là bảo vệ tài liệu lưu trữ. Truyền thống lãnh đạo càng mất đi thì càng hủy hoại những di sản có thể bảo vệ quyền lãnh đạo quốc gia. Có câu "đã nghèo lại nghèo hơn".

Mức độ gián đoạn nghiêm trọng nhất xảy ra khi việc chuyển giao quyền lực không thành công giữa cơ quan cấp trên và cơ quan cấp nối tiếp. Bí mật lãnh đạo, bí mật nhà nước bị thất lạc.

Lãnh đạo không thể được thông qua. Di sản không có người nhận, tài liệu lưu trữ bị mất và bị cướp phá. Đó là trường hợp các nước bị chinh phục, mất chủ quyền. Và đó là trường hợp của nước Việt Nam chúng ta thời Pháp thuộc.

Lớp lãnh đạo trước đây của chúng ta đã ra đi, lớp lãnh đạo tiếp theo của chúng ta cũng đi ra. Di sản của quá khứ đã biến mất. Hoàn cảnh của chúng ta thật tồi tệ nếu chúng ta tưởng tượng rằng, trước một nhà lãnh đạo người Anh với tấm lưng vững chãi trên bốn trăm năm di sản, sẵn sàng ứng phó với mọi biến cố, nhà lãnh đạo của chúng ta đứng lên, một mình, không có di sản làm chỗ dựa.

Hoàn cảnh mà chúng ta phải đấu tranh để tiến hành phát triển đất nước rất nghiêm trọng. Đó là ý nghĩa của từ "chậm chậm".

Điều kiện liên tục của sự lãnh đạo

Vì vậy, việc dành mọi nỗ lực của toàn dân cho sự nghiệp chung là chưa đủ. Nhưng đó là điều chúng ta sẽ thảo luận sau. Bây giờ chúng ta hãy hướng sự chú ý của mình vào một điều tối quan trọng là đường lối của chúng ta sẽ chọn như thế nào trong tương lai để có thể bảo đảm sự tiếp tục lãnh đạo đất nước và cứu vớt người lãnh đạo cực kỳ khan hiếm sau thời kỳ Pháp thuộc. Điều này, như đã đề cập ở trên, chắc chắn không thể được thực hiện bởi một chế độ độc tài.

Một thực tế khác chứng minh đặc điểm thiết yếu của việc tiếp tục lãnh đạo quốc gia là tình trạng của các quốc gia Nam Mỹ. Ở những quốc gia này, sự gián đoạn trong lãnh đạo, mặc dù ở dạng nhẹ, thường xuyên xảy ra do các cuộc đảo chính liên tiếp. Nhiều chỗ đứt đoạn nhỏ nối tiếp nhau thành lớn nên các nước Nam Mỹ qua nhiều thế hệ vẫn bị tụt lại phía sau. Mặt khác, ví dụ trên lại chứng minh một thực tế khác: không có cách nào ngăn chặn sự phát triển của một quốc gia hiệu quả hơn là gây ra nhiều xáo trộn hơn nữa trong việc lãnh đạo quốc gia bởi người dân. Đây là thủ đoạn thường được các cường quốc Tây Âu trước đây sử dụng khi đưa công nghệ phương Tây đi chinh phục thế giới.

Sự gián đoạn trong lãnh đạo làm suy yếu quốc gia một cách triệt để mà chúng ta đã biết.

Nhưng nếu sự rối loạn diễn ra trong hoàn cảnh bạo lực gây ra sự chém giết giữa nhiều phe phái, thì nó có thể gây tổn hại lớn cho quốc gia trên một mặt trận khác.

Trở lại với ví dụ của nước Anh, chúng ta sẽ thấy rõ sự thảm hại vừa nêu. Ở Anh, sự liên tục của lãnh đạo quốc gia đã được giải quyết hoàn toàn. Khi cần thay đổi một người lãnh đạo, lập tức bộ máy hiến pháp chuyển động, và một người lãnh đạo khác lên thay thế, người lãnh đạo trước đó nghỉ việc, trở về tĩnh tâm và suy ngẫm về những việc làm đã qua của mình.

Những nhà lãnh đạo xứng đáng luôn hành động theo một triết lý chính trị mà họ đã suy ngẫm từ lâu, trước khi thực hành. Nếu khi đối diện với thực tế, những tư tưởng hướng dẫn hành động của họ đã trở nên sai lầm, hoặc vì hoàn cảnh bên ngoài đã thay đổi, họ không còn hòa hợp với những tư tưởng đó nữa, thì phải có sự thay đổi tâm hồn ngay lập tức. Nhưng thay đổi như thế nào?

Người lãnh đạo phải thay đổi suy nghĩ hoặc phải thay đổi người lãnh đạo.

Kinh nghiệm cho thấy các nhà lãnh đạo không bao giờ thay đổi ý định khi hành động, bởi vì họ phải mất nhiều thời gian suy ngẫm mới đi đến triết lý chính trị mà họ chủ trương là điều dễ hiểu. Bây giờ nếu nó không phù hợp với hoàn cảnh, họ phải có đủ thời gian để cân nhắc tại sao triết lý đó không phù hợp và hai là tìm một triết lý thay thế. Một cái gì đó họ không thể làm nếu họ vẫn bị cuốn hút vào hành động. Vì vậy, yêu cầu một nhà lãnh đạo thay đổi suy nghĩ của họ trong khi hành động là không bao giờ có thể. Giả sử họ thay đổi, lãnh đạo thậm chí còn gặp rủi ro lớn hơn. Chính vì sự thay đổi vội vàng và thiếu cân nhắc đó, người lãnh đạo sẽ không còn là chính mình nữa. Và tất nhiên hiệu quả của hành động của họ sẽ ít hơn nhiều.

Như vậy, chỉ còn cách là thay người lãnh đạo.

Thoát khỏi guồng quay hối hả của hành động, nhà lãnh đạo đã thay đổi sẽ nhìn lại những việc làm đã qua, rút ra bài học cho mình và viết ra những kinh nghiệm đó để làm phong phú thêm di sản quá khứ của đất nước.

Hơn nữa, người lãnh đạo bị thay đổi dành thời gian nghiền ngẫm một triết lý chính trị khác phù hợp hơn với hoàn cảnh, và nếu có cơ hội họ sẽ quay trở lại hành động, đất nước có một nhà lãnh đạo lão luyện dày dạn kinh nghiệm hơn người lãnh đạo bị thay đổi trước đó nhiều lần. Bây giờ, nếu thay vì chuyển giao quyền lực bình thường, nhiều cuộc bạo loạn xảy ra giết chết các nhà lãnh đạo tiền nhiệm, thì chúng ta sẽ thua, ngoài những bí quyết lãnh đạo mà chúng ta đã nói trước đó, cả Kinh nghiệm lãnh đạo cũng có thể làm phong phú thêm di sản của chúng ta trong quá khứ, với tư cách là một nhà lãnh đạo mà quốc gia luôn khan hiếm.

Lập luận trên khiến chúng ta nhận xét thêm rằng:

1. Đừng bao giờ thay đổi suy nghĩ của một nhà lãnh đạo khi họ đang hành động.

2. Người lãnh đạo, dù tài giỏi đến đâu, cũng có lúc cần phải thay đổi, vì không phải lúc nào hệ tư tưởng cũng phù hợp với thực tế.

3. Sự liên tục của vai trò lãnh đạo quốc gia một khi được đảm bảo, thì di sản quá khứ của quốc gia càng phong phú, và quốc gia càng giàu có hơn trong các nhà lãnh đạo của mình. Di sản quốc gia càng phong phú và các nhà lãnh đạo càng giàu có thì sự liên tục của sự lãnh đạo quốc gia càng được đảm bảo.

4. Ngược lại, nếu liên tục thất bại trong việc lãnh đạo quốc gia thì di sản quá khứ của dân tộc sẽ ngày càng suy thoái và đất nước sẽ ngày càng nghèo đi. Và di sản của quá khứ càng suy giảm và quốc gia càng nghèo đi, thì việc lãnh đạo quốc gia liên tục trở nên khó khăn hơn.

Vì những lý do trên, một chế độ độc tài, mà thực chất trước hết dựa trên nguyên tắc không thay đổi người lãnh đạo, không thể phù hợp với thực tế. Và nó không phù hợp với thực tế thì không thể tiếp tục lãnh đạo quốc gia. Và chúng tôi đã thấy nó sẽ gây tổn hại như thế nào cho quốc gia nếu tiếp tục lãnh đạo mà không thành công. Nhận xét này sẽ ảnh hưởng lớn đến sự lựa chọn hướng đi của chúng ta trong tương lai.

Đã giải thích tại sao sự tan rã của lãnh đạo quốc gia là một điều kiện nghiêm ngặt đối với chúng ta, chúng ta cũng phải giải thích tại sao thực tế là xã hội của chúng ta tan rã lại là một điều kiện khác nghiêm trọng như vậy.

Xã hội tan rã

Thế nào là một xã hội tan rã?

Như chúng ta đã nói ở phần trước, một xã hội bình thường, có văn minh tiên tiến thì có cả một hệ thống chuẩn mực giá trị làm chuẩn mực cho sự vận hành của xã hội trên mọi lĩnh vực. Các giá trị tiêu chuẩn không nhất thiết tác động theo một chiều mà tất cả, theo thời gian, sẽ cân bằng lẫn nhau và tạo thành một trạng thái hài hòa cho tổng thể. Nếu trạng thái hài hòa là trạng thái cân bằng động, thì nền văn minh của xã hội đó đang phát triển. Nếu trạng thái hài hòa chỉ là trạng thái cân bằng đơn thuần, thì nền văn minh của xã hội đó đang đứng yên.

Nhưng dù thế nào đi nữa, xã hội đó sống trong một trạng thái hài hòa và mọi thành viên trong xã hội đều tin tưởng tuyệt đối vào những giá trị chuẩn mực nói trên, và mọi người trong xã hội đều cố gắng hành động theo đó với các tiêu chuẩn trên. Và vì mọi người đều tin vào những tiêu chuẩn trên nên bất cứ hành động nào phù hợp với những tiêu chuẩn trên đều tìm thấy trong tâm hồn hay trí óc của mỗi người một sự rung động nhịp nhàng. Do đó, các giá trị chuẩn mực là tín hiệu tập thể cho các thành phần trong xã hội. Chẳng hạn, trong xã hội Việt Nam xưa, quan niệm kẻ sĩ là một giá trị chuẩn mực. Lòng trung thành và lòng hiếu thảo là những giá trị tiêu chuẩn. Nói đến danh từ hiền nhân, trung nghĩa, hiếu thảo, ai cũng đồng ý với diễn giả.

Trong một xã hội, những chuẩn mực giá trị không cố định mà luôn tồn tại. Và những giá trị chuẩn mực, theo sự tiến hóa của xã hội, được sinh ra, lớn lên, trưởng thành, già đi và chết đi như một sinh vật. Tuy nhiên, các giá trị chuẩn mực luôn kết hợp với nhau để tạo thành một trạng thái hài hòa, có khả năng duy trì và nuôi dưỡng sức mạnh kết hợp các yếu tố trong xã hội thành một cộng đồng.

Vì vậy, xã hội sẽ tan rã khi tất cả hoặc hầu hết các chuẩn mực giá trị không còn được thay thế. Trường hợp này thấy rất rõ trong xã hội Việt Nam sau thời Pháp thuộc. Như chúng ta đã thấy rõ ở phần phân tích trên, sau thất bại, chủ quyền bị mất, trách nhiệm chèo lái con thuyền Việt Nam được chuyển giao cho người nước ngoài, nên dân tộc Việt Nam hoàn toàn mất quyền chủ động đối với vận mệnh của mình. Trong khi đó, nền văn minh của chúng ta đang bị tấn công bởi nền văn minh phương Tây, điều đó có nghĩa là các giá trị tiêu chuẩn của chúng ta đang bị phá hủy bởi các giá trị tiêu chuẩn của phương Tây. Và chúng ta đã thấy vì một số lý do mà xã hội của chúng ta không thể cưỡng lại. Đối mặt với làn sóng ồ ạt của nền văn minh phương Tây, các giá trị tiêu chuẩn của chúng ta khô héo và chết đi, và không được thay thế. Ngày nay, những từ hiền, trung, hiếu không còn khiến nhiều người rung động. Và chúng ta không còn tín hiệu để tập hợp các thành phần của xã hội. Không lắp ghép nghĩa là các yếu tố sống rời rạc, không còn đáp ứng nhịp nhàng theo một giá trị chuẩn mực. Và như vậy, xã hội tan rã.

Các giá trị tiêu chuẩn cũ đã mất hết uy tín, nhưng những quan niệm mới về bản thân sẽ chuyển sang những giá trị nào?

Thực ra, công việc mới dưới thời Pháp thuộc không được hướng dẫn nên rất bát nháo, vu vơ. Vì vậy, những người theo dõi mới không bao giờ đạt đến mức họ tìm thấy các tiêu chuẩn mới để tuân theo. Họ chỉ bắt chước cách ăn mặc và lối sống của phương Tây. Và việc thay thế các giá trị tiêu chuẩn đã chết bằng các giá trị tiêu chuẩn khác chưa bao giờ xảy ra với bất kỳ ai. Đó là một vấn đề mà chúng ta sẽ cần xem xét cẩn thận sau này khi thiết lập lộ trình của mình.

Sự tan rã xã hội là một tình trạng khắc nghiệt.

Bây giờ chúng ta đã thấy rằng xã hội của chúng ta đang tan rã bởi vì không còn tiêu chí hợp lệ để kết hợp các yếu tố. Tại sao một tình hình như vậy là một khó khăn cho chúng ta khi chúng ta bắt tay vào sự phát triển của đất nước? Vì những lý do sau đây:

Trước hết, như chúng ta sẽ thấy sau đây, công cuộc phát triển đất nước là một công việc lớn, tuy kích thích nhưng đòi hỏi của toàn dân. Nhiều nỗ lực liên tục nhanh chóng làm cho con người mệt mỏi và nhiều hy sinh nặng nề nhanh chóng làm cho con người nản lòng rồi phẫn uất, phẫn nộ. Nếu chúng ta không có sức thuyết phục và động viên toàn dân cùng nhau tiến bước trên con đường tiến bộ thì không có hy vọng thành công.

Bây giờ, nếu xã hội ta đã tan nát vì gần một thế kỷ nô lệ, thì chúng ta còn những giá trị chuẩn mực nào để giúp chúng ta nhận được sự hưởng ứng của mọi người để thực hiện cuộc vận động thiết yếu cho sự phát triển?

Khi Nhật Bản nắm lấy cơ hội cải cách, xã hội Nhật Bản vẫn nguyên vẹn và các nhà lãnh đạo Nhật Bản đã sử dụng các giá trị chuẩn mực của nền văn minh cổ đại để huy động người dân của họ thực hiện công việc phát triển. Các nhà lãnh đạo đã kêu gọi lòng yêu nước sâu sắc và sự tôn kính của người dân Nhật Bản đối với Hoàng đế. Đó là hai giá trị chuẩn mực cơ bản của xã hội Nhật Bản có sức mạnh thúc đẩy con người đến sự hy sinh tột cùng cho tập thể. Những vũ khí sắc bén vô song đó đã được các nhà lãnh đạo Nhật Bản sử dụng hiệu quả để thực hiện Tây phương hóa với kết quả mà chúng ta thấy ngày nay.

Sau khi người Mỹ chiến thắng và chiếm đóng Nhật Bản, họ đã áp dụng một chính sách cực kỳ cứng rắn nhằm hạ thấp uy tín của Thiên hoàng bằng mọi cách. Lý do chính là vì họ tin rằng chủ nghĩa quân phiệt Nhật Bản đã khai thác giá trị tiêu chuẩn tôn thờ hoàng đế của xã hội Nhật Bản để củng cố họ. Như vậy, tiêu diệt giá trị chuẩn mực đó là tiêu diệt tận gốc chủ nghĩa quân phiệt. Nhưng sở dĩ các nhà lãnh đạo Nhật Bản dùng mọi cách để cứu vãn uy tín của Thiên hoàng cũng bởi họ ý thức được rằng giá trị chuẩn mực cơ bản của xã hội Nhật Bản là sự tôn kính đối với Thiên hoàng.

Trường hợp của người Nhật giúp chúng ta nhận thức rõ hơn rằng:

1. Bỏ lỡ cơ hội phát triển đầu tiên cho dân tộc Việt Nam. Triều đại nhà Nguyễn không những đưa dân tộc ta vào vòng nô lệ với bao bi kịch tàn khốc mà còn làm cho chúng ta mất đi nhiều cơ hội có một không hai để thực hiện công cuộc dựng nước mà chúng ta đã từng có để giành lại nền độc lập của chúng ta.

2. Bên cạnh những lý do chính trị ngắn hạn và dài hạn, sở dĩ Trung Quốc sau khi giành lại chủ quyền lại chọn cách vận động quần chúng bằng chính sách độc tài, kiểu Cộng sản để phát triển, còn bởi các nhà lãnh đạo Trung Quốc nhận thấy rằng, mặc dù xã hội của họ chưa đến giai đoạn tan rã như của chúng ta, sự phá sản của các chuẩn mực giá trị cũ của Trung Quốc đã mất đi uy tín, nhưng dấu ấn tập thể của nền văn minh cũ vẫn có thể được sử dụng. Sau này chúng ta sẽ phân tích cụ thể xem hoàn cảnh có nhiều yếu tố giống mình hay không, có thể áp dụng vào mình hay không.

Trở lại với sự tan rã của xã hội Việt Nam, phần trình bày trên đây đã cho chúng ta thấy rõ thế nào là một xã hội tan rã, và tại sao nó lại là một tình trạng cực đoan như vậy đối với sự phát triển của dân tộc chúng ta.

Một hình ảnh

Nói cách khác, trước khi người Pháp sang đánh chiếm ta, đem văn minh của chúng áp bức văn minh ta, thì trên sân khấu Việt Nam, dân tộc ta đã diễn tuồng, tuy có nhiều nét riêng. Tốt xấu không bằng nhau, nhưng chung quy là cả nước đều thích. Người Pháp sang đây chiếm lĩnh sân khấu bằng một lối chơi hoàn toàn mới với nhiều nét hấp dẫn, nên mặc dù trong lòng họ đã có sẵn thành kiến bài ngoại nhưng lâu dần cũng có người bị thu hút. Tuy nhiên, sự ưa thích chỉ dành cho các chi tiết của trang phục và bối cảnh bên ngoài, không có chiều sâu của cốt truyện bên trong đã không được hiểu và thưởng thức.

Biến cố lịch sử dẫn xoay chuyển, người Pháp rút lui, trả lại sân khấu cho ta. Và có người cho rằng lớp tuồng cũ của chúng ta sau một thời gian gián đoạn sẽ được mang và biểu diễn trở lại, trong sự đón nhận nồng nhiệt của khán giả. Nhưng họ ngạc nhiên khi thấy rằng những người thờ phượng không còn chào đón nữa. Vì lớp kịch do người Pháp mang đến, không những chiếm lĩnh sân khấu và thu hút đông đảo công chúng, mà còn làm xói mòn những giá trị cơ bản của lớp kịch xưa, nên ngày nay người ta không còn thấy sự liên quan của những giá trị cơ bản đó nữa. Nhưng tuồng Pháp và các đào kép của họ, dân chúng lại càng không ưa. Tuồng Pháp phải bỏ, tuồng cũ không thể diễn lại, tất nhiên chỉ còn cách dàn xếp tuồng mới.

Ví dụ trên là mượn một hình ảnh trong phạm vi hẹp, để dễ bình luận vấn đề. Trong thực tế, vấn đề phức tạp hơn nhiều bởi vì, lĩnh vực chính trị, nghĩa là lĩnh vực quốc gia, là hoạt động trường học của nhiều người, trong khi công việc sắp xếp trong một đoàn kịch là công việc của một người.

Ví dụ trên giúp chúng ta nhận ra rằng lịch sử không bao giờ là sự lặp lại liên tục. Quan điểm xem lịch sử như một sự lặp lại không ngừng là một quan điểm không thực tế về cách suy nghĩ lười biếng và rụt rè. Lười biếng vì thay vì động não tìm hiểu những sự thật phức tạp của cuộc sống, việc chấp nhận rằng trong những hoàn cảnh nhất định và khi những điều kiện nhất định được thỏa mãn, những sự kiện lịch sử tương tự tự nhiên xảy ra, dường như giải quyết một lần và mãi mãi những phức tạp của lịch sử. Thật là rụt rè, bởi vì sự xem xét kỹ lưỡng và phân tích tỉ mỉ các sự kiện lịch sử sẽ lọc ra hết những phức tạp khủng khiếp làm cho nhiều đầu óc phải khiếp sợ, vì không thể nào bưng bít được. Vì vậy, thái độ lo lắng rằng lịch sử là một sự lặp lại không ngừng là một sự trốn tránh sự thật. Sự thật là, nếu có nhiều sự kiện lịch sử giống nhau xảy ra ở những thời điểm khác nhau, thì những hoàn cảnh và yếu tố xung quanh không bao giờ giống nhau. Như vậy chắc chắn rằng cùng một sự kiện lịch sử không bao giờ có thể xảy ra hai lần. Sự thật là chúng ta không bao giờ có thể tắm hai lần trên cùng một dòng sông, và lịch sử là một dòng sông.

Để chứng minh cho luận điểm trên, ta thấy rằng cơ hội phát triển dân tộc đã đến với chúng ta hai lần, nhưng lần sau hoàn toàn khác lần trước, do ngoại cảnh khác và khác như chúng ta đã phân tích từ phân tích trên vì hoàn cảnh bên trong đã khác.

Dưới đây chúng ta có dịp phân tích kỹ hơn về hai cơ hội phát triển đất nước.

Ngoài ba hậu quả tai hại nhất mà chúng ta đã nêu ở trên và đã cố gắng phân tích, tìm hiểu nguyên nhân: không có người lãnh đạo, bộ máy lãnh đạo quốc gia bị rối loạn nghiêm trọng, xã hội ta tan rã, thời kỳ đế quốc đô hộ để lại cho chúng ta nhiều hậu quả khác, tuy còn ảnh hưởng đến sinh mệnh dân tộc, nhưng so với ba loại mà chúng ta đã xét trên đây có nhiều chi tiết có thể vào hàng phụ.

Quan hệ và ranh giới giữa ta với các nước láng giềng, kể cả các nước từng hoặc không cùng đế quốc với ta, là hậu quả của thời kỳ thuộc địa có thể xếp vào loại: thuộc loại này. Vấn đề phiên âm trong đời sống dân tộc là một bài khác cũng thuộc loại này.

Việt Nam đang cần Tây hóa để phát triển dân tộc.

Tại sao Tây hóa?

Kể từ thế kỷ 15, khi các nước châu Âu nắm vững kỹ thuật vượt biển và bắt đầu chinh phục thế giới, tất cả các quốc gia không thuộc xã hội phương Tây, không có ngoại lệ, đều bị họ tấn công dữ dội. Hoàn cảnh của mỗi quốc gia bị tấn công khác nhau, nhưng nói chung tất cả các phản ứng có thể rơi vào hai loại.

Các cuộc chinh phục thường diễn ra tuần tự, trong một bối cảnh không thay đổi. Đầu tiên, các tàu nước ngoài đến và yêu cầu buôn bán với người bản địa. Một thời gian sau, họ thương lượng về việc bố trí các thương nhân thường trú tại các cảng mà họ thường lui tới và các thương nhân theo dõi, các phong tục mới được áp dụng với những người phụ trách thương mại.

Nếu số lượng người ngày càng đông thì nhu cầu tâm linh sẽ sớm cần đến sự có mặt của các tu sĩ.

Cho đến giai đoạn này, các nhà cai trị bản xứ, mặc dù ngạc nhiên và ít nhiều hoảng sợ trước những công nghệ tiên tiến của người nước ngoài, nhưng không thấy cần phải có một lập luận phản bác. Nhưng từ giai đoạn này, sức mạnh của đức tin, mà Công giáo đã hình thành ở phương Tây trong nhiều thế kỷ, bắt đầu báo động chính quyền bản địa. Họ sợ trật tự truyền thống của dân tộc bị ngoại vật xâm phạm, vì các tu sĩ Công giáo, tin vào sứ mệnh thiêng liêng của mình đối với nhân loại, luôn tìm cách thi hành bổn phận truyền giáo.

Bản năng tự vệ.

Phản ứng tự nhiên của những kẻ thống trị bản địa là bản năng của một sinh vật để tự bảo vệ mình trước sự xâm nhập của một vật thể lạ vào cơ thể bên trong của nó. Nhưng một tôn giáo mới là một ngoại vật cực kỳ nguy hiểm đối với trạng thái hài hòa của một xã hội. Do đó, phản ứng của các nhà chức trách là bảo vệ trạng thái hài hòa của xã hội bằng cách đóng cửa để ngăn chặn các đối tượng nước ngoài xâm nhập. Trong thực tế và trong lĩnh vực chính trị, một thái độ như vậy có nghĩa là bài ngoại, và tách biệt khỏi những luồng gió bên ngoài. Đó là thái độ tự vệ tự nhiên, bản năng của mọi sinh vật và cũng là thái độ của hầu hết các dân tộc bị phương Tây tấn công khi nhận thấy mối nguy hiểm đang đe dọa xã hội mình. Lịch sử đã chứng minh rằng một thái độ như vậy sẽ thắng thế nếu đồng thời công nghệ vật chất đủ tiên tiến và lực lượng vũ trang đủ mạnh để hỗ trợ nó, nếu không sẽ là con đường chết.

Lý do phản công.

Thái độ thứ hai là thái độ của một số nước như Nga, Nhật Bản và sau này là Thổ Nhĩ Kỳ. Thay vì đóng cửa sống trong nhà và phủ nhận thực tế đang diễn ra ngoài ngõ, sợ ngoại vật vào gây rối nội loạn, các quốc gia trên đã dũng cảm nhìn nhận sự thật và đủ lý trí để kìm nén bản năng, phân tích hiện thực và tìm cách sống. Một tai nạn lịch sử đã đặt lên vai họ nhiệm vụ lãnh đạo những quốc gia có khả năng thấu thị phi thường có thể dẫn dắt những người được chọn của họ tìm đường hồi sinh trong thời điểm cực kỳ nguy hiểm.

Thái độ đầu tiên là phòng thủ và theo bản năng. Thái độ thứ hai là duy lý và phản tác dụng. Trước hiểm nguy, thái độ thứ nhất là thực hiện biện pháp dễ dẫn đến thất bại, thái độ thứ hai là thực hiện biện pháp khó dẫn đến thành công.

Trên thực tế, ở những quốc gia áp dụng cách tiếp cận đầu tiên, các nhà lãnh đạo đã đóng cửa cảng của họ, đuổi người nước ngoài ra khỏi lãnh thổ và loại bỏ tất cả những di tích mà họ để lại. Nhưng những người này sẽ sớm trở lại với vũ khí tối tân hơn, lực lượng vũ trang được tổ chức đầy đủ hơn, và sẽ dễ dàng đánh bại vũ khí lỗi thời và lực lượng vô tổ chức của người bản địa. Và sau đó, bất cứ điều gì họ không đạt được bằng đàm phán, họ sẽ đạt được bằng vũ lực. Hơn nữa, tình hữu nghị giữa hai nước sẽ không còn và nhường chỗ cho kẻ thắng lấn át kẻ thua. Hậu quả của những dân tộc rơi vào tình trạng như vậy là gì, chúng ta đã biết. Nguyên nhân thất bại của nhiều dân tộc chỉ là do bản năng tự vệ quá mạnh lấn át trí thông minh, nên những người lãnh đạo không nhận ra rằng công nghệ lạc hậu của mình kém xa kẻ thù, và nếu công nghệ kém như vậy thì không thể ủng hộ bất kỳ chính sách chính trị nào.

Ngược lại, ở những quốc gia áp dụng thái độ thứ hai, các nhà lãnh đạo đã nhìn thấy mối nguy hiểm do các đối tượng ngoại lai gây ra đối với sự điều kiện hóa xã hội của họ. Tuy nhiên, đồng thời họ cũng đủ khôn ngoan và thực tế để nhận thấy rằng công nghệ lạc hậu của đất nước họ không thể đảm bảo chiến thắng trong một cuộc chiến. Và vì vậy, cách tốt nhất để bảo vệ một xã hội bị đe dọa bởi những thứ ngoại lai là mở cửa để đón những luồng gió ngoại lai vào. Bởi vì đó là cách duy nhất giúp họ nắm vững các kỹ thuật của kẻ thù, để chiến đấu với kẻ thù.

Như chúng ta đã thấy, dù thế nào đi nữa chúng ta cũng không tránh khỏi sự xâm nhập của ngoại vật vào nội tâm xã hội. Nhưng ở thái độ thứ nhất, sự xâm nhập sẽ xảy ra bằng vũ lực, trái với ý muốn của chúng ta và chúng ta sẽ không chủ động. Ở thái độ thứ hai, chúng ta thoải mái cho phép sự xâm nhập diễn ra và do đó chúng ta chủ động trong việc xâm nhập. Và chính vì chúng ta chủ động trong sự xâm nhập đó nên các giá trị ngoại lai thay vì phá vỡ trạng thái hài hòa của xã hội chúng ta thì chỉ có thể thay đổi trạng thái đó. Trong khi đó, một sự xâm nhập không kiểm soát sẽ làm sụp đổ trạng thái hài hòa của xã hội. Và, trong một xã hội bình thường, một sự thay đổi trong điều kiện là một sự kiện phổ biến, trong khi sự sụp đổ là một thảm họa.

Tóm lại, trước sự tấn công của phương Tây, con đường tử chính là con đường bế quan tỏa cảng, ngăn cản văn minh phương Tây xâm nhập vào xã hội của nước bị tấn công; Con đường phục sinh là con đường mở cửa cho văn minh Tây phương học để điều khiển công nghệ Tây phương chống lại Tây phương.

Nga, sau nhiều thế kỷ chống lại sự xâm lược của phương Tây, đã tìm ra chân lý này, và phần lớn trong lịch sử của họ, Nga đã chiến thắng các cường quốc phương Tây sau khi phương Tây hóa công nghệ của mình. Nhưng cũng nhiều lần bị phương Tây thắng vì công nghệ của phương Tây liên tục tiến bộ trong khi người Nga không phát triển công nghệ lấy từ phương Tây. Đây cũng là một điều rất quan trọng trong Tây phương hóa mà chúng ta sẽ phân tích kỹ ở phần sau.

Các nhà lãnh đạo Nhật Bản, trong thời kỳ Nhật Bản bị phương Tây tấn công, đã nhận ra ngay những biện pháp cần thiết phải thực hiện trong thời điểm quyết định của quốc gia. Thành công của họ như chúng ta thấy ngày nay là sự xác nhận rõ ràng nhất về sự lựa chọn đúng đắn giữa hai thái độ.

Ngày nay, quan điểm của Nga và Nhật Bản trước sự tấn công của một nước có trình độ công nghệ cao hơn đã được toàn thế giới công nhận và đã được nghiên cứu, đúc kết thành một giải pháp khoa học, có thể áp dụng cho các nước khác trong hoàn cảnh tương tự. Công việc mà ngày nay Trung Quốc đang nỗ lực toàn dân thực hiện chỉ là sự chấp nhận thái độ mà Nga và Nhật Bản đã lựa chọn. Và các quốc gia tụt hậu khác hiện cũng đang cố gắng đi theo con đường đó.

Tuy nhiên, đã có nhiều nhà lãnh đạo trong quá khứ ủng hộ một thái độ cực đoan. Sau thất bại, đất nước bị ngoại bang đô hộ, hoặc chủ quyền bị xâm hại, vận mệnh quốc gia không còn nằm trong quyền chủ động của mình, nhiều nhà lãnh đạo vẫn chủ trương bảo vệ cho đến cùng trạng thái hài hòa của xã hội cũ. Đó là một cam kết chắc chắn sẽ thất bại.

Bởi vì các giá trị tiêu chuẩn của xã hội kết hợp thành một trạng thái hài hòa, nên cũng có sự sống giống như một sinh vật. Tức là chuẩn mực giá trị cũng sinh thành, phát triển, trưởng thành, suy vong và tiêu vong. Như vậy, nếu thất bại, các chuẩn mực giá trị truyền thống sẽ chết một lần, bởi chủ quyền không hoàn toàn thuộc về người bản địa, vận mệnh dân tộc không được chủ động, thì các chuẩn mực giá trị truyền thống một mặt không ai vun đắp, mặt khác một bên, bị các giá trị ngoại lai tác động đang háo thắng, tấn công ồ ạt, hủy hoại uy tín.

Như vậy, các sự kiện lịch sử, trong vòng năm thế kỷ tới, đã chứng minh rằng khi một nền văn minh này bị một nền văn minh khác tấn công, chế ngự các kỹ thuật tinh vi hơn, thì cách sống của nền văn minh bị tấn công, chính là mở cửa cho các kỹ thuật của kẻ thù.

Trường hợp Ấn Độ

Tuy nhiên, năm trăm năm là rất nhiều đối với một đời người. Nhưng với đời sống của các quốc gia, năm trăm năm không phải là nhiều. Và chúng ta có thể tự hỏi: thái độ này, được cho là thuận lợi nhất mà các quốc gia bị tấn công phải lựa chọn trong suốt nhiều thế kỷ. Nhưng nếu thời gian kéo dài hơn, liệu thái độ đó có lợi cho dân tộc hơn là ra sức bênh vực những giá trị chuẩn mực cũ? Chắc chắn những người hành động không bao giờ nghi ngờ nữa. Câu hỏi trên thể hiện quan điểm của một nhà sử học.

Và trường hợp của Ấn Độ là trường hợp có thể ủng hộ thái độ cố gắng bảo vệ các giá trị tiêu chuẩn cũ. Sau một thời kỳ bị đế quốc đô hộ, những giá trị chuẩn mực xưa cũ của Ấn Độ dường như, không chỉ đủ sức sống để lôi cuốn đại chúng, mà dường như còn tỏa sáng khắp địa cầu, mang thần thái đặc trưng của nền văn minh Ấn Độ đối lập với công nghệ vật chất của nền văn minh Âu Mỹ.

Các câu hỏi trên có thể được trả lời bằng các nhận xét sau:

- Nếu 500 năm chưa phải là khoảng thời gian đủ dài để chứng minh rằng thái độ đón nhận công nghệ nước ngoài là đúng đắn nhất. Chúng ta có thể tìm trong lịch sử, những thời đại có những sự kiện như của chúng ta, và lấy phản ứng của các nước lúc bấy giờ, như một tài liệu nghiên cứu để làm sáng tỏ thêm vấn đề.

Trong lịch sử, thời đại mà Đế chế La Mã phát triển mạnh mẽ và chinh phục các quốc gia trên thế giới được biết đến là một thời đại có nhiều sự kiện tương đương với thời đại hiện nay. Cũng có nước mạnh, thuộc nền văn minh tiên tiến, đi chinh phục nước có kỹ thuật kém, thuộc nền văn minh suy yếu. Cũng có những quốc gia kiên quyết không chạy theo cái mới, tự thu mình lại, sống cô lập và diệt vong để bảo tồn những giá trị chuẩn mực truyền thống. Cũng có những quốc gia, cởi mở với công nghệ mới, tiến hành phát triển đất nước, chung sống hòa thuận với các cường quốc. Lịch sử là một bài học. Bài học lịch sử Hy Lạp-La Mã mà chúng ta dẫn ra đây khẳng định rằng thái độ của các nước tiếp nhận công nghệ của kẻ thù là đúng đắn.

– Trường hợp của Ấn Độ là một trường hợp khác thường khiến chúng ta đánh giá sai thực tế. Ông Gandhi là người cổ vũ mạnh mẽ nhất thái độ bênh vực các giá trị chuẩn mực cũ và bác bỏ triệt để nền văn minh Tây phương. Ông cực đoan đến mức hô hào đồng bào không mặc quần áo bằng vải dệt tại các xưởng của Anh hoặc Ấn Độ, trong các xưởng của Anh nhập từ Anh, mà chỉ mặc quần áo bằng vải dệt thủ công tự nhiên.

Sức mạnh tinh thần của ông Gandhi thật phi thường, chứng tỏ ông nhìn nhận vấn đề một cách sâu sắc nên vượt lên trên sự nể phục của nhân loại. Và ngày nay, sự thất bại của ông thể hiện rõ ở chỗ những đệ tử trung thành của ông đang xây dựng một guồng máy quốc gia kiểu phương Tây cho Ấn Độ và đồng bào của ông đang cố Tây hóa.

Những cuộc đấu tranh anh dũng và uy tín cá nhân chói lọi của ông Gandhi, phù hợp với sự ca ngợi của phương Tây về tính thiêng liêng của triết học Ấn Độ, cả trước và sau thời kỳ đế quốc thống trị, tạo ấn tượng rằng việc bảo vệ các giá trị tiêu chuẩn cũ có thể phù hợp hơn hơn là khả năng tiếp thu các công nghệ mới của phương Tây. Và, nền văn minh Ấn Độ, được xây dựng trên triết lý tôn trọng thần thánh, được coi là có thể đương đầu một cách đắc thắng với cái gọi là nền văn minh vật chất và kỹ thuật của phương Tây. Nhưng một phân tích cẩn thận và so sánh với thực tế không xác nhận ấn tượng này.

Người phương Tây ca ngợi tính thần thánh của triết học Ấn Độ cũng như bất kỳ sáng tạo nào của con người đều có giá trị cao siêu thực sự. Và thái độ khách quan, khoa học, tìm tòi đó là một trong những chìa khóa thành công của nền văn minh phương Tây. Vì vậy, việc người phương Tây khen ngợi triết học Ấn Độ không có nghĩa là triết học phương Tây thiếu thần thánh. Và sự thần thánh của triết học Ấn Độ là cao siêu và hấp dẫn lý trí thuần túy không có nghĩa là triết học Ấn Độ có thể giải quyết một cách thực tế những thực tại của cuộc sống cho con người, mục tiêu cuối cùng của mọi triết học.

Sở dĩ có tình trạng đó là bởi khi phải lựa chọn một trong hai quan điểm cơ bản cho các hệ thống triết học: chấp nhận đời sống hay không chấp nhận đời sống, triết học Ấn Độ đã lựa chọn quan điểm không chấp nhận đời sống. Theo quan điểm đó, vì sự sống trên thế giới này là không có thật và con người cần tìm kiếm và đạt được sự sống ở một nơi bên ngoài thế giới này, chúng ta không đánh giá quan điểm đó là đúng hay sai. Chúng ta chỉ nhận xét rằng, ngay từ đầu, quan điểm đó đã mâu thuẫn với chính nó bởi lẽ, cuộc sống của nhân loại, tức là sự phát triển hay suy vong của các nền văn minh trên thế giới, cũng như cuộc sống hàng ngày của mỗi con người là một thực tế không ai có thể phủ nhận. Hãy tìm cách giải quyết những vấn đề do cuộc sống đặt ra, bằng cách phủ nhận cuộc sống thì tất nhiên những vấn đề do cuộc sống đặt ra không còn nữa. Nhưng điều đó hóa ra chẳng giải quyết được gì.

Chính vì lý do này mà triết học Ấn Độ, mặc dù đã đạt đến một trình độ cao mà tư tưởng loài người hiếm khi đạt tới, nhưng vẫn chưa thể giải đáp những vấn đề của nhân loại cũng như chưa giải đáp được những vấn đề của dân tộc Ấn Độ.

 Sau một thời gian dài biến đổi, triết học phương Tây ngày nay được xây dựng trên cơ sở thực tiễn tiếp nhận cuộc sống đã loại bỏ tận gốc mâu thuẫn giữa hệ thống tư tưởng và thực tiễn cuộc sống mà triết học không chấp nhận cuộc sống đều mắc phải nên đã thổi vào nền văn minh phương Tây một sức sống chưa từng thấy trong lịch sử nhân loại. Và chính nghị lực đó đã đảm bảo cho người phương Tây sự vượt trội mà họ vẫn duy trì cho đến ngày nay. Những sự thật trên đây càng rõ ràng hơn, nếu chúng ta nhớ lại rằng, ngày xưa triết học phương Tây cũng lấy việc không thừa nhận sự sống làm cơ sở, và lúc bấy giờ nền văn minh của họ cũng đang suy tàn, lặng lẽ thay vì tỏa sáng và chinh phục như hiện nay. Chỉ khi triết học phương Tây thoát khỏi sự gò bó trong quan điểm trừu tượng của lý trí và mạnh dạn đối mặt với thực tiễn cuộc sống thì nền văn minh phương Tây mới phát triển như chúng ta thấy ngày nay.

Nếu phải dùng một hình ảnh để lý luận dễ hiểu hơn, chúng ta có thể nói rằng triết học phương Tây đã từng thăng hoa và sống mê hoặc trong không khí siêu phàm của đỉnh núi thần thánh. Nhưng triết học đó đủ khách quan và can đảm để thấy rằng nhiều vấn đề của nhân loại không thể giải quyết từ đỉnh núi đó, và nếu vấn đề của nhân loại không giải quyết được thì triết học đã thất bại trong nhiệm vụ của mình.

Vì vậy, triết học phương Tây đã mạnh dạn rũ bỏ bầu không khí cao siêu, trần tục của đỉnh núi, vùi mình trong vũng bùn thực tại, sống cùng nhân loại để tìm cách giải quyết những vấn đề của cuộc đời. Triết học phương Tây đang thành công và bây giờ nó đang cùng nhân loại leo lên sườn của một ngọn núi khác. Nhưng dù thành công đến đâu, triết học phương Tây cũng chứa đầy sự khiêm tốn của những con người đã chạm vào thực tế và đang cố gắng vươn lên.

Ngược lại, nhà triết học Ấn Độ còn say mê cái không khí cao siêu trần tục của đỉnh núi thần linh, không thể rút mình ra khỏi không khí trong trẻo, ra khỏi đó nên chưa ý thức được rằng, từ trên đỉnh núi ấy, những vấn đề mà cuộc sống đặt ra cho người dân Ấn Độ không thể giải quyết được. Ngày nay, khi đối diện với triết học phương Tây và mặc dù, hoặc chính vì bị dồn đến đường cùng, triết học Ấn Độ vẫn còn do dự, chưa cương quyết lội vào vũng lầy của hiện thực vì sợ mất đi tính chân thực của phẩm chất cao cả và trần tục của mình. Vì bản chất cao siêu và lập dị là lý do kiêu hãnh của những người chưa chịu đấu tranh với thực tế.

Nói cách khác, và dùng một bức tranh thô thiển, triết học Tây phương có thái độ của các vị bồ tát và triết học Ấn Độ có thái độ của những người nhập Niết bàn.

Chính vì những lý do trên, mặc dù có vẻ trái với thông luật, xã hội Ấn Độ ngày nay cũng như xã hội của tất cả các quốc gia từng bị chủ nghĩa đế quốc thống trị đều lâm vào tình trạng gay gắt như chúng ta thấy ở trên. Và các biện pháp mà các nhà lãnh đạo Ấn Độ cần thực hiện cũng là những biện pháp mà các quốc gia có cùng chí hướng khác cần. Và công cuộc phát triển quốc gia của Ấn Độ mà chính phủ Nehru và những chính phủ kế nhiệm đang theo đuổi ngụ ý một sự thừa nhận rõ ràng rằng Ấn Độ, mặc dù có Gandhi và mặc dù có một triết lý truyền thống cao siêu, vẫn phải giải quyết các vấn đề thực tế và vật chất của các quốc gia tụt hậu.

Tây phương hóa là một thực tế không thể tránh khỏi.

Ở trên, chúng ta đã suy đoán khá lâu về trường hợp của Ấn Độ. Vì sự phát triển của dân tộc theo phương thức Tây hóa là công việc liên quan đến sự tồn vong của dân tộc. Và, dù ly kỳ, nó sẽ đòi hỏi nhiều năm nỗ lực liên tục của mọi người và sự hy sinh to lớn của mọi tầng lớp xã hội. Nỗ lực không ngừng sẽ làm cho người dân mệt mỏi, hy sinh nặng nề sẽ làm cho người dân tức giận. Trong hoàn cảnh đó, nếu người lãnh đạo không vững tin vào sự nghiệp phát triển, nếu toàn dân không tin rằng sự nghiệp phát triển là con đường sống duy nhất của dân tộc thì công cuộc phát triển không thể thực hiện được.

Vì vậy, càng phải khẳng định rằng, sự phát triển của nước ta theo phương thức Tây phương hóa là một sự thật lịch sử tất nhiên, tất yếu và ngoài sự phát triển đó, dân tộc ta không còn con đường thứ hai. Sự tin tưởng tuyệt đối như vậy chỉ có thể đạt được khi các trường hợp được kiểm tra không bỏ sót để các câu hỏi được trả lời.

Và khi các điều kiện trên được thỏa mãn đầy đủ, thì tất cả người Việt Nam chúng ta phải tha thiết tin tưởng rằng chúng ta cần phải nỗ lực hết mình để thực hiện công cuộc phát triển đất nước, bằng phương Tây xã hội hóa xã hội của chúng ta một cách toàn diện, không do dự.

Thực ra, công cuộc Tây hóa xã hội ta đã tự nó bắt đầu từ ngày người Pháp đặt chân lên mảnh đất này. Chúng ta chỉ cần nhìn xung quanh chúng ta: những ngôi nhà được xây dựng theo kỹ thuật và mô hình phương Tây, giải trí được tổ chức theo phương Tây, và thức ăn cũng được nấu theo phương Tây. Hầu hết các chuyển động trong cuộc sống của chúng ta đều được mô phỏng theo phương Tây. Nhìn lại mình, dù ở thành phố hay nông thôn, chúng ta đều thấy mình Tây hóa từ đầu đến chân: đầu tóc cắt theo Tây, áo quần cắt theo mốt. Ở phương Tây, may bằng máy do phương Tây phát minh, thắt lưng và giày dép là sản phẩm của phương Tây. Đi chơi thì dùng xe đạp Tây hoặc xe Tây. Vì vậy, những ai còn ngồi nhà mà nói phải giữ thuần phong mỹ tục Việt Nam để bảo vệ quốc hồn, quốc túy là những kẻ tự lừa dối mình.

Nếu đúng như vậy thì chúng ta còn đặt vấn đề về tính tất yếu của Tây phương hóa, liệu đó có phải là một hành động thừa không? Quá nhiều, nhưng không quá nhiều.

Phải thừa nhận với những ai còn không chịu thừa nhận rằng, dù không muốn Tây hóa và bảo thủ đến đâu, thì dân tộc mình cũng đã Tây hóa rồi.

Chúng ta không thừa khi mong muốn thực hiện phát triển đất nước thông qua Tây phương hóa toàn diện. Quá trình Tây phương hóa xã hội của chúng ta, trong đó chúng ta đang chứng kiến những hiện tượng nêu trên, là một sự Tây phương hóa bắt buộc, dẫn đến sự tan rã của xã hội chúng ta. Xã hội ta Tây hóa chứ không phải Tây hóa tùy tiện. Vì vậy, Tây phương hóa đã được tiến hành không có định hướng, không có mục đích và chỉ ở mức độ nhẹ. Vì lý do này, chúng ta không thể chủ động trong quá trình Tây phương hóa trước đây, và không thể dẫn dắt nó theo hướng và mức độ hữu ích cho sự phát triển quốc gia.

Ngược lại, sự Tây phương hóa mà chúng ta phải thực hiện cho dân tộc là một sự Tây phương hóa tự nguyện, có định hướng và có mục đích. Chúng ta sẽ chủ động trong công cuộc Tây phương hóa này và sẽ đưa nó lên một mức độ đủ cao để xã hội của chúng ta tìm ra những tiêu chuẩn giá trị mới mang lại cho xã hội một trạng thái hài hòa mới.

Tây hóa có phương hướng gì?

Dưới đây chúng ta sẽ chỉ ra rằng, ở cấp độ quốc gia, quá trình Tây phương hóa chỉ có hiệu quả khi nó được thực hiện đầy đủ và đạt đến một mức độ đủ nổi bật.

Tây phương hóa toàn diện là gì?

Trong số những nhà lãnh đạo của các nước bị phương Tây tấn công, có những người có thái độ đóng cửa bảo vệ những giá trị cũ như ở Trung

Quốc và Việt Nam, cũng như có những người có thái độ cởi mở đón nhận nền văn minh phương Tây như ở Nga và Nhật Bản đều sớm nhận ra rằng, sở dĩ phương Tây thắng thế trước hết là nhờ kỹ thuật trang bị vũ khí và kỹ thuật tổ chức.

Và giữa hai thái độ cực đoan như chúng ta đã phân tích ở trên, đa số chọn thái độ hài hòa nhất và khôn ngoan nhất. Thái độ nửa vời dựa trên lý do sau:

Tây phương hóa còn hạn chế.

Chúng ta thất bại vì vũ khí của chúng ta kém tinh vi và quân đội của chúng ta thua về tổ chức. Cho nên, để đánh địch có hiệu quả và tạm thời đánh bại địch, chúng ta chỉ cần học, một là kỹ thuật sử dụng vũ khí tối tân nhất, lúc đầu mua của chính các nước phương Tây, sau học công nghệ chế tạo ra; hai là kỹ thuật tổ chức quân đội theo phương Tây. Với hai vũ khí đó, chúng ta có thể hy vọng đánh bại kẻ thù để giữ gìn các giá trị truyền thống của xã hội chúng ta. Điều đó có nghĩa là chúng ta chỉ cần chỉnh trang quân đội và cải cách quân đội, tất cả các cấu trúc khác trong xã hội vẫn còn nguyên vẹn. Tuy nhiên, lịch sử của các quốc gia đã áp dụng thái độ đó trong hành động chứng minh rằng, trên thực tế, các sự kiện đã không diễn ra như ý muốn của các nhà lãnh đạo của họ.

Sau khi quyết định nâng cấp khí tài, cải tổ quân đội, các lãnh đạo nói trên một mặt cử người đi du học ở các nước phương Tây để tiếp thu công nghệ mới, mặt khác thuê chuyên gia phương Tây về nước, vừa để đào tạo chuyên gia và vừa để xây dựng các nhà máy sản xuất vũ khí.

Tại sao người phương Tây lại nhận trách nhiệm chế tạo những vũ khí như vậy và tại sao các cường quốc phương Tây lại chấp nhận đào tạo các chuyên gia nước ngoài như vậy, mặc dù họ biết, như mọi người đều biết, rằng bằng cách đó, họ sẽ cung cấp cho đối thủ của mình những vũ khí lợi thế để bảo vệ họ? Có nhiều lý do tại sao người phương Tây, cũng như các cá nhân từ các quốc gia khác, đã hành động theo cách này. Trước hết là do bị những lợi ích vật chất dụ dỗ. Thứ hai, giữa các cường quốc trong xã hội phương Tây cũng tồn tại nhiều mâu thuẫn chính trị khiến mỗi cường quốc, trong cuộc cạnh tranh ảnh hưởng không kém phần khốc liệt, sẵn sàng tìm đồng minh ở các nước phương Tây hóa. Và cuối cùng, trong thời đại chinh phục thế giới, công nghệ phương Tây đã đạt đến một trình độ rất cao và đã tạo cho người phương Tây một niềm kiêu hãnh và tự tin mạnh mẽ đến mức nếu không vì lợi ích và vì ngoại giao, họ cũng không ngần ngại hành động như họ đã làm. Dù sao, như chúng ta sẽ thấy ở phần sau, những lý do trên đây là những yếu tố thuận lợi, tất cả tạo thành cơ hội cho các dân tộc bên ngoài xã hội phương Tây tiến hành công cuộc phát triển của mình.

Phương Tây hóa hạn chế chắc chắn thất bại.

Trở lại vấn đề hiện đại hóa quân đội và cải tổ quân đội.

Sau một thời gian thực hiện các biện pháp trên, các nhà lãnh đạo đã thu được một kết quả mong muốn: quân đội được trang bị vũ khí phương Tây và tổ chức theo cách riêng của họ đã trở thành một lực lượng khiến người nước ngoài phải nể phục. Nhưng, ngay sau đó, trong giai đoạn thứ hai, cũng chính những nhà lãnh đạo này nhận ra rằng, nếu họ muốn duy trì lực lượng quý giá mà họ vừa tạo ra, thì việc đào tạo các chuyên gia rất hạn chế. Trong lĩnh vực quân sự, nó là không đủ. Đi sâu hơn một chút, hóa ra sự tinh vi của vũ khí phương Tây bắt nguồn từ những phát minh của khoa học phương Tây, và bên cạnh tất cả các vấn đề về tổ chức vật chất, sức mạnh tinh thần của quân đội phương Tây, rồi lại do tư tưởng cá nhân của từng chiến binh và tư tưởng cá nhân do hoàn cảnh xã hội tạo ra.

Như vậy, để nuôi dưỡng một lực lượng quân đội đổi mới, đòi hỏi phải tiếp thu nền giáo dục phương Tây và do đó, đổi mới nền giáo dục. Và để tạo cho người chiến binh một sức mạnh tinh thần như của người lính Tây thì phải tạo ra cho quân nhân một hoàn cảnh xã hội tương tự, tức là phải cải tạo xã hội. Nhưng cải cách xã hội phải thay thế những giá trị tiêu chuẩn cũ. Vì vậy, cuối cùng, cần phải từ bỏ giá trị tiêu chuẩn cũ, mà các nhà lãnh đạo đang nói những điều này không có ý định làm và không muốn làm, bởi vì sở dĩ các nhà lãnh đạo này chủ trương cải cách quân đội là nhằm mục đích giữ gìn các giá trị truyền thống của xã hội họ.

Ngoài ra, cuộc cải tổ quân đội đương nhiên kéo theo một hệ quả khác mà giới lãnh đạo không ngờ tới. Ai muốn tìm hiểu tổ chức quân sự phương Tây thì trước tiên phải học ngôn ngữ phương Tây để đọc sách về kỹ thuật tổ chức quân sự phương Tây. Nhưng một khi họ đã đọc ngôn ngữ của phương Tây, không có gì ngăn cản họ đọc những cuốn sách khác của phương Tây trong các lĩnh vực khác: chính trị, văn hóa, xã hội. Do đó, và bởi vì họ đã có sự ngưỡng mộ chính đáng đối với phương Tây trong lĩnh vực quân sự, những người này tự nhiên phát triển sự ngưỡng mộ đối với phương Tây trong các lĩnh vực xã hội và chính trị. Và họ sớm nhận ra rằng sức mạnh của quân đội phương Tây cũng như sự tinh vi của vũ khí phương Tây là kết quả tự nhiên trong lĩnh vực quân sự của tổ chức xã hội và chính trị phương Tây. Vì vậy, họ cho rằng không thể có một quân đội mới hùng mạnh nếu không có một tổ chức chính trị xã hội mới. Và chính những người này sẽ biến thành những mầm mống của cuộc cách mạng xã hội và chính trị trong tương lai. Những sự kiện này một lần nữa giải thích cho chúng ta tại sao ở Thổ Nhĩ Kỳ và nhiều quốc gia khác ở Cận Đông, chính quân đội đã dẫn dắt các cuộc cách mạng chính trị và xã hội vào đầu thế kỷ XX.

Trở lại vấn đề cải cách quân đội ở trên, sau khi đã cải cách quân đội, trong giai đoạn đầu và giai đoạn thứ hai, các nhà lãnh đạo sẽ phải đối mặt với một tình thế tiến thoái lưỡng nan. Nếu tiếp tục cải cách quân đội thì bắt buộc họ phải đi cải tạo xã hội. Đó là điều họ không làm được, vì mục đích cải tổ quân đội của họ là để giữ vững những giá trị tiêu chuẩn cũ.

Nhưng nếu họ ngừng cải cách quân sự, thì việc bảo vệ các giá trị tiêu chuẩn cũ cũng sẽ không có tác dụng chống lại sự xâm lược của phương Tây. Hơn nữa, đổi mới một khi đã phát sinh sẽ tự tạo ra trong cơ thể xã hội đang bắt đầu đổi mới, ngày càng mở rộng lực lượng để phát triển đổi mới. Nếu các lực lượng này được hướng dẫn, nó sẽ dẫn đến một sự đổi mới có mục đích; nếu không đổi mới sẽ hỗn loạn. Nếu các nhà lãnh đạo lại dùng đến biện pháp chuyên chế, như đã xảy ra ở Ai Cập và Thổ Nhĩ Kỳ vào đầu thế kỷ XX, để hủy bỏ cải cách hoặc dừng cải cách trong giới hạn mà họ muốn, mặc dù họ vẫn biết rằng hành động đó vẫn không cho phép họ thực hiện để giữ vững các giá trị chuẩn mực cũ. Lực lượng cách mạng do những người trong quân đội lãnh đạo, không chỉ tiếp thu kỹ thuật quân sự mà còn có tư tưởng chính trị xã hội mới, sẽ nổi lên lật đổ những người lãnh đạo này.

Tây phương hóa phải toàn diện.

Nói tóm lại, nếu đóng cửa với nền văn minh phương Tây thì vì thiếu kỹ thuật, sẽ bị phương Tây đánh bại, và biến thành thuộc địa hoặc nửa thuộc địa. Sau thất bại, sẽ bị phương Tây hóa, nhưng phương Tây hóa sẽ không được hướng dẫn và sẽ dẫn đến những kết quả thảm khốc mà chúng ta biết.

Nếu chỉ hạn chế quá trình Tây phương hóa để bảo vệ các giá trị cũ thì thứ nhất, việc phòng thủ sẽ không thực hiện được và đất nước sẽ rơi vào tình trạng nước đóng cửa, không tiếp nhận công nghệ phương Tây. Thứ hai, nó sẽ tạo điều kiện cho một cuộc cách mạng nội bộ tiến tới phương Tây hóa toàn diện. Như vậy, các sự kiện lịch sử cuối cùng sẽ dẫn đến sự phương Tây hóa toàn diện. Nếu đúng như vậy, không phải chính sách hàng đầu là phương Tây hóa hoàn toàn sao? Với điều này, một mặt chúng ta rút ngắn được thời gian, mặt khác chủ động được quá trình Tây phương hóa để đối phó với những cú sốc mà một công việc như vậy chắc chắn sẽ gây ra cho xã hội. Chúng ta không thể phá hủy xã hội của mình, như trong trường hợp phương Tây hóa vô cớ.

Tóm lại, công cuộc Tây phương hóa chỉ có hiệu quả khi chúng ta được tự do tiến hành và thực hiện nó một cách toàn diện, nghĩa là trên các lĩnh vực quân sự, chính trị, xã hội và theo đó là kinh tế, văn hóa.

Tây hóa tự do là chủ động Tây hóa, bảo vệ độc lập, bảo vệ xã hội nhưng nhiều giá trị chuẩn mực phải đổi mới.

Nếu không tùy tiện Tây hóa, chúng ta cũng sẽ Tây hóa. Nhưng Tây phương hóa sẽ là không phương hướng và không mục đích. Sở dĩ các sự kiện phải diễn ra theo khuôn mẫu đã phân tích ở trên vì một nền văn minh là một tổng thể cân bằng, bao gồm các chuẩn mực giá trị, có giá trị trong mọi lĩnh vực.

Nếu chúng ta chấp nhận những thông lệ của phương Tây trong một lĩnh vực nào đó thì sớm muộn những thông lệ đó sẽ dần dần xuất hiện và buộc chúng ta phải chấp nhận những thông lệ của phương Tây trong một lĩnh vực khác có liên quan của hệ thống. Mặt khác, nếu chúng ta có được những kỹ thuật trong một lĩnh vực, chúng ta sẽ dần dần có được những nguyên tắc khoa học làm nền tảng cho việc phát minh ra những kỹ thuật đó. Và nếu chúng ta chấp nhận các nguyên tắc khoa học, thì cuối cùng chúng ta sẽ áp dụng lý luận dẫn đến các nguyên tắc khoa học. Tức là phương thức Tây phương hóa đi từ hẹp đến rộng, từ thấp lên cao, từ cụ thể đến trừu tượng. Và lẽ tự nhiên sẽ đến, không gì ngăn cản được. Đối với các yếu tố, như một tổng thể tạo nên trạng thái cân bằng, trong một nền văn minh, không thể tách rời. Sự sống của mỗi nguyên tố phụ thuộc vào sự có mặt của các nguyên tố khác. Lấy yếu tố công nghệ quân sự thì sớm muộn gì cũng phải lấy yếu tố khoa học, bởi vì mỗi yếu tố không thể sống một mình, mọi vật sẽ tự khôi phục lại trạng thái cân bằng mà từ đó nó nảy sinh và phát triển.

Trong mối quan hệ giữa hai nền văn minh, nền văn minh này dẫn đến nền văn minh khác và đến lượt nó lại tạo ra một nền văn minh hoàn toàn mới.

Ví dụ, nếu chúng ta mặc hàng dệt may của các nhà máy phương Tây, thì sẽ không lâu nữa chúng ta sẽ nhập các nhà máy tương tự để dệt vải phương Tây vào nước mình. Hết lần này đến lần khác, chúng ta sản xuất các nhà máy tại chỗ, và sau đó, nông dân của chúng ta rời khỏi cánh đồng để làm việc trong các nhà máy, và sau đó, ngoài giờ làm việc, họ thích giải trí phương Tây, và dần dần đầu óc của họ sẽ suy nghĩ theo cách của phương Tây , và cuối cùng, họ sẽ Tây hóa, cả về thể chất lẫn tinh thần. Đó là một quy luật xã hội nghiêm ngặt.

Làm thế nào là Tây phương hóa đến mức đủ cao?

Bài học từ nước Nga

Trong lĩnh vực này, lịch sử nước Nga là một bài học vô cùng quý giá.

Nga ở Đông Âu. Đối với châu Âu, Nga là tiền đồn, mỗi khi các bộ tộc du mục Mông Cổ và Hunnic ở vùng đồng hoang Đông Bắc Á đem quân đánh phá các dân tộc đã định cư trên hai lục địa Âu-Á. Vị trí địa lý đó đã dẫn đến những sự kiện lịch sử quan trọng sau đây. Quan trọng đến mức, sau mấy nghìn năm biến cố lật đổ, nó vẫn chi phối nặng nề các nguyên tắc ngoại giao giữa Nga và các cường quốc Âu Mỹ. Và đây là một ví dụ, rất sáng tỏ, để chứng minh rằng, trong đời sống của một dân tộc, một thời gian hàng thế kỷ hay hàng ngàn năm vẫn chưa thấm vào đâu. Và cuộc cách mạng Xô-viết Nga một lần nữa lại biến những sự kiện ấy thành một bằng chứng hết sức xác đáng để chứng minh rằng quá khứ của một dân tộc được tạo nên bởi những hoàn cảnh địa lý và những biến cố lịch sử mà không thể san bằng được dù bằng một cuộc cách mạng rất táo bạo, để xây dựng tương lai.

Ngay từ thế kỷ thứ 10, Nga đã có liên hệ thường xuyên và chặt chẽ với Đế chế La Mã; khi đế chế này chỉ có ảnh hưởng ở phía đông Địa Trung Hải và đặt kinh đô ở Constantinople, phía bắc Hy Lạp, Thiên chúa giáo cũng chia thành hai phái, phái phương Tây, Hồng y sống ở Rome và phái phương Đông, các hồng y sống ở Constantinople, đối kháng nhau về nhiều điểm thực hành và nghi lễ. Nước Nga vì có quan hệ với Constantinople nên theo giáo phái Ca Tô Đông Phương, còn các nước Âu Châu đều theo giáo phái Tây La Mã. Sự kiện này vừa là mầm mống chia rẽ giữa Nga và các nước châu Âu, vừa là di sản tinh thần chung của cả hai bên. Vì vậy, trong lịch sử quan hệ giữa Nga và châu Âu, tùy từng trường hợp, có lúc sự kiện trên có tác động là mầm mống chia rẽ, có lúc lại có tác động là di sản tinh thần chung.

Từ thế kỷ thứ 10 đến thế kỷ 13, di sản tinh thần chung thịnh hành nên thương mại giữa hai bên rất phổ biến. Và nhiều cuộc hôn nhân chính trị, một yếu tố rất quan trọng trong chế độ quân chủ, đã xảy ra giữa các quốc vương Nga và Anh-Pháp. Nếu tình trạng này kéo dài, thì bất chấp sự khác biệt giữa hai phe Công giáo, di sản tinh thần chung sẽ gắn kết Châu Âu và Nga thành một, và lịch sử đã có nhiều thay đổi lớn.

Nhưng sau đó, vào thế kỷ 13, các bộ tộc Mông Cổ, dưới sự lãnh đạo của Thành Cát Tư Hãn và các vị vua nối tiếp nhau, đã xâm chiếm hầu hết châu Á và một phần lớn châu Âu, hình thành nên một đế chế bao gồm các nước Đông Âu ngày nay (Ba Lan, Hungary, Romania, Bulgaria) trên khắp nước Nga, toàn bộ Trung Á, Nội Mông, Tây Tạng và toàn bộ Trung Quốc. Đế chế Mông Cổ thống trị nước Nga hơn 150 năm, ngày nay nơi đây còn lưu lại nhiều di tích vật chất và đặc biệt là một sự kiện có hệ quả lịch sử to lớn kéo dài nhiều thế kỷ: ách thống trị của người Mông Cổ. Họ đã cắt đứt mọi đường dây liên lạc nối liền nước Nga với nền văn minh phương Tây đang phát triển.

Trong khi nước Nga bị xâm lược, và nhờ vị thế là tiền đồn của Nga, các nước Tây Âu khác đã thoát khỏi ách đô hộ của Mông Cổ, thì các nước này, chẳng những không hề ra tay cứu giúp một đồng minh có chung di sản tinh thần, mà ngược lại , họ đã lợi dụng tình hình nước Nga suy tàn để cắt xén và chiếm đóng nhiều phần lãnh thổ của nước Nga.

Trong những lúc đó, chính mầm mống chia rẽ đã chiến thắng di sản tinh thần chung của sự kiện mà chúng ta vừa để cập ở trên. Và sau khi đế quốc Mông Cổ tan rã, nước Nga giành lại được độc lập, từ đó quan hệ giữa Nga và các nước Tây Âu luôn mang dấu vết cay đắng của thời kỳ quá khứ. Vì vậy, lịch sử quan hệ giữa hai bên chỉ là một cuộc chiến không ngừng, kéo dài cho đến ngày nay, có lúc Tây Âu thắng, có lúc Nga thắng, và chúng ta đang sống trong thời kỳ Nga đang thắng Tây Âu.

Tây Âu luôn thắng bất cứ khi nào công nghệ của họ tiên tiến hơn của Nga. Nhưng dân số đông và đất đai rộng lớn của Nga đã từng cứu Nga khỏi thất bại hoàn toàn. Sau đó, các nhà lãnh đạo Nga lại tìm cách tiếp thu những công nghệ mới, và khi hai bên ngang ngửa về mặt kỹ thuật, yếu tố dân số đã mang lại chiến thắng cho Nga. Trong thời gian vừa qua, công nghệ phương Tây đã tiến bộ hơn trước đồng thời mang lại chiến thắng cho phương Tây. Vở kịch cứ thế tiếp diễn, qua nhiều thế kỷ, bên này thắng bên kia thua, và đôi khi bên kia chiến thắng.

Sưu tầm kỹ thuật

Lúc đầu, việc đồng hóa công nghệ phương Tây không khó, bởi vì sự khác biệt giữa hai công nghệ chỉ nằm ở một số phát minh được coi là bí mật quan trọng.

Công nghệ chưa tiến bộ nhiều, phương pháp nghiên cứu chưa thường xuyên, các phát minh còn thô sơ và manh mún, đôi khi tình cờ tìm ra một phát minh mới. Và bất kỳ quốc gia nào nắm bắt được một phát minh mới, dù thô sơ nhưng hiếm có, đều nằm trong tay một sức mạnh vô địch có thể làm nghiêng cán cân lực lượng theo hướng có lợi cho mình.

Ở Trung Quốc, thời nhà Đường, vào thế kỷ thứ 7, một cơ hội đã đưa đến cho Tang Shimin một phát minh mà ngày nay chúng ta coi là phổ biến, nhưng đã đảo lộn thế giới vào thời điểm đó: yên ngựa có chân đứng. Trước đó, người cưỡi ngựa chỉ ngồi trên lưng ngựa, hai chân buông thông nên mất thăng bằng và kỵ binh chỉ là phương tiện di chuyển. Với phát minh mới, người ngồi trên lưng ngựa được gắn chặt vào con vật và kỵ binh trở thành vũ khí tấn công cực kỳ sắc bén và lợi hại. Chỉ nhờ hai sợi dây da thô sơ buộc vào yên ngựa, nhưng có tầm quan trọng không ngờ, triều đại nhà Đường, đã biến nước Trung Hoa đang nguy cấp lúc bấy giờ, đang sống dưới mối đe dọa bị xâm lược, thường lui tới của các dân tộc du mục ở Trung Á, thành một nước ở thế chiến thắng. Và nhà Đường không chỉ đánh bại các dân tộc xâm lược, giữ vững nền độc lập của Trung Quốc mà còn chinh phục lãnh thổ của họ, lập nên một đế chế hùng mạnh với nền văn minh đã tỏa sáng khắp thế giới thời bấy giờ trong hơn ba thế kỷ. Tất cả những thành tích đó chỉ nhờ vào đôi chân đứng trên yên ngựa.

Hơn nữa, những cái chân đứng đó, sau khi đã chấn hưng Trung Hoa đến tột cùng, vẫn có sức biến làn sóng chinh phục đang chảy từ Tây sang Đông, thành làn sóng chinh phục từ Đông sang Tây. Các dân tộc du mục Trung Á sau khi bị Trung Quốc chinh phục, đồng thời có được phát minh mới, nguyên nhân chính làm nên sức mạnh của nhà Đường, đã quay trở lại chinh phục các dân tộc láng giềng ở phương Tây và các nước láng giềng, làn sóng xâm chiếm chuyển từ Đông sang Tây. Việc phát minh ra bàn chân yên ngựa cũng theo cùng một làn sóng đi từ Đông sang Tây.

Vào cuối thế kỷ thứ 7, đôi chân yên ngựa bước vào xã hội Hồi giáo, và nhờ nó, xã hội này đã chinh phục hầu hết các vùng đất bao quanh Địa Trung Hải.

Ví dụ trên cho chúng ta thấy vai trò cực kỳ quan trọng của công nghệ đối với cuộc sống của các dân tộc. Trong lịch sử, vào thời khoa học còn chưa sơ khai, đã có nhiều trường hợp như vậy: làm chủ một phát minh công nghệ mới tức là thống trị một vùng.

Nhưng, cũng chính ký ức về những trường hợp như vậy đã khiến các nhà lãnh đạo của các quốc gia bên ngoài xã hội phương Tây, sau này, như chúng ta đã thấy, lầm tưởng rằng chỉ cần tiếp nhận công nghệ mới của phương Tây là đủ để bảo vệ nền văn minh cũ. Họ sai vì sau khi khoa học phát triển nghiên cứu có trật tự, tìm hiểu có phương pháp, các phát minh không còn rời rạc nữa mà trở thành di sản toàn vẹn của một nền văn minh. Vì vậy, như chúng ta biết, nếu chúng ta muốn thu thập một kỹ thuật phương Tây, chúng ta phải thu thập tất cả các kỹ thuật phương Tây.

Quay trở lại vấn đề đấu tranh giữa Liên Xô và các cường quốc phương Tây, chúng ta có thể hiểu rõ tại sao ban đầu, việc tiếp thu công nghệ phương Tây không khó đối với Nga. Nhưng càng về sau, từ khi khoa học còn sơ khai, các phát minh kỹ thuật ngày càng phức tạp và việc tiếp thu khó khăn hơn.

Chúng ta thấy rõ sự tiến triển của cường độ khó khăn, khi nhận ra rằng lúc đầu việc tiếp thu một kỹ thuật mới có thể được thực hiện một cách âm thầm, sau các trận chiến hoặc trong các cuộc trao đổi thương mại. Nhưng sau này, có thời gian đại đế Pierre của nước Nga đã phải đích thân hai lần cải trang sang các nước châu Âu cùng đoàn chuyên gia để tiếp thu công nghệ phương Tây. Và sau đó bắt đầu thu hút các kỹ thuật viên phương Tây với những lợi ích hấp dẫn.

Thu thập sáng tạo kỹ thuật.

Việc mua lại ngày càng khó khăn này có thể là một phần lý do tại sao, trong cuộc chiến với phương Tây, Nga liên tục bị áp đảo bởi công nghệ phương Tây. Lý do thứ hai dưới đây, trừu tượng hơn nhưng chính đáng hơn.

Trong tiếp thu công nghệ, Nga vẫn theo lối cũ nên vẫn tìm cách tiếp thu kỹ thuật chứ chưa bao giờ tìm cách tiếp thu khả năng của lý trí để có thể tạo ra công nghệ. Như vậy, khi nước Nga vừa làm chủ được một 'bó kỹ thuật' thì sức sáng tạo của phương Tây lại cho ra đời những kỹ thuật mới tinh vi hơn. Cho nên cách sưu tầm cũ nếu có thể áp dụng ở thời kỳ tiền khoa học thì ở thời kỳ khoa học cũng chỉ vừa đủ để người ta chạy theo phương Tây.

Lý do là trong quá khứ, các phát minh công nghệ là một sự tình cờ, có khi nảy ra chỗ này, lúc thì nảy ra chỗ khác. Nhưng từ ngày xã hội phương Tây vượt qua khoa học, phương pháp hóa nghiên cứu, quy phạm điều tra, các phát minh trở nên liên tục và biến thành độc quyền của những người vượt qua khả năng sáng tạo khoa học của mình. Vì vậy, vấn đề tiếp thu công nghệ, trước đây còn đơn giản, ở mức độ bắt chước, thì sau khi khoa học phát triển, phải nâng lên mức độ làm chủ sáng tạo khoa học. Phải thế, nếu những người tiếp thu công nghệ phương Tây không muốn luôn đi theo phương Tây và luôn bị công nghệ phương Tây chi phối.

Nghĩa là, công cuộc Tây phương hóa chỉ có hiệu quả khi nó được thực hiện đúng ở mức độ đủ cao.

Đó là bài học mà nước Nga, sau hàng thế kỷ trải nghiệm và với cái giá đắt, đã rút ra được. Và đó là bài học vô giá cho các nước trong tình thế phải Tây hóa để bảo vệ sự tồn vong của mình.

Chính nước Nga đã áp dụng ngay bài học đó trong cuộc cách mạng năm 1917. Và cuối cùng, cuộc cách mạng năm 1917 của Nga chỉ là một sự Tây phương hóa hoàn toàn và tự đặt mình lên một trình độ đủ cao. Tức là làm sao vượt qua sức sáng tạo khoa học của phương Tây. Tây phương hóa ở Nga là toàn diện, nhưng Tây phương hóa ở Nga đã đạt đến mức đủ cao chưa?

Thời gian còn quá sớm để chúng ta có thể đưa ra câu trả lời dứt khoát. Tuy nhiên, việc tạo ra tên lửa liên lục địa, vệ tinh và hành tinh nhân tạo, tàu vũ trụ và nhiều phát minh khác trong tương lai trên mọi lĩnh vực, tuy không kích thích được dư luận, nhưng lĩnh vực khoa học vẫn không kém phần quan trọng, vượt qua khả năng sáng tạo của nhiều nước phương Tây, là những triệu chứng cho chúng ta biết nước Nga đã thành công. Tuy nhiên, còn quá sớm để chúng ta có thể trả lời một cách dứt khoát. Ví dụ dưới đây làm rõ hơn tầm quan trọng tối cao của mức độ Tây phương hóa đủ cao.

Trường hợp của Nhật Bản

Cái hay khác thường của các nhà lãnh đạo Nhật Bản thời Minh Trị khi bị phương Tây tấn công là ở chỗ, dù không có kinh nghiệm mấy thế kỷ chống phương Tây như Nga, nhưng họ nhìn thấy ngay sự cần thiết của một cuộc Tây phương hóa toàn diện. Nhưng có lẽ khái niệm về đỉnh cao của Tây phương hóa chưa thật rõ ràng nên cho đến ngày nay, không thể phủ nhận công cuộc Tây phương hóa của Nhật Bản đã hoàn thành, nhưng sự kìm hãm sức sáng tạo khoa học của Nhật Bản vẫn chưa có cơ hội thể hiện rõ ràng như của Nga. Ngược lại, một số trường hợp lịch sử chứng minh rằng người Nhật trong quá trình Tây phương hóa toàn diện chưa đạt đến trình độ đủ cao.

Khi bắt đầu Chiến tranh Thái Bình Dương giữa Nhật Bản và Hoa Kỳ, các phi công Mỹ đã kinh hoàng trước hiệu suất, tốc độ, tầm hoạt động, khả năng điều khiển dễ dàng, hỏa lực và sức bền của các tàu khu trục Nhật Bản được gọi là Zéro. Và các cường quốc đều coi tàu khu trục của Nhật Bản là một triển khai hạng nhất trong thế giới khoa học hàng không của Nhật Bản. Nhưng sau hai năm chiến tranh, khi Mỹ dần dần xuất hiện những loại máy bay vượt trội Zéro về mọi mặt; Bộ Tổng tham mưu Nhật Bản và kỹ thuật hàng không Nhật Bản vẫn không thể tạo ra một chiếc máy bay nào tốt hơn chiếc Zéro. Như vậy quyền kiểm soát vùng trời đã rơi vào tay Hoa Kỳ và chiến thắng cuối cùng dành cho Hoa Kỳ như chúng ta đã biết.

Có thể nhiều yếu tố đã tác động cùng một lúc dẫn đến sự việc trên. Nhưng có một điều chắc chắn rằng, trong số những yếu tố đó, có một thực tế là công cuộc Tây phương hóa của Nhật Bản, mặc dù đạt được những kết quả rất tốt, nhưng vẫn chưa đến mức thuần hóa hoàn toàn sức sáng tạo khoa học của phương Tây.

Trong thời bình, mặc dù các bí mật quốc phòng vẫn được mỗi quốc gia bảo vệ chặt chẽ, thông tin khoa học vẫn được trao đổi giữa các cường quốc tiên tiến, bằng trao đổi văn hóa thông thường, hoặc bằng thông tin tình báo bí mật.

Do đó, sự khác biệt giữa các quốc gia về công nghệ thì không quá lớn. Nhưng trong thời đại chiến tranh, tất nhiên dòng chảy giao lưu bị gián đoạn và mỗi quốc gia phải sống bằng vốn sáng tạo của mình. Khi đó, nếu trình độ kiểm soát sáng tạo khoa học không cao, công nghệ sẽ thấp và ảnh hưởng nặng nề đến chiến tranh.

Trường hợp trên của Nhật Bản khẳng định hai điểm:

Tây hóa đến mức khá cao.

1. Đặc điểm cơ bản của việc đạt đến mức độ Tây phương hóa đủ cao.

2. Đạt tới trình độ Tây phương hóa đủ cao là cực kỳ khó.

Nếu chúng ta không đạt đến trình độ đủ cao trong Tây phương hóa, thì đó chính là mục đích của Tây phương hóa mà chúng ta không đạt được. Tức là kết quả của một quá trình Tây phương hóa chưa đủ cao, sẽ không giúp chúng ta bảo vệ được sự tồn vong của dân tộc, là nguyên nhân chính, vì chúng ta cho rằng Tây phương hóa là cần thiết.

Độc lập để Tây hóa.

Sau khi phân tích như vậy, chúng ta nhận thấy rằng chủ trương của một số nhà cách mạng trước đây cho rằng chúng ta nên hợp tác với Pháp để khôi phục Việt Nam là một chủ trương sai lầm. Đó là sai lầm vì những người này đã không phân tích thấu đáo vấn đề, nên họ nghĩ rằng người nước ngoài có thể phải chịu trách nhiệm cho một quá trình Tây hóa như chúng ta đã trình bày ở trên. Thực ra, trong thời gian người Pháp ở đây, chúng ta đã Tây hóa.

Nhưng chính vì sự thống trị của Pháp ở đây, nên sự Tây phương hóa đó không thể đi theo hướng có lợi cho bọn ngốc. Vì vậy, nó đã mang đến những hậu quả vô cùng tai hại, mà chúng ta đều biết.

Như vậy, điều kiện tiên quyết và thiết yếu để thực hiện Tây phương hóa là độc lập. Chỉ có độc lập, chúng ta mới có thể chủ động vận mệnh của mình và dẫn dắt quá trình Tây phương hóa, mà sự thành bại của nó quyết định tương lai của chúng ta trong những thế kỷ tới.

Theo đó, những nhà cách mạng chủ trương hợp tác với Pháp đã đi sai đường. Chính sách của họ chỉ có thể được dung thứ với hiệu quả của một chiến lược theo từng giai đoạn nhằm giảm bớt sự đau khổ của người dân. Chính sách của những người cách mạng chống Pháp là chính sách triệt để. Vì vậy, như chúng ta đã biết, và như chúng ta sẽ phân tích chi tiết hơn sau này, các nhà lãnh đạo Việt Nam, theo đường lối Cộng sản, đã hành động đúng hoàn cảnh khi tập hợp dưới lá cờ Cộng sản của Liên Xô trong cuộc chiến tranh giành độc lập. Nhưng độc lập không phải là mục đích, mà chỉ là điều kiện cấp bách, như chúng ta vừa thấy ở trên, để có thể thực hiện công cuộc phát triển đất nước và khi bước vào giai đoạn phát triển đất nước, việc giành độc lập dưới lá cờ Cộng sản vẫn là một hành động có lợi cho dân tộc? Chúng tôi sẽ trả lời câu hỏi một cách chi tiết sau. Còn bây giờ chúng ta chỉ nên biết rằng mặc dù tự tập hợp dưới lá cờ Cộng sản, cuộc đấu tranh giành độc lập đã thu được nhiều kết quả. Nhưng không phải vì những thành tựu đó mà có thể khẳng định rằng muốn đạt được những thành tựu tích cực tương tự trong giai đoạn phát triển thì cần phải tập hợp dưới lá cờ Cộng sản như nhiều người đã từng nghĩ. Hoàn cảnh đã thay đổi và vấn đề đã thay đổi, giải pháp không thể giữ nguyên.

Tây phương hóa và bản chất dân tộc.

Về vấn đề Tây phương hóa, chúng ta vẫn phải trả lời một câu hỏi. Nếu phải tiến hành Tây phương hóa toàn diện và đến mức đủ cao như đã nói ở trên thì bản chất dân tộc ta có còn không? Và, nếu sau khi Tây phương hóa, bản chất của dân tộc đã mất đi, thì công cuộc Tây phương hóa có còn đáng để theo đuổi với bao công sức và hy sinh của toàn dân? Và nếu đúng như vậy thì chúng ta tiến hành Tây phương hóa để bảo vệ cái gì?

Trước tiên chúng ta nên bình luận về những sự kiện sẽ xảy ra nếu chúng ta không tùy tiện Tây phương hóa. Như chúng ta đã thấy, nếu không tùy tiện Tây hóa, trước hết chúng ta sẽ mất độc lập, sau đó sẽ mất chủ quyền quyết định vận mệnh của dân tộc mình. Sau đó, Tây phương hóa vẫn sẽ làm việc cho chúng ta, nhưng chúng ta sẽ không lãnh đạo và hướng dẫn. Một sự Tây phương hóa vô cớ sẽ dẫn đến sự tan rã của xã hội chúng ta.

Và nếu đúng là Tây hóa tự nguyện, có dẫn dắt không làm tan rã xã hội, mà có thể làm mất đi bản chất dân tộc, thì chúng ta có thể khẳng định rằng, Tây hóa bắt buộc, không dẫn dắt, làm tan rã xã hội, chắc chắn sẽ mất đi bản chất dân tộc gấp vạn lần.

Như vậy, giữa hai thái độ Tây phương hóa tự nguyện và Tây phương hóa bắt buộc không còn chút đắn đo nào nữa. Dù thế nào, chúng ta cũng phải chọn thái độ tự nguyện Tây hóa, cho dù vì sự Tây hóa đó mà bản chất dân tộc của chúng ta đã mất đi. Nếu thua thật thì ít nhất chúng ta vẫn bảo vệ được độc lập, chủ quyền của mình và sự toàn vẹn của xã hội.

Nhưng chúng ta sẽ chỉ ra dưới đây rằng không gì có thể thuyết phục chúng ta rằng Tây phương hóa, như chúng ta cho rằng, sẽ dẫn đến đánh mất bản sắc dân tộc.

Trước hết, chúng ta cần hiểu công cuộc Tây phương hóa toàn diện đòi hỏi chúng ta những gì.

Sau đó, chúng ta cũng xem xét mức độ Tây phương hóa đủ cao đòi hỏi chúng ta phải làm gì? Dựa vào đó, chúng ta sẽ có đủ tư liệu để trả lời câu hỏi đặt ra ở đầu chương này.

Cơ chế Tây phương hóa

Như đã nêu ở trên, nguồn gốc của Tây phương hóa tự nguyện trước hết là ý chí tiếp thu các kỹ thuật tổ chức quân sự và kỹ thuật trang bị vũ khí quân sự.

Thường thì những người lãnh đạo, những người ủng hộ việc tiếp thu các kỹ thuật trên, có ý định dừng lại sau giai đoạn đó. Nhưng làm như vậy sẽ là phủ nhận một quy luật xã hội không thể tránh khỏi: khi hai nền văn minh gặp nhau, họ tháo gỡ một chuỗi các sự kiện diễn ra theo một khuôn mẫu nhất định. Và với tất cả nỗ lực và phương tiện có thể, ngay cả ở giai đoạn này, không thể ngăn chặn được các nhà lãnh đạo đã bắt đầu công cuộc Tây phương hóa. Phương Tây hóa sẽ có tác dụng với họ hoặc không có họ. Ở một khía cạnh nào đó, sau lĩnh vực quân sự, làn sóng Tây phương hóa sẽ tràn sang lĩnh vực cơ cấu chính trị. Hiếm có lĩnh vực cấu trúc chính trị nào được Tây phương hóa một cách suôn sẻ, trừ khi bản thân các nhà lãnh đạo nhận thức rõ ràng vấn đề tự nguyện Tây hóa, như ở Nhật Bản. Thông thường, sau nhiều biến động chính trị, cơ cấu chính trị của chế độ cũ nhường chỗ cho cơ cấu chính trị kiểu phương Tây. Chẳng hạn, chế độ quân chủ chuyên chế nhường chỗ cho chế độ quân chủ lập hiến kiểu Anh hay chế độ cộng hòa kiểu Pháp, hoặc chế độ tổng thống kiểu Mỹ. Vì lĩnh vực chính trị là lĩnh vực chi phối toàn bộ đời sống của dân tộc nên sự phản kháng làn sóng Tây phương hóa thường mạnh nhất ở lĩnh vực này, và Tây hóa cũng đẫm máu nhất ở lĩnh vực này.

Nhưng sau đó, từ lĩnh vực cơ cấu chính trị sang lĩnh vực giáo dục và sản xuất kinh tế, công việc trở nên dễ dàng và dường như không còn trở ngại. Từ đây, quá trình Tây phương hóa bước sang một giai đoạn mới. Trước đây, chính sách Tây phương hóa chưa hoàn toàn thắng lợi và phải rất khó khăn mới len lỏi được vào nội thành của xã hội bị tấn công. Nhưng từ đây, chính sách đã được thực hiện.

Sau khi hoàn thành, bước sang một giai đoạn mới, quá trình Tây phương hóa toàn diện sẽ không còn gặp phải những trở ngại do chính sách bảo thủ tạo ra. Quá trình Tây phương hóa thành công hay không, từ nay trở đi, chỉ phụ thuộc vào quan niệm Tây phương hóa đến mức độ nào hay không ở trình độ của người lãnh đạo.

Tây hóa sâu và rộng hoặc thất bại và sụp đổ.

Giai đoạn mới này có một tính năng khác. Cho đến nay, chính sách Tây phương hóa chỉ liên quan đến một số nhà lãnh đạo. Chủ trương Tây phương hóa cũng là họ, mà cũng là họ chống đối. Nhưng từ đây trở đi, vấn đề Tây phương hóa vốn đã ổn định trong giới của họ, mới bắt đầu lan rộng ra đại chúng. Và suy cho cùng, sự thành bại của Tây phương hóa nằm ở chỗ Tây hóa có thực sự lan rộng và ăn sâu vào quần chúng? Nếu Tây hóa lan rộng và ăn sâu vào quần chúng, thì trong thời gian ngắn hay dài, tùy theo biện pháp tiến hành công cuộc Tây hóa mà Tây hóa sẽ bén rễ vào quần chúng. Và ngược lại, những năng lượng phát sinh từ quần chúng đã bắt đầu Tây phương hóa, kết hợp với nhau để tạo thành một sự hỗ trợ vừa củng cố vừa thúc đẩy Tây phương hóa.

Ngược lại, nếu Tây phương hóa không lan rộng và ăn sâu vào quần chúng, thì chỉ trong một thời gian ngắn, quần chúng sẽ tách ra khỏi giai cấp thống trị, và xã hội sẽ rơi vào tình trạng phân ly rất nguy hiểm, nguy hiểm cho sự tiến bộ của cộng đồng xã hội. Một bên thiểu số Tây hóa, một bên đại đa số vẫn sống theo những giá trị chuẩn mực cũ. Khoảng cách sẽ rất lớn giữa hai bên, và sẽ không thể lãnh đạo được, giữa hai nhóm người không cùng lối suy nghĩ và không tôn trọng những chuẩn mực chung. Trong trường hợp đó, sự nắm giữ quyền lực của nhóm, vốn đã tách khỏi quần chúng, là một hiện trạng bất thường chỉ có thể được duy trì bằng các biện pháp cứng rắn của cảnh sát. Tình hình đã chín muồi cho một cuộc cách mạng. Cách mạng sẽ nổ ra, khi quần chúng được tập hợp bởi một người lãnh đạo bằng uy tín cá nhân, hoặc bởi một đảng bằng một đường lối, hoặc lại nữa, khi có ngoại xâm. Vì vậy, chúng ta thấy tất cả những nguy hiểm nếu Tây phương hóa thất bại ở giai đoạn này, đồng thời nhận ra đặc điểm cốt yếu của một thành công.

Tây hóa nửa chừng.

Bây giờ chúng ta quay trở lại các giai đoạn tiến bộ của phương Tây hóa. Quá trình Tây phương hóa, dù thất bại một nửa, của các quốc gia Cận Đông cung cấp cho chúng ta một bản báo cáo khá đầy đủ về tiến trình Tây phương hóa trong mỗi thời kỳ. Nhờ điều này, chúng ta biết chắc chắn các sự kiện dưới đây.

Vì chính sách Tây hóa đã đi vào cơ cấu chính trị của một quốc gia, thì việc lan tỏa sang các lĩnh vực giáo dục, kinh tế không còn khó khăn nữa.

Từ hai lĩnh vực này, quá trình Tây phương hóa bắt đầu bén rễ và lan rộng ra đại chúng. Ở nhiều quốc gia Cận Đông, ý chí Tây phương hóa đến mức này đã chấm dứt, vì chính quyền trung ương không có khả năng huy động quần chúng.

Trong trường hợp đó, quá trình Tây phương hóa sẽ bắt đầu thất bại và sẽ mang lại những hậu quả xấu, như chúng ta đã thấy ở trên. Cũng chính nhờ những thất bại đã nêu ở trên mà chúng ta biết được rằng trong các lĩnh vực của đời sống quốc gia, lĩnh vực của đời sống bình thường, mà ngày nay chúng ta quen gọi là lĩnh vực xã hội và văn hóa, là hai lĩnh vực chống lại phương Tây hóa nhiều nhất, sau lĩnh vực tôn giáo mà chúng ta sẽ thảo luận riêng sau.

Điều này xảy ra như vậy vì hai lý do. Trước hết, Tây phương hóa càng đi sâu vào những lĩnh vực liên quan đến quần chúng, thì lực cản đó càng mạnh, bắt nguồn từ sự thụ động của quần chúng. Lý do thứ hai là, sự phản kháng càng mạnh mẽ hơn khi đụng đến những lĩnh vực liên quan đến di sản tinh thần của dân tộc. Nếu hai lý do trên có dịp gặp nhau trong một lĩnh vực thì lực cản còn mạnh hơn: Chẳng hạn lĩnh vực tín ngưỡng, tôn giáo.

Cho đến ngày nay, không có sự Tây phương hóa nào, kể cả hai cuộc Tây phương hóa thành công nhất của Nga và Nhật Bản, vượt qua lĩnh vực tôn giáo. Thực tế này giải thích tại sao thế giới ngày nay, mặc dù dưới sự thống trị hoàn toàn của công nghệ phương Tây, vẫn bị chia cắt thành nhiều khu vực văn hóa và tôn giáo rõ rệt.

Phần II-B

MỘT VÍ DỤ LỊCH SỬ

⸺⸺◆≋≋◆⸺⸺

Nếu cho rằng, có lẽ chưa đủ lâu để những công cuộc Tây phương hóa nói trên hoàn toàn thâm nhập vào lĩnh vực tôn giáo, chúng ta có thể lấy trường hợp của đế chế Hy Lạp - La Mã. Mã hóa trong quá khứ đối với các quốc gia trong phạm vi ảnh hưởng của họ, để thêm một bằng chứng khác rằng Tây phương hóa ngày nay không vượt qua lĩnh vực tôn giáo.

Ngày xửa ngày xưa, các quốc gia từng là một phần của Đế chế La Mã đã bị La Mã hóa hoàn toàn trong mọi lĩnh vực ngoại trừ lĩnh vực tôn giáo, mặc dù sự thống trị của Đế chế La Mã đã kéo dài gần một nghìn năm. Hơn nữa, sau này, nó là một tôn giáo phương Đông, Cơ đốc giáo, thống trị toàn bộ Đế chế La Mã Hy Lạp lúc bấy giờ. Nhưng đó là vấn đề có phạm vi rộng lớn mà chúng tôi không thể trình bày hết ở đây. Bây giờ xin lưu ý thêm một điểm: Tây phương hóa không vượt qua lãnh vực tôn giáo. Chúng ta sẽ trở lại vấn đề này sau.

Về mặt văn hóa, tình hình hơi khác một chút. Văn hóa dân tộc bắt nguồn từ di sản tinh thần kế thừa từ quá khứ, một mặt bao gồm những sáng tạo văn hóa truyền khẩu, văn học, mặt khác là bản sắc tư tưởng của dân tộc mà di sản đó đã hun đúc từ bao đời nay. Giờ đây, mở cửa đón nhận nền văn minh phương Tây có nghĩa là tiếp nhận nhiều sáng tạo văn hóa hơn.

Nhưng sự thừa nhận, dù quan trọng đến đâu, cũng không phủ nhận di sản tinh thần của quá khứ.

Vì vậy, khuôn mẫu tư duy truyền thống của dân tộc nếu bị ảnh hưởng ít nhiều thì vẫn giữ nguyên bản chất của nó. Như vậy chúng ta nên chia lĩnh vực văn hóa thành hai phần: phần thứ nhất là phần văn hóa hấp thụ và phần thứ hai là phần văn hóa sáng tạo. Phần hấp thụ sẽ tiếp thu văn hóa phương Tây và bị phương Tây hóa. Nhưng phần sáng tạo chắc chắn sẽ giữ tính dân tộc vì chịu ảnh hưởng của khuôn mẫu tư duy truyền thống.

Như vậy chúng ta có thể tin rằng Tây phương hóa sẽ không mất đi tính chất dân tộc, nếu chúng ta sau khi làm chủ kỹ thuật phương Tây, đạt đến trình độ sáng tạo với các phương tiện kỹ thuật đó. Các sự kiện dưới đây có thể đóng vai trò là bằng chứng để hỗ trợ cho khẳng định trên.

Các dân tộc ở châu Âu đều sống trong một nền văn minh kỹ thuật chung. Không những mọi phương tiện kỹ thuật sản xuất, giao thông, thông tin, v.v... đều giống nhau, mà ngay cả những chi tiết trong đời sống hàng ngày cũng giống nhau, mặc giống nhau, ăn giống nhau. Nhưng tất cả các sáng tác ở mỗi ngành của mỗi dân tộc đều khác nhau. Chẳng hạn, âm nhạc của người Đức không bao giờ giống âm nhạc của người Anh. Nghĩa là, dù sống trong một bầu không khí văn minh công nghệ độc đáo, những di sản tinh thần của mỗi dân tộc vẫn được bộc lộ trong những sáng tạo của mình.

Sau hơn bốn mươi năm phương Tây hóa triệt để, thâm nhập vào mọi lĩnh vực của đời sống, những sáng tạo văn hóa của Liên Xô vẫn mang đậm tính dân tộc Nga.

Sau hơn một trăm năm Tây phương hóa toàn diện, những sáng tạo văn hóa của Nhật Bản vẫn mang đậm bản sắc dân tộc Nhật Bản.

Có lẽ chúng ta không cần phải kéo dài cuộc tranh luận ở đây. Chúng ta có thể khẳng định rằng Tây phương hóa toàn diện không làm mất đi tính dân tộc, miễn là chúng ta phải vươn lên tầm sáng tạo. Tất nhiên, dưới mức này, tính chất dân tộc không được bộc lộ, và trong bầu không khí đại chúng của nền văn minh công nghệ phương Tây, tính chất dân tộc dường như bị mất đi. Bây giờ, nếu xét theo bề ngoài đó, chúng ta sẽ rụt rè như các bậc trưởng thượng ngày xưa, sợ mất tinh thần dân tộc và công cuộc Tây hóa của chúng ta sẽ thất bại và kéo theo mọi hậu quả tai hại, như chúng ta đã biết.

Sự tác động lẫn nhau giữa tôn giáo và sự kiện Tây phương hóa.

Trước khi chuyển sang vấn đề Tây phương hóa ở một mức độ đủ cao, chúng ta hãy quay lại một chút với vấn đề tôn giáo và công việc Tây phương hóa. Tây phương hóa không vượt qua lĩnh vực tôn giáo và tín ngưỡng. Vấn đề này đã được cá nhân tôi để cập khi bàn về giới hạn ảnh hưởng của Tây phương hóa. Tuy nhiên, bản thân câu hỏi về tôn giáo không liên quan đến công việc Tây phương hóa.

Trước đây, xã hội phương Tây được xây dựng trên cơ sở tinh thần của Công giáo. Nhưng rồi nhiều mâu thuẫn nội bộ về giáo lý đã trở thành nguồn gốc của những cuộc chiến tranh tôn giáo tàn khốc làm suy thoái đức tin của quần chúng. Và rồi, sau khi thoát khỏi những ràng buộc về ý thức hệ của nhà thờ La Mã, khoa học phương Tây đã phát triển cho đến ngày nay và trang bị cho xã hội phương Tây những phát minh mạnh mẽ. Sự suy giảm niềm tin vào một tôn giáo từng ủng hộ những quan niệm hạn hẹp về vũ trụ đã làm lung lay nền tảng tôn giáo của xã hội phương Tây. Nhưng đúng vào lúc nền văn minh phương Tây chứng kiến sự suy giảm niềm tin vào sức mạnh tôn giáo mà Cơ đốc giáo đã hun đúc qua nhiều thế kỷ, thì nền văn minh phương Tây được tạo ra bởi khoa học cho chính nó sức mạnh kỹ thuật, mà hiệu quả của nó trong việc chinh phục thế giới vượt xa sức mạnh tôn giáo đã mất.

Gần đây, sau khi khoa học đã chứng tỏ không có khả năng giải quyết các vấn đề cơ bản của nhân loại, đã có một sự hồi sinh của tinh thần tôn giáo. Nhưng cho đến ngày nay, sự phục hưng tinh thần của xã hội phương Tây vẫn chưa đạt đến mức đủ cao để việc tiếp thu nền văn minh phương Tây mặc nhiên buộc phải tiếp thu tôn giáo phương Tây.

Vì vậy, trong giai đoạn hiện nay, có thể gọi là thời kỳ hậu tôn giáo của văn minh phương Tây, vấn đề tôn giáo không phải là vấn đề quan trọng đối với Tây phương hóa. Nhưng vấn đề tôn giáo có ảnh hưởng rất quan trọng đến sự phát triển của dân tộc như chúng ta sẽ thấy ở phần sau.

Tây phương hóa đến mức khá cao.

Hàng trăm năm kinh nghiệm của Nga và gần một thế kỷ kinh nghiệm của Nhật Bản chỉ cho chúng ta thấy hai điều:

Trước hết, một thời, để chống lại sự tấn công của nền văn minh phương Tây, chúng ta đã lao mình vào quá trình Tây phương hóa, và nếu quá trình Tây phương hóa của chúng ta không đạt đến mức đủ cao, thì mối đe dọa nói trên sẽ vẫn còn, và mục đích của Tây phương hóa sẽ không đạt được. Bởi vì, như chúng ta đã thấy trong trường hợp của hai nước nêu trên, và đặc biệt là trong thời kỳ đầu của trường hợp Nga, nếu chúng ta không Tây hóa đến mức đủ cao thì sẽ mãi chạy theo đuổi công nghệ của phương Tây và do đó mối đe dọa không kết thúc.

Cái thứ hai là do cái thứ nhất gây ra.

Muốn chấm dứt chạy theo công nghệ phương Tây thì phải kiểm soát sức sáng tạo khoa học của phương Tây. Sau đó, giống như Liên Xô ngày nay, chúng ta sẽ có thể đóng góp vào sự sáng tạo công nghệ chung của nhân loại. Với sự đóng góp này, tất nhiên chúng ta sẽ đạt được hai thắng lợi: thứ nhất, chúng ta sẽ ngang hàng với các nước khác trên thế giới về đóng góp cho nền văn minh nhân loại, và thứ hai, về đóng góp cho nền văn minh nhân loại. Đẳng cấp quý tộc đó, cũng như công nghệ tiên tiến của chúng ta, sẽ bảo vệ chúng ta khỏi mối đe dọa của các cường quốc, mối đe dọa vẫn đeo bám chúng ta cho đến ngày nay. Có một quan niệm sai lầm cho rằng một nước Tây phương hóa đạt đến trình độ đủ cao khi nước đó có thể tự cung tự cấp các sản phẩm khoa học kỹ thuật của phương Tây. Quan niệm đó sai ở chỗ đi ngược lại tính phổ quát và nhân bản của khoa học. Và một khoa học biệt lập là một khoa học không còn tiến bộ. Nhưng vấn đề này lại thuộc một lĩnh vực rộng lớn khác.

Trở lại vấn đề Tây hóa ở mức độ đủ cao, những đoạn này cho chúng ta thấy Tây hóa ở mức độ đủ cao, tức là Tây hóa cho đến khi chúng ta làm chủ được sức sáng tạo khoa học của phương Tây. Chừng nào chúng ta chưa thoát ra khỏi giai đoạn tiếp thu khoa học và công nghệ phương Tây, chúng ta sẽ không đạt được trình độ đủ cao. Chỉ khi chúng ta tận dụng, không chỉ khoa học và công nghệ phương Tây, mà cả các phương tiện sáng tạo khoa học và kỹ thuật, chúng ta mới đạt đến trình độ đủ cao trong quá trình Tây phương hóa.

Do đó, chừng nào chúng ta còn cảm thấy tự mãn sau khi tiếp thu khoa học và công nghệ phương Tây, thì quá trình Tây phương hóa đã bắt đầu thất bại. Trên thực tế, chừng nào các chuyên gia của chúng ta được cử đi du học nước ngoài vẫn còn tự mãn sau khi tiếp thu các kỹ thuật và khoa học của lĩnh vực tương ứng, thì quá trình Tây phương hóa của chúng ta sẽ vẫn đang diễn ra, ở mức độ thấp và luôn bị đe dọa bởi thất bại. Chỉ khi các chuyên gia của chúng ta, sau khi tiếp thu các kỹ thuật và khoa học trong nghề của họ, mới nhận thức đầy đủ rằng họ mới chỉ vượt qua giai đoạn sơ bộ và vẫn cần nỗ lực. Khi chúng ta đạt đến điểm mà chúng ta có thể kiểm soát được tính sáng tạo trong ngành của mình, thì quá trình Tây phương hóa của chúng ta sẽ đi đúng hướng và có hy vọng thành công.

Những sự kiện trên giải thích cho chúng ta tại sao trong thời kỳ Pháp thuộc, nhóm tân thực dân mới tây hóa rất thấp, đạt được một vài bằng cấp cao đã trở nên tự mãn và từ đó ngừng tiến bộ. Thực tế này chứng tỏ rõ ràng công cuộc Tây hóa của chúng ta thời Pháp thuộc không có người hướng dẫn, không có người lãnh đạo nên những người "tân theo" không biết đi đâu cho đúng. Không chỉ tự mãn, làm sao có đủ ý chí để thực hiện một công cuộc Tây phương hóa đến mức đủ cao, đòi hỏi nhiều nỗ lực và hy sinh?

Một mức độ Tây phương hóa đủ cao là cần thiết cho sự phát triển quốc gia, nhưng làm thế nào để Tây phương hóa đạt đến mức độ đó?

Sau những phân tích trên, chúng ta không còn rơi vào sai lầm phổ biến là tiếp thu khoa học kỹ thuật khi đã đạt đến trình độ đủ cao. Và chúng ta biết rằng để đạt được điều đó, chúng ta phải chế ngự khả năng sáng tạo khoa học và kỹ thuật của mình. Đó là học bí quyết của người phương Tây đã giúp họ khai sinh ra khoa học kỹ thuật.

Đặc điểm của nền văn minh phương Tây.

Sau khi tiếp thu khoa học kỹ thuật phương Tây, mọi người đều thừa nhận rằng khoa học kỹ thuật phương Tây có những đặc điểm sau: lý luận chính xác, tổ chức có trật tự và minh bạch. Và hầu hết đều cho rằng chính tinh thần khoa học phương Tây đã tạo nên những đặc điểm này. Đó là một sai lầm rất phổ biến, và nếu nghĩ như vậy thì không thể tìm ra bí mật đã giúp phương Tây sáng tạo ra khoa học và công nghệ.

Chân lý là những đặc điểm: tính hợp lý, trật tự và minh bạch trong tổ chức là những đặc điểm của nền văn minh phương Tây. Và chính nhờ những tính chất này mà nền văn minh phương Tây đã sáng tạo ra khoa học. Khoa học coi những tính chất này là những tính chất bẩm sinh chứ không phải khoa học sinh ra chúng. Vì vậy, việc tiếp thu khoa học kỹ thuật của phương Tây chưa đủ để làm cho con người tiếp thu sáng tạo khoa học, tiêu chuẩn của một sự Tây phương hóa thành công đến mức đủ cao.

Trước khi khoa học phát minh và phát triển như ngày nay, người phương Tây thường suy luận chính xác và minh bạch trong tổ chức. Ngược lại, chẳng hạn, lý luận của người dân trong xã hội Đông Á là trực giác, thị giác và do đó mơ hồ. Nhưng chính người phương Tây đã thừa hưởng những đặc điểm đó của nền văn minh Hy Lạp và La Mã. Tính chính xác trong lập luận, trật tự và minh bạch trong tổ chức vốn có trong cấu trúc câu của tiếng Hy Lạp cũng như tiếng La Mã.

Sau khi Đế quốc La Mã phương Tây, có thủ đô là Rome, sụp đổ, xã hội phương Tây đã trải qua một thời kỳ đen tối vì hai lý do. Trước hết, cuộc xâm lược của các bộ lạc man rợ đã cắt đứt xã hội phương Tây với cội nguồn Hy Lạp và La Mã. Lý do thứ hai là do sự tồn tại của xã hội Công giáo phương Tây, nhà thờ La Mã, trong thời kỳ hỗn loạn lớn, đã buộc phải chấp nhận một quan điểm cực đoan. Do đó, nếu nhà thờ với tư cách là người được ủy thác của nền văn minh Hy Lạp-La Mã cổ đại đã cứu vãn phong tục trật tự và minh bạch trong cuộc sống, thì nó đã thất bại trong việc bảo tồn đặc điểm chính xác của học thuyết của các nền văn minh Hy Lạp và La Mã.

Sau đó, nhờ tình hình tương đối ổn định, sự nối lại của nền văn minh Hy Lạp - La Mã được thực hiện và xã hội phương Tây bước vào thời kỳ thường gọi là thời kỳ Phục hưng, sự hồi sinh tinh thần của nền văn minh Hy Lạp - La Mã, đồng thời xóa bỏ khung tư tưởng của nhà thờ. Và kể từ đó, với sự hợp nhất về chính trị của các quốc gia trong xã hội phương Tây, khoa học mới được phát minh và phát triển mạnh mẽ.

Sở dĩ các sự kiện lịch sử trên được nhắc lại là để chứng minh rằng bí quyết giúp người phương Tây sáng tạo ra khoa học kỹ thuật chính là ba đức tính ngăn nắp, minh bạch trong tổ chức và chính xác của lý trí. Họ đã sử dụng những phẩm chất này như những công cụ giải phẫu sắc bén để hiểu vũ trụ và sự sáng tạo. Nếu không có những công cụ khám phá đó, việc hiểu biết về vũ trụ và sự sáng tạo sẽ không thể thực hiện được. Và nếu sự hiểu biết về vũ trụ và sự sáng tạo không thể thực hiện được thì khoa học không thể phát minh và phát triển. Thiết nghĩ nên nhắc lại một lần nữa rằng người phương Tây không chỉ gọn gàng, minh bạch trong tổ chức và chính xác trong lý trí của họ trong lĩnh vực khoa học. Họ có trật tự, tổ chức minh bạch và chính xác hợp lý trong câu nói, lời nói, hành động và cuộc sống hàng ngày của họ. Qua nhiều thế kỷ, những đức tính này đã được rèn giũa thành tinh thần của công nghệ phương Tây.

Trở lại với sự hiểu biết về vũ trụ và sự sáng tạo ở trên, chúng ta nên nói thêm rằng một khi chúng ta có công cụ khám phá, sự hiểu biết về vũ trụ có thể không thành công, nếu chúng ta có quan niệm chấp nhận vũ trụ như Thượng Đế đã ban cho nó, và nên không cần hỏi thêm. Nhưng đây là một điểm đã vượt qua lĩnh vực tôn giáo và phương Tây hóa bên dưới.

Chính vì vậy, muốn kiểm soát sức sáng tạo khoa học của mình, chúng ta cần phải truyền cho dân tộc mình những đức tính nói trên. Nói rõ hơn, đồng thời với sự tiếp thu khoa học và công nghệ một cách tự nhiên, chúng ta phải thấm nhuần vào đầu óc mọi người thói quen nề nếp, minh bạch trong tổ chức, và tính chính xác của lý trí. Đó là cơ sở của một quá trình Tây phương hóa hợp pháp có phương hướng và mục đích. Vấn đề đã được đặt ra như vậy, thì chúng ta mới ý thức được tầm quan trọng của công cuộc Tây phương hóa mà chúng ta cần phải thực hiện, không phải Tây hóa một bộ phận người nào mà Tây hóa cả dân tộc. Không phải Tây hóa trên khuôn mặt, chỉ bắt chước lối sống của người phương Tây, mà Tây hóa để tiếp cận với tinh hoa của văn minh phương Tây. Công việc quá vĩ đại, nên mặc dù chúng ta chưa bàn đến các chi tiết thực tế, nhưng ngay bây giờ chúng ta cũng có thể hình dung được tầm quan trọng của các phương tiện được sử dụng, cũng như mức độ nặng nề của những hy sinh cần thiết và sự liên tục và kéo dài tính chất của những nỗ lực phi thường cần thiết.

Chúng ta phải có trật tự, minh bạch trong tổ chức và chính xác trong lý trí, không chỉ với lĩnh vực nào mà trong mọi lĩnh vực của đời sống, không chỉ với một trình độ tri thức nào đó mà với mọi người, mọi trình độ dân trí.

Nghĩa là, trật tự, minh bạch trong tổ chức và chính xác của lý trí phải chi phối mọi hoạt động của chúng ta, trong gia đình cũng như ngoài gia đình, từ sinh hoạt bình thường đến sự phát triển cao nhất của gia đình. Vì vậy, vai trò của mỗi người rất quan trọng, và vì vậy, vai trò của người phụ nữ trong gia đình có quan hệ rất mật thiết với sự phát triển của quốc gia.

Nhìn theo cách này, chúng ta vẫn phân biệt rõ đặc điểm của hai quá trình Tây phương hóa. Tây hóa gượng ép, không định hướng, không mục đích, dưới thời Pháp thuộc, chỉ là Tây hóa nông cạn, của một lũ người. Ngay cả phụ nữ cũng bị loại khỏi việc theo cái mới: trong khi đàn ông mặc đồ Tây, theo kiểu Tây, nói tiếng Tây, thì phụ nữ vẫn phải ăn mặc theo ta, nói tiếng ta, để bảo vệ thuần phong mỹ tục Việt Nam.

Ngược lại, Tây phương hóa có chủ đích và được dẫn dắt một cách tự nguyện, như chúng ta nghĩ về nó ngày nay, là một sự Tây phương hóa hoàn toàn cho tất cả mọi người và ở một mức độ đủ cao để đạt được các mục tiêu Tây phương hóa.

Tất nhiên, một công việc có quy mô lớn như vậy đòi hỏi của toàn dân, những nỗ lực phi thường một cách liên tục và lâu dài, những hy sinh to lớn và nặng nề. Nhưng thực hiện công cuộc phát triển đất nước vĩ đại có tầm cỡ như vậy là một hành động có sức hấp dẫn tột bậc đối với mọi thành phần dân tộc.

Một quốc gia phát triển vĩ đại đến mức đó, mạnh mẽ như thủy triều dâng lên, cuốn hút và lôi cuốn tất cả mọi người, vì đó là lẽ sống của quốc gia.

Tự nguyện phương Tây hóa.

Phương Tây hóa tự nguyện, có định hướng và có mục đích phải toàn diện và ở mức đủ cao. Tây hóa phải ăn sâu bám rễ và lan rộng ra toàn dân. Ngược lại, một sự Tây phương hóa gượng ép như thời Pháp thuộc, không lãnh đạo, không mục đích, hỗn độn và nông cạn, chỉ giới hạn trong một nhóm người thường xuyên tiếp xúc với người Pháp. Quá trình Tây hóa thời Pháp thuộc là một quá trình tự nó phát sinh như cỏ dại, mọc khắp nơi, không ai chăm sóc, không ai quan tâm.

Công cuộc Tây hóa mà chúng ta chủ trương là công trình do chúng ta tạo ra giống như trồng một cái cây quý, luôn phải chăm sóc, bón phân, tưới nước cho nó.

Vì những lý do này, những nỗ lực Tây phương hóa của chúng ta phải tập trung vào quần chúng. Ở nước ta, phần lớn dân số sống ở nông thôn. Và logic đã dẫn đưa chúng ta đến một kết luận có ý nghĩa tối quan trọng đối với hành động của chúng ta trong tương lai: Quá trình Tây phương hóa của chúng ta phải tập trung nỗ lực vào nông thôn, nơi tập trung phần lớn nhân lực và tài sản của quốc gia. Nếu không, chúng ta sẽ rơi vào sai lầm của các nhà lãnh đạo các quốc gia Cận Đông mà chúng ta đã thấy ở trên: tất nhiên quá trình Tây phương hóa của chúng ta sẽ chỉ giới hạn trong một nhóm nhỏ. Công cuộc Tây phương hóa sẽ thất bại và dần dần quần chúng sẽ tách ra khỏi nhóm lãnh đạo, và tình hình đó sẽ tạo điều kiện thuận lợi cho một cuộc cách mạng tiêu diệt riêng nhóm Tây hóa.

Lý do chúng ta ủng hộ một quá trình Tây phương hóa ở mức độ đủ cao là để kiểm soát sự sáng tạo khoa học và kỹ thuật. Khoa học và kỹ thuật phương Tây mà chúng ta đã tiếp thu là phương tiện. Các ưu điểm của sự ngăn nắp và minh bạch trong tổ chức, và tính chính xác của lý trí, sẽ cho phép chúng ta không chỉ sử dụng mà còn biến đổi những phương tiện này. Vì vậy, khi chúng ta Tây hóa đến một trình độ đủ cao, chúng ta đã đạt đến cảnh giới của sự sáng tạo, và chúng ta đã thấy rằng ở mức độ đó, thì quá trình Tây phương hóa không làm mất đi bản chất dân tộc.

Hơn nữa, chẳng hạn, nếu bản chất dân tộc phải mất đi vì chúng ta đã tự tạo cho mình những đức tính ngăn nắp, minh bạch trong tổ chức và hợp lý, thì có lẽ bản chất dân tộc bao gồm những đặc điểm đối lập với những đặc điểm trên. Nếu vậy thì dù có đánh mất bản sắc dân tộc để được những đức tính trên cũng đáng.

Trong việc tìm kiếm các lập luận để trả lời câu hỏi được đặt ra ở đầu chương này, chúng ta đã đề cập và giải thích một cách tự nhiên mức độ Tây phương hóa đầy đủ và đủ cao là gì.

Tôn giáo và sự phát triển quốc gia theo phương Tây hóa.

Mục đích của Tây phương hóa là để phát triển dân tộc, và chúng ta cũng thấy rằng, nếu tôn giáo không quan trọng đối với Tây phương hóa thì ngược lại, tôn giáo là nhân tố đặc biệt quan trọng để phát triển đất nước. Bản chất thiết yếu của sự phát triển của quốc gia bằng phương tiện phương Tây hóa không còn cần phải chứng minh nữa. Trên cơ sở đó, dưới đây chúng ta trở lại với ảnh hưởng của tôn giáo đối với sự phát triển đất nước.

Tất cả các giáo lý đều dựa trên một khái niệm toàn thể về vũ trụ, trong đó cuộc sống của con người trong thế giới này và trong thế giới tiếp theo là phần quan trọng nhất. Đi vào chi tiết hơn, các khái niệm sẽ liên quan đến mối liên hệ giữa con người và vũ trụ, và đặc tính thần bí của sự phát sinh của con người từ vũ trụ. Hồi giáo và Thiên chúa giáo, tập trung vào phần sau của mệnh đề trên, đều giải thích số phận của con người sau khi rời khỏi thế giới trần gian. Phật giáo và Đạo giáo chú trọng phần trước mệnh đề, dạy nhiều về tiền kiếp. Ấn Độ giáo tập trung vào cả hai phần của mệnh đề và xây dựng lý thuyết về vũ trụ học. Nho giáo không phải là một tôn giáo.

Một lần nữa, chúng ta có thể chia giáo lý thành hai loại theo các tiêu chí sau:

- Loại thứ nhất là những giáo lý nhìn nhận cuộc sống trên thế gian này là chân thật và tìm cách giải quyết những vấn đề của nhân loại trong thế giới này.

- Loại thứ hai là những giáo lý phủ nhận cuộc sống ở thế gian này, không tìm cách giải quyết những vấn đề của con người trong cuộc sống ở thế giới này, và chỉ tập trung vào cuộc sống ở thế giới bên kia.

Cơ đốc giáo và Hồi giáo rơi vào loại đầu tiên. Phật giáo, Đạo giáo và Ấn Độ giáo rơi vào loại thứ hai.

Đây không phải là nơi để bàn về tôn giáo mà để tìm hiểu ảnh hưởng của tôn giáo đối với sự phát triển của dân tộc theo Tây hóa.

Chấp nhận cuộc sống và từ chối cuộc sống.

Cuộc sống trên trái đất này, dù chúng ta thừa nhận hay phủ nhận nó, đều tự nó tồn tại. Đó là điều hiển nhiên. Và đối với chủ nghĩa phủ nhận cuộc sống, chính vì có cuộc sống mà có những người đứng trong đó và phủ nhận cuộc sống. Do đó, những học thuyết phủ nhận sự sống đã tự nhiên chứa chấp, ngay từ đầu, một mâu thuẫn không bao giờ có thể giải quyết được. Các học thuyết nhìn nhận cuộc sống, không có sự mâu thuẫn đó.

Mâu thuẫn đó ảnh hưởng đến thực tế như thế nào?

Các thuyết phủ nhận sự sống dĩ nhiên dạy tín đồ không chú trọng đến cuộc sống hiện tại, chỉ tìm cách giải quyết vấn để vật chất của thế giới này, chỉ đủ để nuôi sống, chờ ngày sang thế giới bên kia. Nhưng, những mâu thuẫn nội tại đã bộc lộ trong những tín điều này, vì khi đó tín đồ sẽ sống mà không sống, hoặc không sống mà sống.

Các học thuyết thừa nhận sự sống, trong khi không phủ nhận thế giới bên kia, dạy các tín đồ tìm kiếm giải pháp tức thời cho các vấn để vật chất của thế giới này, đồng thời sống hết mình và sống sao cho đáng sống.

Do đó, những người theo giáo lý phủ nhận cuộc sống sẽ có xu hướng trốn tránh cuộc sống, từ chối đấu tranh cho cuộc sống và không sẵn sàng đối mặt với những khó khăn của cuộc sống. Nghĩa là sẽ không muốn và không dám sống mạnh mẽ.

Ngược lại, những người theo học thuyết nhìn nhận sự sống sẽ có xu hướng tìm kiếm sự sống, nhìn nhận sự đấu tranh để sống và sẵn sàng đối mặt với những khó khăn, hoạn nạn của cuộc sống. Nghĩa là muốn sống mạnh mẽ và dám sống mạnh mẽ.

Tôn giáo và phát triển đất nước.

Và tôn giáo sẽ có ảnh hưởng quan trọng đến sự phát triển của quốc gia tại nơi này. Công cuộc phát triển đất nước theo phương thức Tây phương hóa là một công việc vĩ đại, và như chúng ta sẽ thấy, sẽ đòi hỏi toàn dân phải nỗ lực, hy sinh nhiều, v.v., liên tục và định kỳ. Như vậy, mặc dù một sự phát triển vượt bậc sẽ vô cùng hấp dẫn, nhưng cuộc sống vốn đã là một cuộc đấu tranh gian khổ, đặt trong khuôn khổ của một sự phát triển đất nước, cuộc sống sẽ gian khổ gấp bội phần. Ngoại trừ một số hoàn cảnh rất thuận lợi và hiếm hoi, sẽ bàn ở đoạn sau, chúng ta có thể chắc chắn rằng ít nhiều sự phát triển của quốc gia sẽ diễn ra trong một bầu không khí khổ hạnh cho tất cả mọi người. Trường hợp của Nga và Nhật Bản là những ví dụ rất hùng hồn. Nếu tình cờ thấy hoàn cảnh của chúng ta giống như Nhật Bản, không khí thắt lưng buộc bụng sẽ giảm đi, nhưng dù thế nào đi chăng nữa thì nó vẫn còn đó.

Trong những điều kiện như vậy, điều tự nhiên là những người theo giáo lý của loại thứ nhất, sẵn sàng tham gia vào công việc phát triển quốc gia, như chúng ta đã mô tả ở trên, hơn là những người tuân theo những giáo lý của loại thứ hai. Vì người trước quan tâm nhiều hơn đến cuộc sống hiện tại, còn người sau, dù không phải tiếp nhận cuộc sống hiện tại, nhưng vẫn chưa tích cực tìm cách giải quyết những vấn đề, liên quan đến cuộc sống ở thế gian này. Trong lúc khó khăn, khuynh hướng tự nhiên của những người này là trốn tránh phấn đấu, tìm cách an cư lạc nghiệp qua cuộc sống tạm bợ. Ngược lại, trong hoàn cảnh đó, khuynh hướng tự nhiên của con người trước đây là nỗ lực tìm cách giải quyết những vấn đề trong cuộc sống hiện tại.

Các công trình phát triển quốc gia thành công có chứng minh được lý thuyết trên không? Nhật Bản đã thành công trong việc phát triển đất nước, trong khi tôn giáo của phần lớn dân số Nhật Bản thuộc tông phái Phật giáo gọi là Thiền tông. Như vậy, trường hợp của Nhật Bản mới được xem xét lại chứ không khẳng định giả thuyết trên. Thật ra, Thiền tông tuy là một tông phái của Phật giáo, nhưng sau khi đến Nhật Bản, tiếp xúc với dân tộc Nhật Bản, giáo lý Phật giáo đã thay đổi sâu sắc đến mức bất bạo động của Đức Phật trở thành tôn giáo của giới quý tộc say máu Nhật Bản gọi là Samurai. Và giáo lý từ chối cuộc sống của Đức Phật biến thành giáo lý chấp nhận cuộc sống của Thiền. Hơn nữa, các nhà lãnh đạo Nhật Bản thời Minh Trị, đã chủ trương và hướng dẫn quá trình Tây phương hóa Nhật Bản, đưa Thần đạo lên địa vị Quốc đạo. Cơ sở của học thuyết Thần đạo là tôn thờ Đấng Tạo Hóa dưới mọi hình thức, nghĩa là thừa nhận cuộc sống hiện tại, một cách hùng hồn.

Trường hợp phương Tây hóa thành công thứ hai là Liên Xô. Như chúng ta đã biết Nga là người Công giáo Đông phương. Người Công giáo phương Đông ở Hy Lạp và người Công giáo phương Tây ở Rome, tách biệt nhau, không phải vì lý do giáo lý mà vì vấn đề nghi lễ và việc sử dụng các ảnh tượng thiêng liêng. Tức là người dân Nga vẫn còn tâm lý của người theo một tôn giáo nhìn nhận cuộc sống hiện tại. Tuy nhiên, trong trường hợp của Nga, yếu tố tôn giáo có ảnh hưởng, không tích cực mà tiêu cực vì phương pháp mà các nhà lãnh đạo Cộng sản áp dụng là một phương pháp cưỡng chế cực đoan. Do đó, mức độ tham gia và nhu cầu của người dân vượt xa mức độ sẵn sàng tham gia của các tín đồ của một tôn giáo được công nhận.

Trường hợp thứ ba là quá trình phương Tây hóa thành công một nửa của Thổ Nhĩ Kỳ. Sở dĩ có kết quả nửa chừng này là do các nhà lãnh đạo Thổ Nhĩ Kỳ chưa nhận thức đúng đắn nhu cầu Tây phương hóa phải sâu rộng và lan rộng trong quần chúng, hơn là thiếu sự nhiệt tình tham gia của quần chúng vì lý do tôn giáo. Lẽ ra, người Hồi giáo ở Thổ Nhĩ Kỳ, theo nhận xét trên, có thể đóng góp một phần tích cực vào sự phát triển của người Thổ Nhĩ Kỳ, nhưng cơ hội không đến với họ chỉ vì các nhà lãnh đạo không cho rằng sự tham gia của họ là cần thiết.

Ngay cả đối với những dân tộc đang nỗ lực tìm kiếm sự phát triển, cũng có thể nhận thấy ảnh hưởng của tôn giáo đối với sự phát triển.

Sự phát triển của dân tộc Ấn Độ chậm hơn sự phát triển của dân tộc Trung Quốc, không phải chỉ vì Trung Quốc áp dụng biện pháp cưỡng chế của khối Cộng sản, trong khi Ấn Độ sử dụng biện pháp thuyết phục tự do.

Cho đến ngày những người Cộng sản lên nắm quyền ở Trung Quốc, phản ứng tự nhiên của mỗi người Trung Quốc đối với mọi vấn đề liên quan đến cuộc sống đều hài hòa với đạo đức Khổng giáo.

Và đạo đức đương nhiên được đời sống hiện tại thừa nhận và lý do tồn tại của đạo đức là nhằm giải quyết các vấn đề của cuộc sống ngay tại thế gian này. Đa số người dân Ấn Độ theo đạo Hindu mà thực chất là sự phủ nhận cuộc sống hiện tại. Do đó, chúng ta không nên ngạc nhiên khi quan sát thấy người dân Ấn Độ ít tham gia nhiệt tình hơn vào sự phát triển của quốc gia so với người dân Trung Quốc. Giả sử rằng hai dân tộc Ấn Độ và Trung Quốc ở trong cùng một môi trường chính trị, chắc chắn sẽ có những khác biệt trong thái độ nói trên đối với sự phát triển.

Nhìn rộng hơn, chúng ta có thể nhìn vào bản đồ tôn giáo thế giới đính kèm trong cuốn sách này và dự đoán dân tộc nào sẽ đóng góp tích cực cho sự phát triển và dân tộc nào sẽ tham gia khó khăn hơn khi vì sự sống còn, các nhà lãnh đạo buộc phải thực hiện công việc của phát triển quốc gia.

Trên đây chúng ta đã đề cập đến ảnh hưởng của tôn giáo đối với sự phát triển của dân tộc, chẳng qua vì mỗi tôn giáo tất nhiên đều rèn luyện một tâm lý xã hội hài hòa với những quan niệm về vũ trụ và về nhân sinh của tôn giáo đó. Những quan niệm sống đã ăn sâu vào tiềm thức của mỗi người trước những biến cố của cuộc đời, phù hợp với những khái niệm trừu tượng đó.

Ảnh hưởng mà chúng ta muốn nói ở trên đối với sự phát triển của quốc gia là ảnh hưởng vô hình đó. Và chúng ta đã cố tình bỏ qua và không đề cập đến ảnh hưởng chính trị thực tế của tôn giáo khi một giáo phái tự coi mình là một lực lượng quần chúng có thể được sử dụng làm hậu thuẫn chính trị. Hoặc khi một giáo phái được các nhà cai trị của một quốc gia phân loại là nơi trú ẩn cho những người chống lại chương trình chính trị của họ. Trường hợp thứ hai là trường hợp của các quốc gia có chế độ độc tài như Cộng sản.

Hai trường hợp trên đều là những trường hợp bất thường của một giáo phái tự nguyện hoặc tự ép mình xuống một hình thức thấp hơn tôn giáo một bậc. Và như vậy, sớm hay muộn, tôn giáo sẽ trải qua một cuộc khủng hoảng dữ dội.

Phần II-C

SỰ PHÁT TRIỂN DÂN TỘC, TÔN GIÁO Ở VIỆT NAM

Đất nước Việt Nam, theo truyền thống văn hóa, là một bộ phận của xã hội Trung Quốc và chịu ảnh hưởng của văn hóa Trung Quốc. Về tôn giáo, Phật giáo và Đạo giáo đã ăn sâu vào quần chúng nhân dân. Nhưng, cũng như ở Trung Quốc, sự phủ nhận ngày nay đối với hai giáo lý này đã được cân bằng bởi đạo đức xã hội của Khổng Tử. Nhờ đó, có thể nói người dân Việt Nam sẵn sàng tham gia vào công cuộc phát triển đất nước. Nếu có cản trở, chắc chắn không phải tiềm thức dân tộc quá nghiêng về những học thuyết chối bỏ lẽ sống, mà là xã hội ta đang tan rã, nên những tín hiệu tập thể không còn, dù là những tín hiệu quy tụ trong đạo đức Nho giáo.

Sau thời kỳ thuộc địa của Pháp, và sau quá trình Tây phương hóa không có lãnh đạo, một thiểu số đáng kể đã chuyển sang Cơ đốc giáo. Theo phân tích trên, đồng bào theo đạo Thiên chúa sẽ đóng góp một phần tích cực vào sự phát triển của đất nước. Vì trước hết, ảnh hưởng chủ nghĩa quân bình của đạo đức Nho giáo đã làm giảm đi rất nhiều khuynh hướng trốn đời của người Phật tử. Lý do thứ hai là ngay trong đạo Phật cũng có hai thái độ. Thái độ sinh tử, để tìm sự cứu rỗi cho chính mình, không phải ở đời này mà ở đời sau. Thái độ nhập thế, tìm đường cứu độ chúng sinh ngay tại thế gian này. Tuy nhiên, ngẫm lại bản nguyện của các vị Bồ tát, hiện thân của thái độ nhập thế, mục đích của lần hóa thân này không phải là giúp chúng sinh giải quyết những vấn đề vật chất trong kiếp này, mà là cứu chúng sinh thoát khỏi luân hồi, tức là thoát ra từ cuộc sống này. Như vậy, ngay trong thái độ nhập thế, đã có một thế giới bên kia. Thực tế này bộc lộ rõ ràng mâu thuẫn bên trong về cuộc sống mà chúng ta đã nói ở đoạn trước. Tuy nhiên, thái độ nhập thế giống như một thái độ thừa nhận cuộc sống hơn là một thái độ lạc lõng. Và do đó, trong sự phát triển của quốc gia, thái độ nhập thế của Bồ tát sẽ phù hợp hơn với nhu cầu của quốc gia. Nhưng lối sống thiếu mạnh mẽ, có thể dẫn đến sự thiếu tích cực tham gia vào sự phát triển dân tộc của người Phật tử vẫn nằm ở bản nguyên mâu thuẫn, phủ nhận cuộc sống hiện tại của triết lý nhà Phật.

Hai cơ hội tăng trưởng

Trong các kỳ trên, chúng ta đã nhiều lần nói về hai cơ hội phát triển cho các quốc gia thuộc xã hội Đông Á.

Ở đây chúng ta sẽ thấy:

- Cơ hội phát triển như thế nào?

- Và hoàn cảnh nào tạo cơ hội cho sự trưởng thành?

Xét lịch sử phát triển đất nước theo phương thức Tây phương hóa đã thành công như trường hợp Nhật Bản, Nga, thành công bằng một nửa Thổ Nhĩ Kỳ, sở dĩ có những công trình này là vì hiếm có sự đồng thời của hai loại sự kiện. Loại thứ nhất, liên quan đến hoàn cảnh nội bộ của mỗi quốc gia, có thể gọi là sự thật chủ quan.

Loại thứ hai, liên quan đến hoàn cảnh bên ngoài, do tình hình chính trị của thế giới lúc bấy giờ tạo ra, và có thể gọi là sự thật khách quan.

Trong số các sự kiện chủ quan, các đoạn trước đã cho chúng ta thấy rằng có hai sự kiện liên quan nhất. Trước hết là sự hiện diện, trong những thời điểm quan trọng và bên lề guồng máy quốc gia, của những nhà lãnh đạo đủ sáng suốt để nhận ra sự cần thiết của Tây phương hóa đối với sự phát triển của dân tộc. Điều thứ hai là người dân có tâm thế sẵn sàng hưởng ứng công cuộc Tây hóa do lãnh đạo khởi xướng.

Điều kiện khách quan lại thuộc phạm trù cụ thể hơn. Như chúng ta đã thấy ở trên, Tây phương hóa đòi hỏi rất nhiều công nghệ, vì cốt lõi của Tây phương hóa là sự tiếp thu khoa học và kỹ thuật phương Tây. Nhưng bên cạnh công nghệ, quá trình Tây phương hóa còn cần nhiều vốn để xây dựng các ngành cơ bản làm cơ sở cho các ngành sản xuất phát triển, nhiều vốn để trang bị cho các cơ sở chính trị, quân sự, văn hóa, xã hội, trong khi thu nhập quốc dân chưa đáp ứng được nhu cầu của dân tộc.

Công nghệ phải hoàn toàn từ bên ngoài đưa vào, đại bộ phận tư bản phải từ bên ngoài đưa vào. Điều kiện khách quan được thỏa mãn, khi tình hình chính trị thế giới tạo điều kiện thuận lợi cho công nghệ và vốn được đưa vào để giúp Tây phương hóa.

Như vậy, cơ hội cho các nước đang phát triển, như chúng ta hiện nay, là khi hoàn cảnh bên ngoài thuận lợi để đưa công nghệ và vốn vào. Nắm bắt được cơ hội hay không là do hai điều kiện bên trong, như đã nói ở trên.

Cơ hội đầu tiên

Đến những năm ba mươi của thế kỷ 19, sự phát triển và bành trướng của cường quốc châu Âu đã đạt đến một mức độ tối cao. Trong nội bộ, những khám phá mới về khoa học và công nghệ đã mang lại cho các quốc gia của xã hội phương Tây một sự tự tin mạnh mẽ. Đức tin Công giáo đã hướng dẫn cuộc chinh phục thế giới của nền văn minh phương Tây trong hơn 5 thế kỷ qua. Kể từ đó, nhiều khám phá khoa học đã đem lại cho xã hội Tây phương một sức sống mới, có phần dồi dào hơn sức sống cũ vốn được tôi rèn bởi đức tin qua nhiều thế kỷ. Trên thực tế, các hoạt động công nghệ và công nghiệp đã đặt vào tay các cường quốc phương Tây những vũ khí chiến đấu có sức mạnh chưa từng có.

Dưới sự thúc đẩy của các sự kiện trên, và sau khi củng cố vị trí của chúng ở lục địa Ấn Độ, các quần đảo Indonesia và Philippines, bao vây các quốc gia thuộc xã hội Đông Á, các cường quốc phương Tây ngay lập tức bắt đầu tấn công các quốc gia này. Năm 1842, người Anh tiến hành Chiến tranh nha phiến ở Trung Quốc và tiến hành một cuộc tổng tấn công vào xã hội Đông Á. Việc sử dụng vũ lực để mở cửa cảng Uraga của Nhật Bản năm 1853 của Đại tá Hải quân Hoa Kỳ Perry và cuộc bắn phá Đà Nẵng năm 1856 của chiến hạm Catinat của Pháp đều là những sự kiện xảy ra đồng thời và do một nguyên nhân gây ra.

Đối mặt với một mối đe dọa chung mới, các quốc gia, thuộc xã hội Đông Á, có những phản ứng phòng thủ khác nhau, như chúng ta biết. Nguy cơ tuy lớn nhưng đồng thời cũng là cơ hội để Tây phương hóa và phát triển đất nước. Bởi vì, sự bành trướng mạnh mẽ của các đế quốc Anh, Pháp vừa là nguồn gốc mâu thuẫn giữa một bên là hai đế quốc lớn, một bên là các nước phương Tây khác. Ngoài ra, Mỹ, vừa hoàn tất việc sắp xếp lại công việc nội bộ của đất nước, cũng bắt đầu rục rịch hiện thực hóa ý định hiện diện ở Thái Bình Dương.

Xung đột tạo ra cơ hội

Tất cả những mâu thuẫn đan xen này là cơ hội để các nước bị tấn công Tây hóa, phát triển dân tộc và bảo vệ chủ quyền của mình. Những mâu thuẫn trên đã tạo nên cục diện chính trị thế giới, làm cho việc xâm lược và chiếm đóng thực sự là một nhiệm vụ khó khăn và tất yếu. Nếu bây giờ, bộ máy lãnh đạo quốc gia phần nào được giác ngộ và các cấp bậc xã hội được củng cố, thì đương nhiên các mâu thuẫn trên đây đã trở thành đồng minh, giúp đỡ các nước bị tấn công, giữ gìn nền độc lập của các nước bị tấn công. Hơn nữa, những mâu thuẫn trên, tức là sự tranh giành ảnh hưởng giữa các đế quốc, sẽ mang lại công nghệ và vốn, cho phép các nước bị tấn công thực hiện công cuộc phát triển đất nước của mình.

Cơ hội là như vậy, nhưng trong số các nước bị tấn công, chỉ có Nhật Bản là có đủ điều kiện chủ quan để chớp lấy cơ hội do điều kiện khách quan đem lại. Các nhà lãnh đạo Nhật Bản thành công như thế nào, chúng ta đều biết.

Điều kiện chủ quan của dân tộc Trung Hoa lúc bấy giờ không tồn tại, bởi vì người cai trị thuộc về một quốc gia ngoại lai, mà người Trung Quốc rất ghét. Không chỉ vậy, cùng với thời gian, lịch sử còn chứng minh sự thiếu khôn ngoan của các thủ lĩnh Mãn Thanh lúc bấy giờ. Tuy nhiên, những xung đột nội bộ giữa các cường quốc phương Tây tất nhiên cũng nhằm bảo toàn nền độc lập, ít nhất là về mặt ngôn từ, cho Trung Quốc và tránh bị đô hộ trực tiếp như Việt Nam. Nhưng Trung Quốc cũng bỏ lỡ cơ hội đầu tiên để phát triển.

Nội tình Việt Nam còn bi đát hơn.

Sau cuộc nội chiến tàn khốc và tiêu hao, kéo dài từ năm 1620 đến năm 1802, triều Nguyễn vừa thống nhất đất nước được bốn mươi năm thì quân phương Tây lại ồ ạt kéo đến. Điều kiện chủ quan như đã nói ở trên hoàn toàn không có ở Việt Nam. Lòng người còn chia rẽ, chính sự triều Nguyễn không thu được lòng dân, nội loạn mãi không dứt. Các nhà lãnh đạo của chúng ta đã không kịp thời nhận ra vấn đề của dân tộc trong giai đoạn quyết liệt. Các tài liệu lịch sử về lãnh đạo quốc gia còn lưu giữ được trong thời kỳ này không đề cập đến vấn đề Tây phương hóa. Nhiều nhân vật để lại ghi chép, nói về tính chất cần thiết của việc tiếp thu kỹ thuật phương Tây, nhưng không thấy đề cập đến một quá trình Tây phương hóa, như người Nhật nghĩ lúc bấy giờ. Chính những chương trình do ông Nguyễn Trường Tộ đề xuất, dù có kiến thức rất tiến bộ và sáng suốt, vẫn là một nhà cải cách rụt rè. Nếu đem ra và thực hiện thì chắc chỉ dẫn đến thất bại phương Tây hóa, vì những điều kiện chủ quan hoàn toàn không rõ ràng và rất sơ sài.

Hơn nữa, các tài liệu lịch sử, trong giai đoạn khốc liệt này, không cho thấy mâu thuẫn giữa các cường quốc phương Tây. Trong khi đó, chính những mâu thuẫn này là công cụ sắc bén nhất trong cơ hội được trao cho chúng ta. Vì vậy, cho dù chủ trương của Nguyễn Trường Tộ có được thực hiện đi chăng nữa thì tính chất ấu trĩ trong đường lối ngoại giao của chúng ta lúc bấy giờ cũng không cho phép chúng ta thực hiện công cuộc phát triển dân tộc. Nhìn như vậy mới thấy sự hiểu biết hạn hẹp của những người lãnh đạo lúc bấy giờ, và quan niệm lãnh đạo đất nước còn non nớt của họ.

Những sự kiện trên đã bộc lộ rõ quan niệm coi Việt Nam là thuộc địa của Trung Quốc của các nhà lãnh đạo lúc bấy giờ. Thiếu ngoại giao, do quan niệm thấp kém, hẹp hòi về ý thức độc lập, là nguyên nhân chính khiến chúng ta không thể lợi dụng mâu thuẫn giữa các cường quốc phương Tây để bảo vệ độc lập, chủ quyền cho dân tộc. Trong khi đó, Thái Lan, sau đó là Xiêm La, tuy không đạt được mục tiêu phát triển đất nước, nhưng ít nhất đã cứu vãn được nền độc lập của mình bằng cách khai thác mâu thuẫn giữa các cường quốc.

Cơ hội đầu tiên đã bị bỏ lỡ, hậu quả của việc bỏ lỡ cơ hội đó thật tai hại biết bao, dân tộc ta đã ghi vào xương máu bài học quý giá đó. Nhưng, cái giá quá đắt mà chúng ta đã phải trả để mua lấy kinh nghiệm bỏ lỡ cơ hội thứ nhất cũng đủ làm cho những người lãnh đạo, những người đương thời của chúng ta ý thức được việc phải tận dụng triệt để, buộc phải nắm lấy cơ hội thứ hai đang đến với chúng ta cách để phát triển đất nước?

Cơ hội đầu tiên đến vào lúc mâu thuẫn giữa các nước phương Tây bước vào giai đoạn hết sức gay gắt.

Cuộc tranh giành ảnh hưởng đạt đến mức hết sức căng thẳng giữa các đế quốc Anh, Pháp, Đức và Nga. Các yếu tố cân bằng, trong bối cảnh chính trị truyền thống của châu Âu, đã được áp dụng giữa các cường quốc chinh phục. Hòa ước Bắc Kinh được ký kết vào năm 1861 giữa Trung Quốc và các cường quốc chiến thắng là một văn kiện thừa nhận sự phân chia Trung Quốc thành nhiều vùng ảnh hưởng khác nhau giữa các đế chế.

Nhưng đồng thời và trước hết, nó là văn kiện chứng tỏ sự cạnh tranh gay gắt giữa các cường quốc phương Tây.

Tuy nhiên, trước sự thay đổi của cục diện chính trị, xung đột có thể tạm gác lại bằng những thỏa hiệp. Đối với những nước bị phương Tây tấn công, đó là lúc mất đi cơ hội. Riêng Việt *Nam đã mất cơ hội, thậm chí mất cả chủ quyền.*

Cơ hội thứ hai

Gần một thế kỷ sau, xung đột nội bộ giữa các cường quốc phương Tây lại nổ ra và dẫn đến hai cuộc chiến tranh thế giới mà chúng ta đều biết.

Chiến tranh chưa kết thúc, sự tranh chấp giữa hai nước từng thắng trong chiến tranh thế giới thứ hai hiện đứng đầu hai khối chính trị trên thế giới đã tạo cơ hội cho các nước từng bị phương Tây xâm lược, độc tôn tranh giành độc lập và phát triển đất nước. Tranh chấp giữa Liên Xô và khối phương Tây ngày nay là hiện trạng của một cuộc đấu tranh không ngừng diễn ra hơn bốn trăm năm. Có lúc đánh nhau kịch liệt, có lúc ngấm ngầm, bên này thắng, bên kia thua, cuộc đấu tranh không ngừng nghỉ vì những lý do mà chúng ta đã tìm hiểu ở nhiều đoạn trên.

Sở dĩ cuộc xung đột ngày nay trở nên quá lớn và bao trùm toàn thế giới và mọi lĩnh vực của cuộc sống là bởi vì, như chúng ta đã thấy trong các chương đầu của tập sách này, vào lúc bắt đầu của hiện tại, lập trường của hai bên khác nhau như sau:

Vào thời điểm đó, phương Tây chiếm phần lớn thế giới. Thuộc địa của các đế quốc phương Tây trải khắp năm châu.

Các lực lượng quân sự phương Tây đang đóng quân ở những vị trí chiến lược nguy hiểm trên toàn cầu. Chiến hạm phương Tây tung hoành, rẽ sóng bốn biển. Lưới kinh tế của phương Tây bao quanh thế giới.

Đối với kẻ thù, với một lực lượng đáng gờm trong tay, nếu Liên Xô tiếp tục chiến đấu theo quan niệm truyền thống và đóng khung các nỗ lực của mình trong giới hạn lãnh thổ Nga thì chắc chắn họ sẽ nhận lấy phần của mình bị đánh bại ngay từ đầu. bắt đầu. Bởi lẽ, chiến lược như vậy đồng nghĩa với việc Nga sẽ bị phương Tây bóp nghẹt trong thế bao vây không lối thoát. Các nhà lãnh đạo Liên Xô, ngay từ khi cách mạng Tháng Mười ở Mát-xcơ-va chưa nổ ra, đã đủ sáng suốt để nhận thức rằng, để tiếp tục thắng lợi cuộc đấu tranh của dân tộc, điều kiện tiên quyết là phải đưa chiến lược ra phạm vi toàn thế giới, bởi vì đối thủ đã áp dụng một chiến lược tổng thể như vậy.

Ngày nay, trận chiến vĩ đại vượt qua không gian và lọt vào vòng chiến lược của các hành tinh trong hệ mặt trời, cũng vì lý do đó mà không kẻ thù nào muốn bị kẻ khác bao vây.

Quay trở lại giai đoạn đầu của cuộc chiến tranh giữa Liên Xô và phương Tây hiện nay, sở dĩ Liên Xô lúc bấy giờ hình thành và thực hiện một chiến lược rõ ràng như đã để cập ở trên là do các điều kiện dưới đây:

Xung đột nội bộ

Trước hết, xung đột nội bộ giữa các đế chế phương Tây luôn hiện hữu. Chính những mâu thuẫn này, trong thời kỳ khủng hoảng đã gây ra hai cuộc chiến tranh thế giới vừa qua.

Học thuyết Mác-Lênin luôn coi những mâu thuẫn này là đặc trưng của xã hội tư bản chủ nghĩa. Và theo lý thuyết đó, chính những mâu thuẫn đó sẽ dẫn đến cái chết của xã hội tư bản chủ nghĩa. Nếu chúng ta đồng ý với lý thuyết trên, về sự tồn tại của những mâu thuẫn nội tại này trong xã hội tư bản, thì chúng ta cũng nên nói thêm rằng, những mâu thuẫn nội tại đó sẽ không tồn tại, không có gì tồn tại trong xã hội tư bản, mà trong bất kỳ xã hội nào cũng bao gồm nhiều thành phần có lợi ích khác biệt riêng. Ngày nay, chúng ta đang chứng kiến nhiều mâu thuẫn trong nội bộ khối Cộng sản. Nhưng những nguyên nhân làm nảy sinh những mâu thuẫn này cũng giống nhau và tất nhiên, cũng như những nguyên nhân làm nảy sinh những mâu thuẫn nói trên trong xã hội phương Tây. Tuy nhiên, thực tế là những mâu thuẫn này, dù có phải là đặc trưng của xã hội tư bản chủ nghĩa hay không, đều không liên quan.

Điều quan trọng là sự hiện diện của những mâu thuẫn như vậy.

Nội tuyến

Điều kiện thứ hai là trong khoảng thời gian từ cuối thế kỷ 18 đến đầu thế kỷ 19, xã hội phương Tây trải qua một cuộc khủng hoảng cực kỳ nghiêm trọng, do các phát minh khoa học và công nghiệp gây ra. Những phát minh khoa học và công nghiệp là những lực lượng sản xuất mới, được du nhập và áp dụng, một cách đột ngột, trong một xã hội chưa sẵn sàng đón nhận nó, bởi vì các cơ cấu vẫn giữ một lề lối, tổ chức nhất định, theo tập quán cũ, của một xã hội công nghiệp. Bất kỳ xã hội nào, trong hoàn cảnh đó, đều bị khủng hoảng như vậy.

Sự kiện này đã gây ra sự chia rẽ trong quần chúng và các nhà lãnh đạo trong xã hội phương Tây, vì những hậu quả mà chúng ta không cần biết chi tiết ở đây, của những phát minh nói trên. Cuộc khủng hoảng nghiêm trọng đến mức tất cả các tầng lớp xã hội đều bị ảnh hưởng bởi cú sốc. Và nhiều triết gia đã phải nghĩ đến một cuộc cải cách xã hội toàn diện, để thích ứng với lực lượng sản xuất mới. Trong số đó, Engels và Karl Marx nổi tiếng nhất. Như vậy, chúng ta thấy rõ, học thuyết Mác trước hết là phương thuốc do một số người phương Tây đề xuất để cứu chữa xã hội phương Tây đang trong cơn khủng hoảng.

Vì lý do gì mà học thuyết đó trở thành cơ sở tư tưởng đấu tranh của Liên Xô, một quốc gia đang trong cuộc chiến sinh tử với phương Tây?

Trước hết, các nhà lãnh đạo Cộng sản nhận ra tình hình của xã hội phương Tây, sau đó là tình hình ở một hình thức thậm chí còn nghiêm trọng hơn của xã hội họ. Một khi trong khuôn khổ của quá trình Tây phương hóa mà họ đang chủ trương sẽ đưa xã hội Xô viết vào những lực lượng sản xuất mới nói trên. Chẳng phải thái độ hợp lý là chấp nhận ngay lập tức và trước cả phương Tây, những ý tưởng và phương pháp xây dựng một xã hội phù hợp với lực lượng sản xuất mới do khoa học phát minh ra hay sao? Bởi vì, có như thế, Nga mới nhất định tiến lên và thu phục được phương Tây.

Trên đây là một lý do mang tính xây dựng cho xã hội Xô Viết.

Nhưng có một lý do khác, về mặt chiến thuật, trong cuộc chiến chống lại phương Tây. Lý do nào nặng hơn?

Điều đó thật khó biết. Chỉ biết rằng cả hai lý do đều có nếu quan sát những diễn biến tiếp theo của cuộc chiến.

Trong khi ở xã hội phương Tây có sự rạn nứt giữa lãnh đạo và quần chúng, tạo điều kiện thuận lợi cho cách mạng nổ ra, thì bất cứ ai chủ trương một lý thuyết, hứa hẹn nhiều tương lai, cuộc sống của quần chúng phương Tây chắc chắn sẽ được hưởng ứng bởi quần chúng phương Tây. Nếu người đề xuất là Liên Xô, thì quần chúng phương Tây một khi hưởng ứng sẽ biến thành đồng minh vô giá của Liên Xô trong lòng kẻ thù. Thật là một âm mưu cao sâu.

Do hai lý do nêu trên, học thuyết Cộng sản, một sản phẩm của phương Tây, nghiễm nhiên trở thành vũ khí trong tay Liên Xô để chống phương Tây trên hai mặt trận, trong và ngoài.

Chủ nghĩa Cộng sản có phù hợp với một xã hội công nghiệp hóa không? Chúng ta khó có thể trả lời câu hỏi này mà không bị cuốn vào một cuộc tranh luận không hồi kết, cũng như mỗi lần chúng ta đặt cuộc tranh luận đó trong lĩnh vực triết học. Nhưng có một điều mà chúng ta có thể làm, lấy sự thật của lịch sử làm cơ sở, là xem xã hội Tây phương đã trải qua những giai đoạn nào sau khi đã từ bỏ chủ nghĩa cộng sản.

Trong mọi trường hợp, tính toán chiến thuật của các nhà lãnh đạo Liên Xô, như đã trình bày ở trên, thực sự đã mang lại cho họ những kết quả ngoài mong đợi. Sau khi Liên Xô tuyên bố mình là thành trì của chủ nghĩa Mác, lãnh đạo cuộc cách mạng xây dựng xã hội Cộng sản, thì tất cả các đảng Cộng sản, tất nhiên là ở các nước phương Tây, đều biến thành đồng minh chiến đấu của Liên Xô.

Hơn nữa, quần chúng phương Tây, đối lập với các nhóm thiểu số cầm quyền của họ, hướng về Nga nhiều như một nhà giải phóng. Do đó, Nga, với vũ khí vật chất và trong thời kỳ hoàng kim công nghệ của mình, chưa bao giờ gây ra những cú sốc khủng khiếp như vậy trong xã hội phương Tây như khi đó, với một loại vũ khí như vậy, về mặt tinh thần và thời đại thua kém phương Tây về công nghệ và khoa học.

Tuy nhiên, các nhà lãnh đạo phương Tây đã đủ lớn để dẫn dắt xã hội phương Tây vượt qua sóng gió. Sự phát triển vẫn diễn ra mạnh mẽ của xã hội phương Tây hiện đại chứng tỏ rằng xã hội này đã vượt qua khủng hoảng và xây dựng được cơ cấu xã hội thích ứng với lực lượng sản xuất mới mà không cần phải áp dụng phương thuốc Cộng sản. Vì vậy, chúng ta không cần phải thảo luận về đặc điểm, sự thích ứng hay không của một xã hội Cộng sản đối với các lực lượng sản xuất công nghiệp và một nền khoa học và công nghệ tiên tiến. Chúng ta chỉ cần quan sát rằng trên thực tế, có một hình thức xã hội khác thích ứng một cách hiệu quả với các lực lượng này.

Và chính từ thời điểm phương Tây tìm ra các biện pháp xã hội, ngoài các biện pháp cộng sản, để chữa trị cuộc khủng hoảng nội bộ của mình, thì kể từ thời điểm đó, chủ nghĩa cộng sản nhận thấy sức hấp dẫn của nó, ngày qua ngày, giảm dần đối với người dân phương Tây. Đó là nguyên nhân chính dẫn đến cuộc khủng hoảng nội bộ của các đảng cộng sản phương Tây ngày nay. Chủ nghĩa cộng sản không còn lý do để tồn tại nữa, trong một xã hội đã lành mạnh và đã được cải cách theo hướng phù hợp với lực lượng sản xuất đã gây ra cuộc khủng hoảng. Và ngày nay, điều này rất phù hợp với chúng ta, mối quan hệ giữa Nga và các cường quốc phương Tây không còn dựa trên lĩnh vực lý thuyết như ba mươi năm trước. Mối quan hệ này chỉ là một mối quan hệ bình thường dựa trên sự xung đột của các cường quốc với nhau.

Hợp-Tan

Bây giờ chúng ta đến với điều kiện thứ ba giúp Liên Xô hình thành và áp dụng thành công một chiến lược thế giới để đối đầu với khối phương Tây thống trị.

Chính vì phương Tây đã chiếm hầu hết thế giới, nên khắp nơi trên thế giới, ở đâu cũng có kẻ thù của phương Tây. Vì vậy, hợp nhất tất cả các kẻ thù của phương Tây vào một mặt trận, bao trùm toàn cầu, sẽ nâng cao hiệu quả chiến lược của các nhà lãnh đạo Liên Xô. Mặt khác, các nhà lãnh đạo của các quốc gia bị xâm lược, sau nhiều năm chiến đấu không có kết quả và nhiều thất bại đau đớn, đã dần dần thấy rằng họ muốn chiến thắng một kẻ thù đã bị che lấp. Trên khắp thế giới, một cuộc chiến tranh chỉ giới hạn trong một quốc gia, không thể mang lại bất kỳ kết quả nào. Vì lý do này, việc Liên Xô kêu gọi các nước Đồng minh chống lại kẻ thù chung là phương Tây đã được nhiều nhà lãnh đạo quốc gia hưởng ứng một cách trung thực và nhiệt tình. Hầu hết các nhà lãnh đạo của các quốc gia bị phương Tây xâm lược đã tập hợp dưới lá cờ Cộng sản của Liên Xô. Chỉ có một số nhà lãnh đạo khôn ngoan, đã thâm nhập vào chiến lược của Liên Xô, sẽ từ chối lời kêu gọi đồng minh của Nga. Trong số này có Gandhi và Nehru của Ấn Độ.

Chúng ta vừa thấy, bằng con đường nào mà lý tưởng đấu tranh Cộng sản đã chuyển Nga sang các nước thuộc địa, nhất là các nước thuộc địa ở châu Á. Vì trong số các thuộc địa, đây là những thuộc địa đã có sẵn một nền văn minh truyền thống, một cơ cấu xã hội vững chắc, có khả năng huy động một lực lượng đáng kể để chống lại phương Tây. Đó là lý do Cộng sản quốc tế đặc biệt quan tâm đến châu Á. Chúng ta cũng vừa thấy cơ chế mà lý tưởng đấu tranh của Cộng sản với mục đích ban đầu là một cuộc cách mạng xã hội ở phương Tây, là xây dựng một trật tự mới phù hợp với các lực lượng sản xuất của phương Tây. Những phát minh khoa học được tạo ra, đối với nước Nga, trở thành vũ khí vừa để thao túng công việc nội bộ của phương Tây, vừa để phát triển đất nước, còn đối với châu Á, trở thành công cụ đấu tranh giải phóng các dân tộc bị đế quốc thống trị. Khác với các tác phẩm của Mác, các tác phẩm của Lênin đề cập nhiều đến các thuộc địa của đế quốc, đặc biệt là các thuộc địa châu Á, vì những lý do trên.

Liên minh giữa các nhà lãnh đạo Liên Xô và các nhà lãnh đạo Đông Á, không phải do khác biệt giữa hai mục tiêu, mỗi bên theo đuổi riêng rẽ, nhưng kém gắn kết và kém hiệu quả. Vì lý do ra đời và tồn tại của họ là chống phương Tây, kẻ thù chung.

Các nhà lãnh đạo Đông Á cũng bị lôi cuốn vào liên minh vì lý do thứ hai. Lý thuyết của chủ nghĩa Mác đã cung cấp cho những nhà lãnh đạo này một mô hình xã hội đúc sẵn được biết đến như một xã hội thích nghi với các lực lượng sản xuất mới do khoa học tạo ra. Một phần vì lý do này mà các nhà lãnh đạo Liên Xô đã áp dụng lý thuyết phương Tây như một lý thuyết đấu tranh cho người dân Nga.

Chúng ta đặt ra câu hỏi ở trên: mô hình xã hội đúc sẵn đó có thực sự thích ứng với các lực lượng mới không? Và chúng tôi từ chối trả lời, chỉ nhận xét rằng, trên thực tế, đã có một hình thức xã hội khác thích nghi một cách hiệu quả với các lực lượng này. Hình thức nào phù hợp hơn? Sẽ mất nhiều thời gian để các nhà sử học trả lời. Chỉ biết rằng hình thái xã hội Cộng sản không thể độc quyền tổ chức con người. Và chỉ biết rằng hình thái xã hội cộng sản chủ nghĩa chưa được hoàn thiện và còn đang trong giai đoạn dò dẫm xây dựng. Ngược lại, hình thái xã hội cải lương phương Tây đã hình thành và phát triển mạnh mẽ.

Cũng trong phạm vi này, một nhận xét khác rất xác đáng đối với chúng ta vì nó làm sáng tỏ vấn đề hơn. Các nước đã và đang tìm kiếm sự phát triển đất nước thông qua phương Tây hóa, trong đó có Nga và Trung Quốc, đã và đang nỗ lực tiếp thu công nghệ phương Tây. Như vậy, trong lĩnh vực kỹ thuật tổ chức xã hội, cũng như mọi lĩnh vực kỹ thuật khác, nếu cần học, thì đương nhiên phải học trực tiếp với phương Tây, chứ không phải với những người đã và đang học với phương Tây. Như vậy, ngoài việc không chịu làm học sinh hạng hai, chắc chắn chúng ta có thể tránh được nhiều sai lầm của học sinh hạng nhất, chẳng hạn như "đại nhảy vọt" và "dân vận" của các nhà lãnh đạo Trung Quốc.

Với thời gian trôi qua, và dưới ánh sáng của các sự kiện lịch sử đã xảy ra, từ buổi đầu thành lập Đồng minh, giữa Liên Xô và các nước thuộc địa, cho đến ngày nay, chúng ta có thể có hai nhận xét cơ bản, ảnh hưởng lớn đến tương lai của dân tộc.

Hai ý kiến

Trước hết, mục tiêu giải phóng dân tộc, và hoàn cảnh bi đát của các phong trào kháng chiến toàn quốc lúc bấy giờ, có thể là để biện minh cho sự liên kết với Liên Xô của các nhà lãnh đạo Đông Á. Mạnh mẽ hơn nữa, chúng ta có thể khẳng định, con đường liên kết với các nhà lãnh đạo Liên Xô lúc bấy giờ là con đường có nhiều bảo đảm trong thời kỳ đấu tranh giành độc lập dân tộc. Nhưng, chúng ta cũng không nên quên rằng có nhiều nhà lãnh đạo nhìn thấu ý đồ chiến lược của Liên Xô như Gandhi, Nehru đã bác bỏ sự liên kết trên, nhưng vẫn đạt được kết quả giải phóng dân tộc. Và, một quan điểm đúng trong một thời kỳ, không đúng trong thời kỳ đó sẽ đúng trong mọi thời kỳ. Tức là sau khi giành lại độc lập, dân tộc chuyển sang giai đoạn phát triển, Tây phương hóa toàn diện, thì chính sách Cộng sản, tức là đường lối, phương pháp Cộng sản có còn phù hợp?

Nếu có những quốc gia, như Liên Xô, đạt được sự phát triển nhờ con đường Cộng sản, thì cũng có những quốc gia, chẳng hạn như Nhật Bản, đã đạt được sự phát triển, với mức độ ngang nhau, bằng con đường phi Cộng sản. Sau đây chúng ta sẽ bàn về sự thích nghi hay không thích nghi của đường lối Cộng sản trong giai đoạn phát triển của dân tộc ta. Bây giờ chỉ cần nhớ rằng, ít ra còn có một con đường khác để phát triển dân tộc, không kém hiệu quả hơn con đường Cộng sản.

Có thể nói, nếu Việt Nam không theo đường lối Cộng sản thì Trung Quốc đã không cung cấp phương tiện để chiến thắng Điện Biên Phủ. Về viện trợ nước ngoài, chúng tôi sẽ nói chi tiết về nó dưới đây. Bây giờ, trả lời câu hỏi trên, chúng ta có thể nói rằng thời kỳ Điện Biên Phủ vẫn còn trong giai đoạn độc lập. Bên cạnh đó, Trung Quốc giúp Việt Nam vũ khí, công nghệ và phương tiện để giành chiến thắng vì Trung Quốc thân Việt Nam hơn là Mỹ hay Mỹ hơn là thân Việt Nam? Và khi viện trợ như vậy, Trung Quốc coi Việt Nam là đồng chí Cộng sản hay là một mảnh đất cũ sắp bị sáp nhập vào lãnh thổ của họ?

Quan sát cơ bản thứ hai như sau.

Trong liên minh giữa Liên Xô và các nước Đông Á do phương Tây thống trị, Liên Xô trước hết theo đuổi mục tiêu phát triển đất nước của mình. Trong khi đó, các nước châu Á theo đuổi mục tiêu chủ yếu là giải phóng dân tộc khỏi ách thống trị thực dân.

Sự khác biệt về mục đích này có hai hậu quả rõ ràng. Khi có điều gì đó xảy ra với các đảng Cộng sản của họ, việc khiến họ cần giúp đỡ sẽ không đến. Điều này đã xảy ra nhiều lần, và thái độ của Stalin đối với Đảng Cộng sản Trung Quốc trong thời kỳ phân cực là rõ ràng nhất. Vì vậy, dù có liên minh, quốc tế và lý tưởng, vì kẻ thù chung, lợi ích của dân tộc phải được đặt lên hàng đầu. Điều này chúng ta nên khắc sâu vào tâm não.

Hệ quả thứ hai là khi một bên đã đạt được mục đích của mình thì liên minh không còn lý do gì để tồn tại, trừ trường hợp có những lý do chính trị do hoàn cảnh đương thời gây ra. Ngày nay, nước Nga đã đạt được mục tiêu phát triển đất nước, liên minh, đối với nước Nga, đã giảm giá rất nhiều. Nếu Nga vẫn cảm thấy cần có đồng minh thì đó chỉ là vì cuộc chiến truyền thống với phương Tây vẫn tiếp diễn chứ không phải vì một lý tưởng nào. Ngày mà cuộc đấu tranh này bước vào giai đoạn êm dịu, như chúng ta sẽ thấy bên dưới, lý do căn bản cho các đồng minh, cho Nga, sẽ không còn tồn tại.

Những sự kiện trên giải thích ở một mức độ lớn, cả những mâu thuẫn xảy ra giữa Nga và các đảng Cộng sản châu Á, cũng như những mâu thuẫn giữa Nga và Trung Quốc.

Như vậy, chúng ta đã điểm qua ba điều kiện giúp Liên Xô biến cuộc đấu tranh truyền thống với phương Tây trên phạm vi toàn quốc thành cuộc đấu tranh vĩ đại mà Liên Xô đã huy động được những nhân dân bất mãn ở phương Tây cũng như kẻ thù thế giới xung quanh phương Tây trong nỗ lực đánh bại phương Tây.

Và phương Tây gần như đã bị đánh bại.

Nếu như trong cuộc đại chiến vừa qua, Liên Xô vì một lý do nào đó đã đứng 'đứng ngoài cuộc chiến' thì ngày nay cục diện thế giới đã rẽ sang một hướng khác, vô cùng thắng lợi cho nước Nga. Đại chiến thứ hai, giống như Đại chiến thứ nhất, trước hết là cuộc chiến giữa các cường quốc phương Tây nhằm giải quyết xung đột nội bộ với nhau.

Khi bắt đầu cuộc đại chiến, Liên Xô đã nỗ lực hết sức để đứng ngoài cuộc chiến. Đó là thái độ khôn ngoan nhất, bởi vì, nếu hai bên, đồng minh và phe trục, tiêu diệt lực lượng của nhau đến kiệt quệ, thì với lực lượng còn nguyên vẹn, Liên Xô sẽ đánh chiếm châu Âu. Châu Âu và ngày nay phương Tây sẽ yếu hơn nhiều.

Vì vậy, theo quan điểm của phương Tây, theo đó Nga là kẻ thù truyền thống, cuộc tấn công của Đức Quốc xã vào đất Nga là một hành động hợp lý. Và liên minh đồng minh với Nga là một hành động phản lịch sử, chỉ được quyết định bởi những ý tưởng bất chợt chính trị. Và chắc chắn, sau này trong lịch sử đấu tranh giữa Nga và phương Tây, hành động của Đức quốc xã sẽ được ghi nhớ như một công lao đối với phương Tây. Vì chính nhờ việc tấn công Nga khiến Nga hao tổn binh lực nên sau khi chiến tranh kết thúc, thế cân bằng giữa phương Tây và Nga mới được duy trì như ngày nay.

Đi sâu hơn một chút, mặc dù Nga đã tiêu hao nhiều binh lực, nhưng áp lực của Nga sau khi chiến tranh kết thúc có thể mạnh hơn rất nhiều, nếu phương Tây chưa phát minh ra và kiểm soát được năng lượng nguyên tử. Phát minh này đã đưa công nghệ phương Tây lên một trình độ vượt qua Liên Xô. Và vì sự khác biệt đó, Liên Xô đã phải giảm đi rất nhiều áp lực thực tế. Mãi nhiều năm sau, khi nhờ sự đóng góp kỹ thuật của Đức, Nga mới đuổi kịp phương Tây về năng lượng nguyên tử, thì sức ép của Nga mới trở nên mạnh mẽ và đạt đến trạng thái cân bằng như ngày nay. Và nhờ khoảng thời gian năm tháng đó, các cường quốc Tây Âu đã hàn gắn vết thương chiến tranh, thịnh vượng và phát triển với một động lực mới, như chúng ta thấy ngày nay.

Cơ hội

Với các quốc gia bị phương Tây thống trị, các sự kiện đã tạo ra một cơ hội hiếm có ngoài dự kiến. Giả sử mâu thuẫn nội bộ giữa các nước phương Tây không gay gắt đến mức nổ ra chiến tranh thì Liên Xô sẽ không tận dụng cơ hội để gia tăng ảnh hưởng. Nếu vậy, các thuộc địa sẽ không được giải phóng. Giả sử chiến tranh có xảy ra, nhưng theo Đức, các cường quốc phương Tây nhận thức được rằng chính Nga mới là kẻ thù thực sự và kịp thời, Đức thỏa hiệp, dốc toàn lực chống Nga, như Đức đã nhiều lần đề nghị, thì kết quả sẽ tương tự như trường hợp trên.

Giả sử sau Chiến tranh thế giới thứ hai, các cường quốc phương Tây vẫn chưa phát minh ra năng lượng nguyên tử thì áp lực và ảnh hưởng của Nga sẽ lan rộng khắp Tây Âu. Sức mạnh của Nga trên thế giới lấn át phương Tây. Phương Tây sẽ thu hẹp vòng kiểm soát, các thuộc địa của họ ở Bắc Mỹ và một số nơi khác trên thế giới như Australia và Nam Phi, các thuộc địa sẽ rơi từ ách thống trị của phương Tây sang ách thống trị của Nga. Công cuộc giải phóng dân tộc chưa chắc đã thành hiện thực, sự phát triển chắc chắn còn xa hơn.

Nhân đây, những sự kiện đã thực sự xảy ra không thuộc một trong ba trường hợp trên. Nga không bị dồn vào thế được yêu, cũng không lấn át được đối phương. Phương Tây không chế ngự được địch, nhưng cũng không bị địch chế ngự. Chính việc hai bên cùng hợp tác và cạnh tranh với nhau đã tạo cho chúng ta, tức là các nước bị thống trị hay các nước đang phát triển, cơ hội duy nhất từ hơn một thế kỷ nay, để giành lại độc lập và phát triển đất nước.

Do tranh chấp giữa Liên Xô và phương Tây dừng ở giai đoạn quyết liệt, mỗi bên đều ra sức tìm kiếm đồng minh nên một mặt, phương Tây từng bước khôi phục độc lập cho các nước bị đình trệ, giúp đỡ phương tiện phát triển của Liên hợp quốc, theo kế hoạch Colombo, viện trợ trực tiếp, v.v. Mặt khác, cũng với mục đích tìm kiếm đồng minh, Nga đã giúp đỡ các cuộc chiến tranh giải phóng và cũng giúp đỡ các phương tiện phát triển cho nhiều quốc gia.

Từ hai mươi năm qua, kể từ khi kết thúc cuộc đại chiến thứ hai, nền chính trị thế giới giữa hai khối, tự do và cộng sản, đã được quyết định bởi các sự kiện trên. Viện trợ cho các cường quốc Tây Âu theo Kế hoạch Marshall, sự hồi sinh của Tây Đức và Nhật Bản, viện trợ cho các quốc gia mới độc lập, đều là một phần trong kế hoạch toàn cầu của phương Tây nhằm đoàn kết các đồng minh, trong một đại chiến lược bao vây Nga. Ngược lại, việc giúp Trung Quốc phát triển, viện trợ cho các nước chống Mỹ như Cuba, đều nằm trong chiến lược phá thế bao vây toàn cầu của Liên Xô. Ngay cả việc phát minh ra không gian cũng được sử dụng để đoàn kết các đồng minh trong cuộc đại chiến giữa phương Tây và Nga.

Đối với các Quốc gia trước đây là thuộc địa hoặc bán thuộc địa, những sự kiện này không thực sự là một cơ hội hiếm có, cực kỳ quý giá hay sao? Bản chất độc lập được khôi phục và bản chất được hỗ trợ để phát triển.

Cho đến ngày nay, có bao nhiêu quốc gia đã nắm bắt cơ hội để phát triển? Chúng tôi chỉ thấy Trung Quốc.

Việt Nam đã nắm bắt được cơ hội chưa?

Trong hai mươi năm qua, Việt Nam chúng ta, không những không tận dụng được những mâu thuẫn nói trên, giữa phương Tây và Nga, để phát triển đất nước, mà chúng ta còn rơi vào vòng mâu thuẫn đó. Vì vậy, không những chúng ta không phát triển được mà còn tiêu tốn nhân lực, tài lực đến mức rất đáng lo ngại.

Nếu lần này, những người lãnh đạo đất nước lại bỏ lỡ cơ hội thứ hai này, thì căn cứ vào kinh nghiệm của lần thất bại trước, chúng ta cũng có thể đoán được hoàn cảnh nào đang chờ đợi nhân dân ta. Và trách nhiệm về sự thất bại mà thế hệ chúng ta phải gánh chịu, cho các thế hệ mai sau sẽ vô cùng lớn.

Một cơ hội hiếm có, đã hai mươi năm rồi mà chúng ta chưa nắm bắt được. Các nhà lãnh đạo quốc gia hiện nay, nhìn thấy điều này, chắc hẳn cũng phải khiếp sợ và tự trách mình đến cùng cực. Nếu bỏ lỡ một cơ hội khác, những người lãnh đạo hôm nay sẽ mang một gánh nặng, cho dân tộc, một lỗi lầm không thể tha thứ.

Các nhà lãnh đạo của chúng ta, Nam và Bắc, có nhận thấy tình hình cực kỳ nguy hiểm và cấp bách cho chúng ta như đã trình bày ở trên không? Nếu chúng ta, trên cơ sở các sự cố đã xảy ra trong hai mươi năm qua, và đặc biệt là từ mười năm trở lại đây, chúng ta phải thừa nhận rằng mối nguy hiểm đang đe dọa quốc gia đã được cả hai, các nhà lãnh đạo, miền Nam và miền Bắc, ý thức.

Chúng ta sống ở miền Nam, nên hơn hai mươi năm qua, người ta nhận thấy nhiều lần những người lãnh đạo, lần lượt đảm nhận vận mệnh của đất nước, chưa bao giờ tỏ ra nhìn thấy những vấn đề cơ bản mà đất nước cần phải giải quyết trong giai đoạn này. Không thấy được vấn đề cơ bản thì tất nhiên không thấy được tình thế cực kỳ nguy cấp đang đe dọa dân tộc.

Đối với các nhà lãnh đạo miền Bắc, nghiên cứu các bài viết chính trị cũng như hành động chính trị của họ, chúng tôi nhận thấy rằng, nhờ có sự nghiệp nghiên cứu thực tiễn lịch sử của chủ nghĩa cộng sản quốc tế, chủ đề cơ bản của dân tộc có thể được họ nhìn thấy rõ hơn. Tuy nhiên, các nhà lãnh đạo của Liên Xô đã sử dụng Chủ nghĩa Cộng sản như một vũ khí để chống lại phương Tây, như chúng ta đã thấy trong các trang trên và chính Mao Trạch Đông đã viết những câu sau đây về chủ nghĩa Cộng sản.

"Sở dĩ chúng ta nghiên cứu chủ nghĩa Mác không phải vì lý luận hay, cũng không phải vì nó có phép lạ đuổi quỷ. Nó không đẹp, nó cũng không kỳ diệu. Nó chỉ có lợi. Có nhiều người coi nó là thần dược, trừ bách bệnh. Chính những người này đã xem chủ nghĩa Mác như một học thuyết. Phải nói với những người này rằng giáo lý của họ không lợi bằng phân bón. Phân bón còn làm giàu cho đất, giáo lý này không làm được điều đó."

Nghĩa là những người lãnh đạo tối cao của khối Cộng sản đều xem chủ nghĩa Cộng sản là phương tiện. Họ chế ngự phương tiện tinh thần đó - do phương Tây phát minh ra - cũng như các phương tiện vật chất khác của phương Tây. Ngược lại, các bài viết chính trị của các lãnh đạo miền Bắc, chứng tỏ các lãnh tụ này vẫn còn nhiệt thành với lý thuyết Cộng sản và mặc nhiên tôn cao nó như một chân lý. Làm một phương tiện đấu tranh của con người, như một chân lý của chính mình, là tự động hạ mình xuống một bậc so với các nhà lãnh đạo Cộng sản quốc tế và biến mình thành một thứ nô lệ trí tuệ để cho thiên hạ sử dụng. Vì vậy, trong nhiều hành động chính trị của các nhà lãnh đạo miền Bắc, lý thuyết Cộng sản được đặt lên trên lợi ích dân tộc, điều đó chứng tỏ, trong lĩnh vực ngoại giao giữa các nước, họ cho rằng có thể đặt liên minh lý luận vì lợi ích của quốc tế hơn của quốc gia mình.

Qua những lập luận trên chúng ta có thể khẳng định rằng những người lãnh đạo miền Bắc chưa ý thức được hiểm họa đang đe dọa dân tộc và chuỗi ngày đen tối của chúng ta vẫn tiếp diễn.

Cơ hội thứ hai bị mất?

Phải chăng chúng ta đã bỏ lỡ cơ hội thứ hai để phát triển đất nước hôm nay?

Như chúng ta đã thấy, cơ hội nói trên được tạo ra bởi những mâu thuẫn phát sinh từ cuộc đấu tranh giữa phương Tây và Liên Xô. Vì vậy, cơ hội sẽ bị mất trong hai trường hợp:

1. Xung đột vẫn tồn tại, nhưng chiến lược của cả hai bên đã thay đổi, vì vậy liên minh không còn cần thiết.

2. Xung đột không còn nữa.

Trong cuộc đấu tranh giữa phương Tây và Nga hiện nay, phương Tây do Mỹ, và Anh dẫn đầu về quân sự còn Mỹ dẫn đầu về chính sách.

Về quân sự, chiến lược của Mỹ không phải là chiến lược tấn công mà là chiến lược phản công kịp thời bằng vũ khí hạt nhân, đánh thẳng vào các trung tâm chiến lược của Liên Xô. Do đó, và do vào giai đoạn đầu của cuộc chiến hiện nay, tầm hoạt động máy bay và tên lửa còn hạn chế, Mỹ cần một số căn cứ chiến lược xung quanh Liên Xô từ châu Âu đến châu Á. Đó cũng là lý do Mỹ viện trợ cho các nước ngoài phương Tây. Mỹ đặt căn cứ ở đâu thì Mỹ viện trợ đến đó. Sau đó, khi bộ máy viện trợ đi vào hoạt động, nhiều sự kiện chính trị hoặc kinh tế chiến lược khác cũng trở thành lý do để viện trợ.

Để phá thế bao vây của Mỹ, Nga còn viện trợ cho các nước đó, để nhu cầu của Mỹ bớt đi, các nước liên quan có thể từ chối cho Mỹ đặt căn cứ trên lãnh thổ của họ. Đồng thời, Liên Xô cố gắng phát triển tên lửa tầm xa để đánh vào các trung tâm chiến lược của Hoa Kỳ.

Những nước tốt đó được cả hai bên ủng hộ và nếu họ nhận thức được những vấn đề cơ bản của mình, họ có thể sử dụng viện trợ đó để phát triển đất nước.

Bởi vì Hoa Kỳ có căn cứ gần Liên bang Nga và người Nga không có căn cứ gần Hoa Kỳ, Liên Xô đã dành tất cả nỗ lực kỹ thuật và công nghiệp của mình để tạo ra tên lửa đạn đạo xuyên lục địa và tiên tiến hơn Hoa Kỳ về vấn đề này. Và, tất nhiên, nó tiên tiến hơn Mỹ trong lĩnh vực du hành vũ trụ, bởi vì ngành công nghiệp này phải sử dụng tên lửa đất đối không. Mỹ dựa vào các căn cứ sẵn có gần Liên Xô nên không chú ý đến tên lửa đạn đạo.

Tuy nhiên, do tuyên truyền của Liên Xô, các căn cứ quân sự của Mỹ, ở nhiều nơi trên thế giới, đã gây ra nhiều thất bại chính trị, chẳng hạn như ở Nhật Bản, khi Tổng thống Eisenhower chuẩn bị đến thăm Đông Kinh năm 1960. Sau khi cân nhắc kỹ lưỡng, lợi ích quân sự đã không bù đắp những thiệt hại về chính trị nên Mỹ chuyển sang chiến lược thay thế các căn cứ cố định trên đất liền bằng các căn cứ phóng tên lửa di động tầm trung: Tiểu trạm nguyên tử.

Về mặt quân sự, sự thay đổi chiến lược này có nghĩa là Mỹ đã tăng tầm bắn của tên lửa và không còn cần các căn cứ quân sự xung quanh Nga.

Căn cứ không cần đặt thì viện trợ sẽ rút. Khi số lượng tàu ngầm hạt nhân của Mỹ đạt đủ để thay thế các căn cứ trên lục địa, viện trợ của Mỹ sẽ dừng lại.

Và cơ hội phát triển của các nước nghèo sẽ ít đi nhiều.

Việc rút tiền này đã bắt đầu ở nhiều nơi. Tuy nhiên, nếu đúng như vậy thì mâu thuẫn Nga-phương Tây vẫn tồn tại, các nước nhỏ dù gặp khó khăn trong phát triển vẫn có hy vọng phát triển và nền độc lập không đến nỗi bị đe dọa.

Con đường của phương Tây, trong cuộc chiến chống Nga do Anh và Mỹ đứng đầu. Cơ sở chính của cách tiếp cận này ngày càng trở nên rõ ràng hơn. Các nhà lãnh đạo phương Tây nhận ra hai điều.

Trước hết, nguyên nhân chủ yếu khiến Liên Xô dốc toàn bộ nhân lực, vật lực cho cuộc chiến đấu vĩ đại chống phương Tây chính là ý chí thực hiện công cuộc phát triển đất nước của Liên Xô.

Điều thứ hai là Liên Xô đã đạt được sự phát triển quốc gia và hiện là một cường quốc có sức mạnh và khả năng đáng được tôn trọng.

Con đường của phương Tây.

Tất cả các cách tiếp cận của phương Tây đối với cuộc chiến với Liên Xô đều được xây dựng trên hai nhận xét cơ bản.

Như chúng ta đã thấy, trong giai đoạn trên, nước Nga và phương Tây có chung một di sản tinh thần: Cơ đốc giáo. Nhưng phương Tây theo Thiên chúa giáo, hồng y ngự ở Rome; Nga theo Cơ đốc giáo phương Đông, Giáo chủ đầu tiên của Hy Lạp. Và hai nền văn minh phương Tây và Nga vì thế có nhiều điểm chung. Nhưng vì một thực tế lịch sử mà chúng ta đã biết, di sản tinh thần chung, có thời kỳ, thực chất là yếu tố liên kết giữa hai bên, lâu dần lại là mầm mống của sự chia rẽ.

Dù trang bị vũ khí đến mức cực đoan và phòng thủ lẫn nhau trong mọi hành động và lời nói, nhưng cách tiếp cận của phương Tây với nước Nga hiện nay là kêu gọi sự đoàn kết vì một di sản tinh thần chung, một mục tiêu chung, đưa nước Nga trở lại với xã hội phương Tây và đại chúng nhân dân, và nền văn minh.

Mọi nỗ lực ngoại giao của phương Tây đều hướng tới mục tiêu này, từ những hành động nhỏ, mang tính cá nhân, đến trao đổi văn hóa và các hiệp ước thương mại hoặc quân sự, giữa Nga và các quốc gia phương Tây.

Ví dụ, không phải ngẫu nhiên mà người Anh đặt tên cho vệ tinh đầu tiên được phóng lên quỹ đạo là "Britnik". Nhưng đó là một sự tôn vinh có chủ ý đối với các vệ tinh "Spoutnik" của Nga. "Brit" là tiếng Anh (của người Anh), "nik" để nhắc nhở rằng các vệ tinh nhân loại gửi vào vũ trụ trước hết là của Nga. Hàm ý của sự lựa chọn trên nhằm thỏa mãn lòng tự trọng của Nga, lâu nay bị phương Tây coi là thấp kém, đồng thời nhắc nhở Nga rằng Nga và phương Tây cùng chung một nền văn minh.

Không phải ngẫu nhiên mà Paul Reynaud, cựu Thủ tướng Pháp, trong chuyến thăm Nga đã trịnh trọng tuyên bố với Thủ tướng Krutchev: "Nếu ông tiếp tục viện trợ cho Trung Quốc, trong vài thập kỷ nữa, một tỷ người dân Trung Quốc sẽ đè bẹp ông và châu Âu. ."

Sự chào đón và tiếp đón nồng nhiệt của các nhà du hành vũ trụ Nga, ở các thủ đô phương Tây, cũng có ý nghĩa tương tự. Các hoạt động giao lưu văn hóa, khoa học, hội thảo quốc tế, hay các chuyến thăm của các đoàn văn hóa hai bên đều là những hành động có tính toán, chuẩn bị dư luận của hai bên, để dẫn đường, dần dần dẫn dắt quần chúng nhân dân hai bên đến chỗ có thiện cảm với nhau.

Báo chí phương Tây không ngớt ca ngợi những thành tựu khoa học, xã hội của Liên Xô và luôn nhắc lại thời kỳ quan hệ giữa Nga và phương Tây rất thân thiện. Tất cả những hành động này, trong mọi lĩnh vực, đã mở đường cho Liên Xô quay trở lại xã hội phương Tây.

Cuối cùng và quan trọng nhất, là những nỗ lực để thúc đẩy một di sản tinh thần chung. Sau nhiều thế kỷ xa cách, Giáo hoàng Công giáo phương Tây của Rome, Giáo hoàng John XXIII, đã mời và tiếp các Thượng phụ Công giáo Tin lành và Đông phương. Báo chí phương Tây rất hoan nghênh các cuộc tiếp xúc trên, nhằm chuẩn bị cho việc thống nhất Thiên chúa giáo.

Việc tổ chức Công đồng Vatican I tiếp tục chính sách này và phù hợp với đường lối chính trị phương Tây. Vì thế, sau khi Đức Gioan XXIII qua đời, dĩ nhiên Đức Phaolô VI sẽ tiếp tục chính sách trên và tổ chức Công đồng Vatican II, trong đó các hồng y Công giáo, ngoài giáo phái Tây phương, đều được quyền mời tham dự với tư cách quan sát viên.

Nhìn nhận điều này, qua không khí phức tạp và khó hiểu, chúng ta thấy rõ mối quan hệ giữa hai khối, những nét chính trong cách tiếp cận của phương Tây đối với Nga.

Phần II-D

CHỈNH SỬA NỘI BỘ

◆———⸏———◆

Đồng thời với việc thực hiện đường lối trên với Liên Xô, và để ủng hộ đường lối đó, phương Tây đang ra sức chinh phục lại xã hội phương Tây.

Các cường quốc Tây Âu ngày nay đã trải qua một thời kỳ có nhiều điểm tương đồng với thời kỳ Chiến Quốc của Trung Quốc và thời kỳ các thành bang của Hy Lạp cổ đại hay thời kỳ các thành bang của Ý từ thế kỷ X đến XIV.

Nói một cách đại khái, các thành bang Hy Lạp cổ đại cũng là nơi phát sinh một nền văn minh tươi sáng và thịnh vượng. Người Hy Lạp cũng vượt sóng chinh phục các dân tộc khắp ven Địa Trung Hải. Những hạt giống của nền văn minh do họ gieo trồng đã nảy nở ở nhiều nơi, và ở những nơi này, nhiều quốc gia nhờ dân số đông và đất đai rộng lớn đã phát triển rực rỡ, trở thành những thế lực hùng mạnh lấn át cả sự hùng vĩ của quê hương.

Và nhiều quốc gia mới đã quay trở lại để chinh phục đô thị quốc gia Hy Lạp. Vào thời điểm đó, các thành phố quốc gia này đã phải sụp đổ vì không thể giành chiến thắng trong các cuộc tranh chấp truyền thống để thống nhất lực lượng và chống lại sự xâm lược.

Các cường quốc Tây Âu ngày nay cũng vậy. Đó là cái nôi của nền văn minh phương Tây đã chinh phục thế giới.

Hạt giống của nền văn minh của họ đã nảy nở trên khắp thế giới ở nhiều nơi trong số này, và nhờ dân số đông và đất đai rộng lớn, nhiều quốc gia đã mạnh dạn phát triển thành những thế lực đe dọa ngay cả các cường quốc Tây Âu. Ví dụ, Nga hoặc Mỹ.

Rút kinh nghiệm từ những thất bại của các thành bang Hy Lạp cổ đại, các nhà lãnh đạo Tây Âu đang huy động nỗ lực của họ để hiện thực hóa, thống nhất châu Âu. Các hiệp ước hải quan sáu quốc gia, hiệp ước hải quan bảy quốc gia và thậm chí cả Thị trường Cộng đồng Châu Âu là những triển khai đầu tiên và cụ thể của những nỗ lực này.

Sau đó, vì những xung đột nội bộ suýt đánh bại họ, và vì xung đột với Liên Xô, mất hết thuộc địa, nguồn của cải trước đây, các cường quốc Tây Âu nhận ra rằng con đường sống cho yêu sách duy nhất của mình là giải quyết những mâu thuẫn nói trên. Và đó chính xác là những gì họ đang làm.

Đối với chúng ta, những quốc gia vốn đã bị đế quốc thống trị, những mâu thuẫn này đã mang đến cho chúng ta cơ hội như ngày hôm nay.

Vì vậy, một ngày nào đó, các cường quốc Tây Âu và phương Tây, thành công trong kế hoạch của họ, những mâu thuẫn trên sẽ không còn tồn tại, và cơ hội của chúng ta cũng sẽ mất đi. Vì vậy, câu hỏi là: các cường quốc phương Tây đã thành công?

Trong công việc giải quyết xung đột nội bộ, có nhiều dấu hiệu cho thấy họ có thể thành công và đang thành công. Triệu chứng quan trọng nhất là nhận thức ngày càng rõ ràng của quần chúng châu Âu về khái niệm "một quốc gia chung châu Âu". Về mặt này, hành động của Tướng De Gaulle, thấm nhuần lòng căm thù cá nhân của Tướng De Gaulle đối với các nhà lãnh đạo của Anh và Hoa Kỳ, đã trở thành một trở ngại cho việc giải quyết các xung đột nội bộ ở Châu Âu. Để chúng ta đoán rằng tướng De Gaulle còn sống, uy tín cá nhân De Gaulle sẽ bao trùm các chính sách của ông ta, nhưng nước Pháp sẽ lại bị cô lập. Với cái chết của Tướng De Gaulle, việc giải quyết các xung đột nội bộ của châu Âu sẽ dễ dàng hơn.

Đối với chúng ta, mâu thuẫn nội bộ giữa các cường quốc phương Tây ngày nay không còn quan trọng bằng mâu thuẫn giữa Liên Xô và phương Tây. Tuy nhiên, đó chỉ là những mâu thuẫn có thể sử dụng trong ngoại giao thông thường.

Như vậy, phương Tây đã thành công trong việc giải quyết xung đột giữa Nga và phương Tây? Nỗ lực của phương Tây nhằm giải quyết xung đột giữa Liên Xô và phương Tây, vừa nhằm tránh cho nhân loại một thảm họa chiến tranh hạt nhân, đồng thời cứu nền văn minh phương Tây khỏi sự diệt vong, chắc chắn, nếu một cuộc chiến tranh hạt nhân nổ ra giữa Liên Xô và phía tây.

Thái độ của Nga

Nga, hôm nay, phải đối mặt với hai kháng cáo. Một mặt, tiếng gọi của phương Tây là tiếng gọi của gia đình những người cùng nền văn minh và cùng một di sản tinh thần. Một bên là tiếng gọi của gia đình những người cùng chung lý tưởng cộng sản.

Nền chính trị ưu tú của thế giới ngày nay sẽ được quyết định bởi thái độ của Liên Xô đối với hai lời kêu gọi này. Ở trình độ phát triển như nước Nga ngày nay, nước Nga có thể đáp lại tiếng gọi của phương Tây. Nhưng ký ức về cuộc đấu tranh gian khổ với phương Tây trong nhiều thế kỷ không thể sớm phai mờ trong tâm trí các nhà lãnh đạo Liên Xô.

Liên Xô có thể đáp lại tiếng gọi của gia đình các đồng chí cộng sản lý tưởng. Nhưng các nhà lãnh đạo Liên Xô nhận thức rõ rằng lý tưởng Cộng sản với tư cách là phương tiện đấu tranh đã giúp Liên Xô thực hiện công cuộc phát triển đất nước và chỉ có giá trị khi cuộc đấu tranh giữa Nga và phương Tây vẫn còn có lợi. Nhưng cuộc đấu tranh giữa Nga và phương Tây ngày nay không còn như trước. Lý tưởng Cộng sản không còn là vũ khí sắc bén trong lòng kẻ thù của phương Tây, bởi vì phương Tây đã tìm ra những phương thuốc có khả năng loại trừ lý tưởng Cộng sản ra khỏi xã hội của họ.

Vậy Nga sẽ nghiêng về bên nào? Khó biết.

Nhưng có lẽ thái độ chính trị thiết thực nhất là tùy hoàn cảnh thực tế, nước Nga sẽ có lúc nghiêng về bên này, có lúc nghiêng về bên kia. Một điều chắc chắn là lý tưởng Cộng sản đối với nước Nga đã bị giảm giá trị rất nhiều. Chính vì lý do này và cũng là lý do mà Liên Xô có lúc tỏ ra thiên vị phương Tây, gây ra nhiều tranh cãi về mặt lý luận với Trung Quốc.

Tuy nhiên, nếu không mất hẳn thì mâu thuẫn giữa Liên Xô và phương Tây đã giảm đi rất nhiều. Và đồng thời cũng làm giảm đi cơ hội phát triển cho chúng ta, nếu chúng ta không sớm thức tỉnh để nắm bắt cơ hội để phát triển đất nước. Kinh nghiệm về sự thất bại trước đây đủ để chúng ta nhìn thấy những hoàn cảnh thảm khốc mà chúng ta sẽ gặp phải trong thời gian này, đặc biệt nếu lần này người hàng xóm khổng lồ của chúng ta có thể phát triển dân tộc của mình.

Tuy nhiên, trong một thế giới nhiều cường quốc như hiện nay, nếu loại mâu thuẫn này chấm dứt thì tất yếu sẽ nảy sinh những loại mâu thuẫn khác giữa các cường quốc. Sự tồn tại của các quốc gia nhỏ như chúng ta dựa trên việc khai thác hợp lý các mâu thuẫn. Vì vậy, miễn là thiểu số lãnh đạo xứng đáng của chúng ta vẫn còn, chúng ta vẫn có cơ hội phát triển. Đó là chỗ cơ hội phát triển của chúng ta khác với cơ hội phát triển của các khối lớn, như Trung Quốc hay Ấn Độ.

Ở những đoạn trên chúng ta đã cố gắng tìm hiểu những công việc mà nhân dân ta cần tiến hành trong thời kỳ này là bảo vệ nền độc lập và mưu cầu hạnh phúc cho toàn dân.

Việc đã thấy, hoàn cảnh bên ngoài thuận lợi, nên làm được hay không là tùy điều kiện bên trong của mình. Trong phần sau, chúng ta sẽ tìm hiểu về các điều kiện bên trong này.

Phần III-A

ĐIỀU KIỆN NỘI BỘ

Trên thực tế, vì sự minh bạch của cách trình bày, nhiều điều kiện bên trong đã được đề cập trong các phần trước. Dưới đây chúng tôi sẽ xem xét toàn bộ các điều kiện nội bộ và nếu cần thiết, nhắc lại các điều khoản đã thảo luận. Ngoài ra, chúng tôi cũng sẽ đưa vào phần này các điều kiện phát sinh từ các mối quan hệ của Việt Nam với các thành phần khác của xã hội Đông Á và với các nước đang phát triển. Sự tiếp xúc với các nước trong xã hội Đông Á có thể được coi là điều kiện bên trong của chúng ta, bởi vì chúng ta là một phần của xã hội đó. Giao tiếp, giữa chúng ta và các nước đang phát triển, có thể được coi là một điều kiện nội tại, bởi vì trong thế giới ngày nay bị chia cắt bởi phương Tây và Nga, chúng ta và các nước đang phát triển, đều ở trong hoàn cảnh tương tự nhau.

Bởi vậy, trong phần này, chúng tôi sẽ phân tích tất cả các điều kiện có hoặc có thể mang lại cho chúng ta vốn thuận lợi hoặc tiêu cực trong việc thực hiện công cuộc phát triển đất nước.

Liên hệ với Trung Quốc.

Từ ngày dựng nước năm 939 đến khi bị phương Tây tấn công và biến thành thuộc địa của đế quốc Pháp, hai sự kiện đã thống trị hoàn toàn trong chín trăm năm lịch sử của dân tộc Việt Nam.

Hai sự kiện đó là cuộc tiếp xúc với Trung Quốc và việc làm của phía Nam.

Trong lịch sử quan hệ, giữa ta và Trung Quốc đã xảy ra những biến cố do hai tâm lý đối lập nhau. Kể từ năm 972, sau khi công nhận nền độc lập của Việt Nam, Trung Quốc luôn cho rằng mình đã mất một phần lãnh thổ quốc gia và luôn lợi dụng mọi cơ hội có được để chiếm lấy phần đất đã mất. Trung Quốc coi đó là của họ. Ở phía bên kia, Việt Nam luôn cố gắng đem xương máu để bảo vệ nền độc lập của mình. Mọi sự kiện xảy ra giữa hai quốc gia đều do sự khác biệt của hai quan niệm này.

Ngay trong năm 981, tức là chỉ ba năm sau khi công nhận nền độc lập của nước Việt, nhà Tống nhân lúc nội tình nước Việt có biến, vì Đinh Tiên Hoàng vừa băng hà, việc kế vị không dàn xếp được, bèn cử đến Việt Nam hai đội quân, bằng đường biển và đường bộ, để khôi phục lại sự thống trị của Trung Quốc.

Khái niệm Trung Quốc.

Ý định cố định của Trung Quốc là khôi phục lại sự thống trị và Trung Quốc không bao giờ hài lòng với sự thần phục và triều cống của chúng ta. Ngay cả những lúc quân đội ta hùng mạnh nhất, đánh tan quân Tàu, các nhà lãnh đạo Việt Nam cũng khôn ngoan, tìm cách giao hảo với Tàu và đặt mình dưới ách đô hộ. Nhưng điều Trung Quốc muốn không phải là Việt Nam chỉ thần phục và triều cống. Trung Quốc, trong suốt lịch sử gần một nghìn năm của mình, luôn muốn giành lại những vùng đất mà Trung Quốc coi là tạm thời bị mất.

Trong suốt 900 năm, từ 939 đến 1840, khi phương Tây tấn công xã hội Đông Á, khiến những mâu thuẫn, xung đột nội bộ của xã hội này không còn vận hành, thì Trung Quốc đã bảy lượt đánh chiếm Việt Nam. Hai lần chủ trương của nhà Tống, ba lần của nhà Nguyên, một lần của nhà Minh và một lần của nhà Thanh. Một hành động liên tục như vậy tất yếu có nghĩa là tất cả các triều đại Trung Quốc đều theo đuổi chính sách tái lập quyền thống trị trên lãnh thổ Việt Nam. Chính sách này được xác định bởi một điều kiện địa lý và kinh tế: lưu vực sông Hồng Hà là lối thoát tự nhiên của các tỉnh phía Tây Nam Trung Quốc, và ngược lại cũng là đường xâm nhập của các đạo quân vào lục địa Trung Quốc. Nếu vậy thì ngay lúc này, ý đồ của Trung Quốc vẫn là thôn tính, nếu không muốn nói là toàn bộ Việt Nam thì ít nhất là miền Bắc. Cũng chính vì lý do này, năm 1883, Lý Hồng Chương, lợi dụng việc Tự Đức cầu cứu Pháp, thay vì đem quân đi giúp một nước cùng văn hiến lại đánh giặc ngoại xâm Thay vì cứu nước, lẽ ra Trung Quốc phải bảo vệ, nhưng đã đàm phán bày mưu chia cắt Việt Nam với Pháp, Trung Quốc dành cho mình những phần đất bao gồm cả những vùng xung quanh lưu vực sông Hồng Hà để lấy đường ra biển. Và ngay cả chính phủ của Tưởng Giới Thạch năm 1945, dốc sức giải giáp quân đội Nhật từ vĩ tuyến 17 trở ra, cũng vì lý do tương tự.

Xem thế đủ biết rằng, đối với dân tộc ta, xâm lăng là hiểm họa thường trực.

Cuộc xâm lược của Trung Quốc vừa dừng lại thì bị phương Tây tấn công, ta lập tức rơi vào ách đô hộ của đế quốc Pháp.

Ngày nay, ách đô hộ vừa được dỡ bỏ, nhưng hiểm họa xâm lược đối với chúng ta không vì thế mà giảm bớt. Vì nguy cơ bị xâm lược, do vị trí địa lý và hoàn cảnh bên trong của chúng ta, và chừng nào không thay đổi được hai yếu tố đó, thì nguy cơ bị xâm lược vẫn còn.

Tâm lý quốc gia.

Sự xâm lược đe dọa đất nước chúng ta đến nỗi, trong suốt một nghìn năm lịch sử, nó đã trở thành nỗi ám ảnh đối với tất cả các nhà lãnh đạo của chúng ta. Và vì vậy, lịch sử ngoại giao của chúng ta luôn bị chi phối bởi tinh thần dân tộc chủ nghĩa.

Hai lần Lý Thường Kiệt và Nguyễn Huệ tìm cách phá vỡ bầu không khí lệ thuộc đó. Nhưng bất chấp những chiến công lẫy lừng và tài ngoại giao khéo léo, hai vị lãnh tụ nổi tiếng của dân tộc vẫn phải khuất phục trước thực tế.

Tâm lý dân tộc đè nặng, không chỉ trên quan hệ giữa ta và Trung Quốc, mà cả quan hệ giữa ta với các nước láng giềng. Nếu đối với Trung Quốc, chúng ta là một quốc gia, thì đối với các nước xung quanh, chúng ta muốn họ là một quốc gia. Tâm lý đó khiến quan hệ giữa ta với các nước láng giềng luôn khó khăn. Đành rằng cuộc Nam tiến của chúng ta là một công trình quốc gia đã hoàn thành, nhưng chúng ta còn thiếu những tư liệu để các nhà sử học đánh giá, nếu chính sách ngoại giao của chúng ta cởi mở hơn, dựa trên những nguyên tắc phong phú hơn, thì có lẽ sự bành trướng của chúng ta sẽ không như vậy. Chẳng hạn, một câu hỏi mà chúng ta không thể tránh khỏi: chúng ta là dân tộc ven biển, nhưng tại sao nghệ thuật đi biển của chúng ta chưa phát triển? Nếu đường lối đối ngoại của ta đa dạng hơn, không bó hẹp trong một đường lối, có lẽ sự bành trướng của dân tộc ta đã sớm lan tỏa trên nhiều ngả, và sức sống của ta không chỉ bó hẹp trong một đường lối, tập trung vào mỗi cuộc Nam tiến. Nước ta nằm giữa hai nền văn minh Trung Hoa và Ấn Độ. Với một chính sách đối ngoại tự do hơn, các mối quan hệ quốc tế của chúng ta sẽ rộng rãi hơn, và do đó, vị thế của chúng ta tất nhiên sẽ được củng cố bằng các biện pháp hữu ích và hiệu quả hơn.

Nhưng đó là thực tế. Mối đe dọa xâm lược của Trung Quốc đè nặng lên cuộc sống của đất nước chúng ta đến nỗi tất cả các nhà lãnh đạo của chúng ta đều bị ám ảnh bởi mối đe dọa đó. Và, để đối phó, họ chỉ có hai con đường, một là thần phục Trung Quốc, hai là mở rộng lãnh thổ về phía Nam.

Sở dĩ khi bị phương Tây tấn công, các nhà lãnh đạo triều Nguyễn của chúng ta lúc bấy giờ không thể nghĩ ra một đường lối ngoại giao rộng rãi để khai thác mâu thuẫn giữa các cường quốc phương Tây, đó là vì các nhà lãnh đạo của chúng ta chưa bao giờ đấu tranh để vượt qua tâm lý dân tộc chủ nghĩa đã có đã mãi mãi đè nặng lên lịch sử ngoại giao của chúng ta. Hành động ngoại giao duy nhất lúc bấy giờ là cử sứ bộ sang Trung Quốc để nhờ giúp đỡ. Chúng ta đã biết Trung Quốc đáp lại lời kêu gọi của nhà Nguyễn như thế nào. Nhưng Trung Quốc cũng đang bị đe dọa như chúng ta, nếu không, có thể Trung Quốc đã nhân cơ hội này tái lập sự thống trị của mình ở Việt Nam.

Các sứ bộ của ta sang Pháp cũng nhằm mục đích đàm phán, thần phục Pháp như chúng ta đã quen đàm phán, thần phục Trung Quốc, chứ không phải vì mục đích rõ ràng của một hành động ngoại giao là lợi dụng mâu thuẫn để làm lợi cho mình.

Vì vậy, nếu cho rằng cuộc Nam tiến thành công là kết quả của chính sách ngoại giao một chiều như đã trình bày ở trên, thì chúng ta nên xem xét kết quả đó với những thất bại cũng như thất bại của chính sách ngoại giao một chiều. Ngoại giao đó đã mang lại cho chúng ta trong lịch sử ngàn năm, những thất bại có lẽ còn nặng nề hơn nhiều.

Sự bành trướng của chúng ta đã bị thu hẹp lại và chỉ đi theo một hướng, bỏ lại hải cảng mênh mông lẽ ra là cánh cửa dẫn đến cuộc đời chúng ta.

Ngoại giao của chúng ta còn non nớt đến mức đôi khi không có khả năng bảo vệ chúng ta. Trong khi đó, đối với một nước nhỏ luôn bị đe dọa xâm lược, ngoại giao là một trong những công cụ sắc bén, hữu hiệu để bảo vệ độc lập, lãnh thổ.

Sai lầm trước đây là như vậy.

Trong chín trăm năm dựng nước, chúng ta đã tám lần, bảy lần bị Trung Quốc xâm lược, một lần bị phương Tây xâm lược. Ta sáu lần đánh đuổi, chỉ có lần thứ sáu nhà Minh khôi phục nền thống trị trong hai mươi năm, và lần thứ tám đế quốc Pháp xâm lược toàn bộ lãnh thổ và đô hộ ta hơn tám mươi năm.

Chống ngoại xâm

Vì vậy, chống ngoại xâm là một yếu tố quan trọng trong nền chính trị Việt Nam. Nền chính trị truyền thống của các triều đại Việt Nam không được quan niệm rộng rãi nên nếu có một nửa kết quả trước sự xâm lược của Trung Quốc, nó sẽ hướng chúng ta đến một chính sách ngoại giao hẹp hòi. Vì vậy, tất cả nghị lực phát triển của dân tộc, thay vì mở ra nhiều con đường sống cho chúng ta, lại dồn vào một cuộc chiến tranh tiêu hao chỉ để tranh giành đất đai. Mặt khác, chính sách đối ngoại hẹp hòi đã đặt chúng ta vào thế bị cô lập, để khi sự việc thực sự xảy ra, các nhà lãnh đạo của chúng ta không kịp đương đầu với sóng gió, để lại nhiều hậu quả tai hại cho nhiều thế hệ.

Chính sách chống ngoại xâm.

Tai họa ngoại xâm đã quá rõ ràng và thường trực đối với chúng ta. Tại sao các phương pháp truyền thống, của các nhà lãnh đạo tiền nhiệm của chúng ta, thành công một nửa trong cuộc chiến chống ngoại xâm Trung Quốc, nhưng lại thất bại trong cuộc chiến chống ngoại xâm phương Tây?

Trước hết, các phương pháp truyền thống đã đặt vấn đề Trung Quốc xâm lược như một vấn đề chỉ liên quan đến hai quốc gia: Trung Quốc và Việt Nam. So sánh giữa hai khối Trung Quốc và Việt Nam, chúng ta thất bại là lẽ đương nhiên. Việc khuất phục và cống nạp chỉ là phương tiện để trì hoãn quân đội. Và vấn đề chống ngoại xâm chưa bao giờ được các triều đại Việt Nam đặt ra như một chính sách đương nhiên và có tính nguyên tắc đối với một nước nhỏ như nước ta. Vì vậy, những biện pháp lẽ ra phải áp dụng như biện pháp ngoại giao đã không bao giờ được sử dụng khi phương Tây xâm lược nước ta.

Nguyên nhân thứ hai là việc chống ngoại xâm chỉ được chuẩn bị trong lĩnh vực quân sự. Nhưng, nếu không thể phủ nhận tính cần thiết và hiệu quả của các biện pháp quân sự trong các cuộc chiến chống lại các triều đại Trung Hoa: Tống, Nguyên cũng như Minh, Thanh, thì chúng ta phải nhìn nhận rằng nỗ lực quân sự của chúng ta rất hạn chế. Và ngày nay, độc lập, những nỗ lực quân sự của chúng ta chắc chắn rất hạn chế.

Như vậy, đối với một nước nhỏ, trong cuộc chiến chống ngoại xâm, biện pháp quân sự là không thể đủ. Trên đây, chúng ta đã đề cập đến các biện pháp ngoại giao, dựa vào việc lợi dụng mâu thuẫn giữa các cường quốc để bảo vệ nền độc lập của chúng ta.

Tuy nhiên, biện pháp cần thiết nhất, hiệu quả nhất và hoàn toàn do chúng ta chủ động là nuôi dưỡng tinh thần độc lập, tự do của nhân dân, phát huy ý thức dân tộc, quốc gia. Đồng thời, áp dụng chính sách quản trị tự do, mở rộng khuôn khổ lãnh đạo, để vấn đề lãnh đạo quốc gia được nhiều người hiểu biết đầy đủ.

Nếu ý thức dân tộc, quốc gia ăn sâu vào tâm khảm của toàn dân, độc lập, tự do được mọi người trân trọng, thì các thế lực xâm lược dù có đánh thắng cả quân đội ta, thắng về ngoại giao cũng không có thể tiêu diệt được ý chí quật cường của cả một dân tộc.

Nhưng ý chí đó mạnh mẽ đến mức nếu không có người lãnh đạo thì không thể làm gì được kẻ xâm lược.

Vì vậy, đồng thời với các biện pháp quần chúng nói trên, cần phải có biện pháp giáo dục, cho mọi người dân quen với vấn đề lãnh đạo, và quan trọng hơn nữa là làm cho số người hiểu biết về vấn đề quốc gia lãnh đạo khả thi càng đông càng tốt. Bởi vì, có như vậy, các thủ lĩnh mới sẽ không bao giờ bị tiêu diệt. Tiêu diệt kẻ cầm đầu là mục tiêu đầu tiên và chủ yếu của các thế lực xâm lược.

Qua việc đề cập đến vấn đề chống ngoại xâm ở trên, lý thuyết đã dẫn chúng ta đến một vấn đề rất quan trọng.

Trước hết, chúng ta nhận thấy rằng đối với một nước nhỏ như chúng ta, xâm lược là mối đe dọa thường trực.

Để chống xâm lược, chúng ta dùng biện pháp quân sự và ngoại giao. Nhưng hơn cả biện pháp quân sự và ngoại giao, xét về hiệu quả và tính chủ động, đó là nuôi dưỡng tinh thần độc lập tự do của nhân dân, phát huy ý thức dân tộc, quốc gia, mở rộng lãnh đạo, để vấn đề lãnh đạo đất nước được nhiều người hiểu rõ.

Nếu được vậy thì đương nhiên một chế độ chuyên quyền, độc đoán không thể có tư cách bảo vệ đất nước trước ngoại xâm. Vì bản chất của một chính thể độc tài, toàn trị là tiêu diệt tận gốc tinh thần tự do, độc lập trong tâm trí mỗi người, biến mỗi người thành một kẻ hoàn toàn vô ý chí, dễ điều khiển, dễ đặt, dễ lợi dụng như một công cụ.

Bản chất của một chính quyền toàn trị, độc tài là giữ độc quyền lãnh đạo nhà nước cho một người hoặc một số rất ít người dân, để sự hiểu biết sâu sắc về những vấn đề cơ bản của dân tộc trở thành lợi thế sắc bén trong tay để họ củng cố địa vị của người cai trị.

Hơn nữa, giả sử chuyên chế, độc tài chưa tiêu diệt hoàn toàn tinh thần tự do, độc lập trong ý thức mỗi người, thì chuyên chế, độc tài tự nó cũng là vũ khí của quân xâm lược. Bởi vì, dưới một chế độ như vậy, những người dân bị áp bức sẽ quay ra căm ghét lãnh tụ của mình, hướng về ai lật đổ kẻ mà họ căm ghét, như hướng về người giải phóng, dù đó là kẻ xâm lược. Lịch sử cổ đại của các dân tộc trên thế giới đã khẳng định điều này: Chỉ có những dân tộc sống tự do mới có thể chống ngoại xâm.

Còn dân tộc ta, chắc chắn sức chống Tây xâm lược của chúng ta sẽ mạnh mẽ hơn nhiều nếu như sớm hơn, nhà Nguyễn thay vì lên án tất cả những người bàn chuyện quốc gia, đã nuôi dưỡng tinh thần tự do, độc lập của mỗi người và để cao tinh thần và ý thức dân tộc trong nhân dân.

Ngược lại, số lần dân tộc thắng giặc ngoại xâm, từ nhà Trần đuổi Nguyên Mông, đến nhà Lê đánh quân Minh, Quang Trung đánh quân Mãn Thanh, đều nhờ những người lãnh đạo đã khơi dậy ý chí tự do và ý chí độc lập của nhân dân.

Và vấn đề rất quan trọng mà chúng tôi đã nêu ở trên là vấn đề chính trị của Việt Nam. Vì những lý do nêu trên, chính thể nào phù hợp với dân tộc ta, không phải do sự lựa chọn dựa trên các lý thuyết chính trị, hay các lý do triết học quyết định, mà sẽ do hoàn cảnh địa lý, lịch sử, cùng với trình độ phát triển của dân tộc.

Nếu bây giờ chúng ta không có ý thức rõ ràng về chính thể đó nên là gì, thì bây giờ chúng ta có thể quan niệm rằng nó không thể là một chế độ chuyên chế hay độc tài. Đó là một thái độ rất rõ ràng.

Quá trình Nam tiến của dân tộc Việt Nam

Công cuộc Nam tiến và quan hệ với Trung Hoa là tâm điểm của 900 năm lịch sử Việt Nam từ khi dựng nước năm 939 đến khi bị ách đô hộ của đế quốc Pháp.

Thực ra, chính vì sức ép quá mạnh của nước lớn Trung Hoa, và vì sự tồn vong của dân tộc mà chúng ta bị dồn vào thế phương Nam. Tùy thuộc vào các điều kiện lịch sử và địa lý, chẳng hạn như những điều kiện mà chúng ta phải đương đầu, vào chính thời điểm thành lập của chúng ta, một dân tộc đã quen với nông nghiệp như chúng ta, có thể dẫn đầu sự mở rộng của mình. Có phải chúng ta đang đi theo một hướng khác?

Tại sao chín trăm năm nay chúng ta đi dọc bờ biển từ Bắc chí Nam mà chưa bao giờ chúng ta say đắm biển cả, đến độ vượt biển tìm đất sinh sống? Phải chăng chỉ mở rộng về phía nam là giải pháp duy nhất?

Nếu thay vì Nam tiến, ta vượt Trường Sơn, đem sinh khí cả nước chinh phục Tây Nguyên, liệu vận mệnh dân tộc có trở nên hứa hẹn hơn ngày nay, cả về phồn vinh và thịnh vượng cho toàn thể con người, xét về khí chất con người và về sự phát triển của nền văn minh của chúng ta. Việc trả lời tất cả các câu hỏi trên là vô cùng quan trọng, một mặt để hiểu được cái hay và cái dở của giới lãnh đạo đất nước trong quá khứ, mặt khác để nhận thức được sự phát triển của dân tộc trong tương lai.

Và, sớm hay muộn, các nhà lãnh đạo của chúng ta, trước sự thúc đẩy của thực tế, sự mở mang tự nhiên của dân tộc, cũng phải tìm ra câu trả lời thiết thực cho những câu hỏi trên.

Trong những dòng dưới đây, mặc dù tầm quan trọng của các vấn đề vừa được nêu ra, chúng tôi sẽ cố tình đặt chúng sang một bên và không đề cập đến chúng. Chỉ cần phân tích cuộc Nam tiến từ Hoành Sơn đến Vịnh Thái Lan, xét về hậu quả mà cuộc Nam tiến đó đã để lại cho dân tộc, và thử đánh giá cái vốn tích cực hay tiêu cực mà hiện nay chúng ta đang thừa hưởng.

Nam tiến.

Cuộc Nam tiến của ta thực sự bắt đầu từ năm 1069. Và chính Lý Thường Kiệt - một trong hai nhân vật duy nhất của Việt Nam đã phá vỡ được bầu không khí thần phục bao trùm quan hệ giữa ta với Trung Quốc - đã mở đường cho cuộc Nam tiến. Sau khi bị Lý Thường Kiệt đánh bại vua Chiêm Thành là Chế Củ bị bắt và bị cầm tù. Để chuộc mạng, Chế Củ cắt ba châu Bố Chánh, Địa Lý và Ma Linh nhường cho vua Thánh Tông nhà Lý, nay là tỉnh Quảng Bình, bắc Quảng Trị. Cuộc di cư bắt đầu từ năm 1075 dưới sự lãnh đạo của chính Lý Thường Kiệt với tư cách là Tổng trấn Thanh Hóa.

Hơn hai trăm năm sau, năm 1301, vua Nhân Tông nhà Trần, để thắt chặt tình hữu nghị giữa hai nước Chiêm Thành và ta, đã hứa gả công chúa Huyền Trân cho vua Chiêm Thành là Chế Mân. Năm 1306, để đưa Huyền Trân về triều, Chế Mân đã ban cho vua Anh Tông nhà Trần hai châu Ô và Rí, nay là Nam Quảng Trị và Thừa Thiên. Dân tộc Việt Nam đã xuống đèo Hải Vân.

Một trăm bảy mươi năm sau, vào năm 1471, vua Thánh Tông nhà Lê đã đánh bại vua Champa là Banta-tra-toan. Bấy giờ toàn bộ phần đất từ đèo Hải Vân đến Cù Mông, bao gồm các tỉnh Quảng Nam, Quảng Ngãi hiện nay và bắc Bình Định, được sáp nhập vào lãnh thổ Việt Nam.

Năm 1558, khi Nguyễn Hoàng vào trấn thủ Thuận Hóa, lãnh thổ Việt Nam đã đến đèo Cù Mông gần trăm năm, và nhà nước Chămpa coi như bị diệt vong.

Vì vậy, việc thôn tính những phần đất còn lại của Champa của Nguyễn Hoàng và con cháu không còn khó khăn như trước.

Năm 1611, Nguyễn Hoàng muốn củng cố lực lượng để đối đầu với chúa Trịnh ở phía Bắc nên đã chiếm thêm vùng đất chạy từ đèo Cù Mông xuống đến Sông Cầu, Phú Yên ngày nay.

Năm 1653, để trừng phạt vua Chiêm Thành là Bá Thâm vì muốn lợi dụng hàng rào nội thương của họ Nguyễn, Chúa Hiền đã chiếm vùng đất chạy dài đến sông Phan Rang, nay là tỉnh Khánh Hòa.

Năm 1693, Quốc Chúa Nguyễn Phúc Chu thôn tính toàn bộ Chiêm Thành cho đến Bình Thuận ngày nay, sau khi bắt được vua Chiêm Thành là Bá Tranh.

Trước khi Champa bị thôn tính hoàn toàn, Việt Nam đã bắt đầu di cư đến những vùng đất bỏ hoang của Campuchia tại hai địa điểm Mô Xoa (Bà Rịa) và Đồng Nai (Biên Hòa). Từ thế kỷ 15, Campuchia vì nội loạn và sự tấn công không ngừng của Thái Lan nên bắt đầu suy tàn. Năm 1658, nội loạn trầm trọng, vua Campuchia xin thần phục Chúa Hiền và xin triều cống, bảo hộ Việt kiều. Bắt đầu từ năm đó, làn sóng phương Nam của chúng ta tràn sang Campuchia.

Năm 1690, lợi dụng cuộc nội chiến ở Campuchia, và do vua Campuchia không giữ lời hứa, chúa Mạc đã đặt dưới quyền cai trị trực tiếp của Việt

Nam, vùng đất có kiều bào sinh sống. Và đến năm 1698, để hợp thức hóa tình hình trên, Chúa Mạc đã thành lập hai phủ Tân Biên (Biên Hòa) và Phiên Trấn (Gia Định) gồm các vùng mà Việt kiều và Hoa kiều đã quy phục nhà Nguyễn, nay là các tỉnh miền Đông, Gia Định, Long An và một phần Định Trường.

Năm 1732, tỉnh Tiền Giang hiện nay lại được đặt làm phủ huyện của Việt Nam, và năm 1757, đặt các tỉnh Hậu Giang, trừ An Xuyên, Hà Tiên và một phần Kiên Giang. Toàn bộ đất đai sau này, do Mạc Thiên Tứ chiếm đóng và mở mang, tuy đặt dưới quyền nhà Nguyễn từ năm 1708 nhưng mãi đến năm 1780 mới được coi là hoàn toàn chiếm đóng.

Hai giai đoạn Nam tiến.

Cuộc Nam tiến để hình thành lãnh thổ nước ta hiện nay có thể coi là kéo dài từ năm 1069 đến năm 1780, chia làm hai giai đoạn lớn. Giai đoạn từ 1069 đến 1693, từ dãy Hoành Sơn tiến vào Bình Thuận và chiếm các đồng bằng nhỏ dọc Trường Sơn. Giai đoạn 1690 – 1780 chiếm toàn bộ vùng hạ lưu đồng bằng sông Cửu Long.

Phải mất hơn sáu trăm năm để chiếm những vùng đất hẹp ở miền Trung Việt Nam, và chưa đầy một trăm năm để chiếm những vùng đất ở đồng bằng sông Cửu Long.

Sự khác biệt giữa hai thời điểm này là nguyên nhân dẫn đến những hậu quả rất quan trọng mà chúng ta phân tích dưới đây.

Ngoài ra, những biến cố lịch sử, xảy ra trong hai thời kỳ đó, góp một phần rất nặng nề vào những hậu quả nói trên.

Trong khoảng thời gian từ 1061 đến 1693, việc chiếm đóng Champa tất cả các vùng đất mới chiếm được, mặc dù đôi khi phải đối phó với những phản ứng dữ dội của Champa, nhưng không bị ảnh hưởng xấu bởi các biến cố nội bộ. Vì lẽ đó, việc di cư và tổ chức vùng đất mới, theo cơ cấu xã hội Việt Nam, được tiến hành một cách thường xuyên và liên tục kể từ ngày khai khẩn.

Ngược lại, việc chiếm đóng các vùng đất phía Nam, giành được từ Campuchia vào khoảng cuối thế kỷ 17, chịu ảnh hưởng nặng nề của cuộc chiến giữa Nguyễn Ánh và Tây Sơn, gây ra sự tàn phá cho cả một quốc gia từ Bắc chí Nam. Do đó, những vùng đất mới chiếm được, kể từ thời điểm này, không được hưởng sự di cư và tái cấu trúc mới, có trật tự và liên tục. So sánh các vùng đất chiếm được ở Trung và Nam trong cuộc Nam tiến, ta thấy như sau:

- Đất miền Trung ít.
- Phần lớn đất đai ở phía Nam.

Phải sáu trăm năm sau ta mới chiếm được miền Trung từ dãy Hoành Sơn đến Bình Thuận.

Trong vòng chưa đầy một trăm năm, chúng ta đã chiếm được toàn bộ vùng hạ lưu sông Cửu Long.

Sau khi chiếm được đất miền Trung, chúng ta đều có một thời gian dài yên bình để di cư và tổ chức cơ cấu xã hội.

Còn những vùng đất ở phương Nam, vừa chiếm được, chúng ta đã bị nội chiến tàn phá nên di cư rất hỗn loạn, cơ cấu xã hội hết sức khiếm khuyết.

Vì những lý do trên, việc chiếm lĩnh đồng bằng miền Trung tuy chưa hoàn toàn nhưng cũng có thể coi là tạm ổn. Ngược lại, việc chiếm đóng vùng hạ lưu sông Cửu Long vẫn chưa hoàn toàn kết thúc.

Sau khi thống nhất đất nước năm 1802, nhà Nguyễn bắt tay ngay vào công cuộc xây dựng đất nước, nhưng chỉ mươi năm sau, chúng ta bị phương Tây tấn công, và tiếp theo là đế quốc Pháp đô hộ. Trong khoảng năm mươi năm, dù có tốn bao nhiêu công sức, nhưng với tốc độ của các biện pháp lúc bấy giờ, nhà Nguyễn cũng chỉ củng cố được địa vị, cùng lắm là tạm thời hàn gắn vết thương nội chiến. Và năm mươi năm, chỉ hơn một thế hệ, không đủ thời gian để tổ chức cơ cấu xã hội ở những vùng mới chiếm đóng bén rễ một cách đủ đảm bảo sự trường tồn của truyền thống dân tộc. Đó là trong trường hợp nhà cầm quyền thực sự nhận thức được việc tổ chức bộ máy xã hội là vấn đề hết sức quan trọng, cần được coi là trọng tâm.

Nhưng về điểm này, các nhà sử học của chúng ta trong tương lai cần tìm hiểu xem việc tổ chức cơ cấu xã hội ở các vùng mới chiếm ở phương Nam có phải là mối quan tâm của nhà Nguyễn hay không. Cho đến nay, không có tài liệu xác nhận điều đó.

Nhiều hệ lụy.

Thực tế có thể là một nguyên nhân khác, thuộc về con người, của việc chúng ta chiếm đóng miền Nam mà không bị khuất phục. Trong tám trăm năm, dân số của chúng ta, sống ở đồng bằng sông Hồng và các vùng cận đồng bằng ở miền Trung Việt Nam, đã trải qua một sự gia tăng trung bình. Mỗi khi dân số tăng lên, áp lực càng đẩy chúng ta phải chiếm thêm đất để cày. Nếu xét rằng, sáu trăm năm nữa, áp lực dân số của chúng ta có thể được thỏa mãn, bằng việc chiếm thêm các tiểu vùng đồng bằng Trung Bộ, thì áp lực đó không lớn lắm, và do đó, tốc độ tăng dân số có một mức nhất định. Đột nhiên, chúng ta mở cửa đồng bằng sông Mê Kông. Nhu cầu di cư, xâm chiếm những vùng đất mới vượt quá khả năng sinh sản. Do đó, chúng ta không đủ dân số để chiếm đồng bằng sông Mê Kông. Thực tế trên cần được khẳng định bằng những con số dân số của nước ta từ năm 1000 trở đi, mà ở tình trạng hiện nay, chúng ta khó có được.

Thay vào đó, việc chiếm đóng có thể được thực hiện bằng những đợt di cư lớn và có tổ chức, nhằm đồng thời loại bỏ áp lực dân số của miền Bắc và di cư vào miền Nam. Mặt khác, chúng ta chỉ thấy sử sách ghi lại việc Nguyễn Tri Phương tổ chức lập đồn điền ở Nam Bộ, một biện pháp tuy thành công khi chiếm miền Trung, nhưng rõ ràng không xứng tầm với cuộc chiếm đóng đang chờ đợi ở miền Nam. Trong khi đó, nhà Nguyễn phải ra sức mở mang phương Bắc để nuôi sống nhân dân, như công cuộc khẩn hoang của Nguyễn Công Trứ ở Thái Bình, Ninh Bình.

Những sự kiện trên chứng tỏ quan niệm không phù hợp của triều Nguyễn đối với công việc trọng đại trong lãnh thổ lúc bấy giờ, cả về trọng tâm và vị trí địa lý. Các lý do chính trị, trong đó chưa xác định được lòng dân, có thể ảnh hưởng đến các quyết định của triều Nguyễn đối với phương Bắc. Nhưng, như chúng ta sẽ thấy dưới đây, hậu quả chính trị của các biện pháp trên của triều Nguyễn còn tai hại gấp nhiều lần so với hậu quả kinh tế và con người.

Một bộ phận đất mới chiếm, dân cư thưa thớt, chưa có tổ chức xã hội, thuần phong mỹ tục của dân tộc chưa cố định trong đời sống hàng ngày của nhân dân, tình quê hương chưa bén rễ. Bối cảnh mới là sự yếu kém về mặt quốc thể, về mặt bảo vệ Tổ quốc. Đó là những nơi quân xâm lược đánh phủ đầu, bởi họ cũng ý thức được rằng sức phản kháng của một bộ phận dân cư chưa bén rễ tại địa phương chắc chắn sẽ không đáng kể. Và, tất nhiên, đó là những khu vực mà sự xâm lược, mối đe dọa thường trực đối với các quốc gia nhỏ, như chúng ta, có thể bắc cầu hiệu quả cho sự lan rộng khắp đất nước. Vì vậy, miền Nam dưới triều Nguyễn trở thành hiểm địa cho toàn lãnh thổ.

Lịch sử đã xác nhận những sự thật trên. Pháp hai lần tấn công nước ta, đều là tấn công Nam Kỳ trước, lần thứ nhất vào năm 1860 và những năm tiếp theo. Lúc đó, như chúng ta đã thấy ở trên, việc chiếm đóng miền Nam của chúng ta hoàn toàn chưa xong. Tám mươi lăm năm Pháp thuộc, tất nhiên không chỉ dinh thự Nguyễn Tri Phương bị giải tán, mà việc chiếm đóng của chúng ta nếu có, vẫn tiếp tục vì sức ép nhân khẩu, tất nhiên là diễn ra một cách hỗn loạn, vì lợi ích của các thế lực. Thực dân Pháp tổ chức kinh tế, không theo đường lối quyết định bởi lợi ích của dân tộc. Vì vậy, sau tám mươi lăm năm, công cuộc chiếm đóng miền Nam của chúng ta vẫn trong tình trạng dang dở như xưa. Và như vậy, lần thứ hai trong năm 1945, thực dân Pháp, ngoài lý do kinh tế và quân sự, còn một lần nữa xâm lược Nam Bộ trước.

Phần III-B

CƠ SỞ HẠ TẦNG KHÔNG TỔ CHỨC

S ự vô tổ chức của cơ sở hạ tầng nông thôn chúng ta khi người Pháp đến là một lợi ích đối với họ. Đối với chúng ta, đó là một sai lầm quan trọng vì nhiều lý do.

Trước hết, khi Gia Long cầm quyền, người Y Pha Nho đã chiếm đóng Phi Luật Tân được ba trăm năm. Người Anh và người Pháp đã đổ bộ vào Ấn Độ một trăm năm mươi năm trước. Người Hà Lan và người Anh đã tranh giành quần đảo Indonesia trong một trăm năm. Cả Hà Lan, Anh và Pháp đều tranh giành ảnh hưởng ở Thái Lan từ cuối thế kỷ 17. Người Anh đã đánh đuổi người Hà Lan ra khỏi Malaysia và chiếm đóng bán đảo này trong hơn 50 năm. Tức là việc phương Tây tấn công các nước châu Á đã có từ lâu và vị trí của họ đã bao vây Việt Nam. Nhà Nguyễn không thể không biết tình hình đó, nhất là khi chính Gia Long đã liên hệ chặt chẽ với phương Tây và nhờ vào công nghệ của họ, giành lại được chính quyền. Gia Long không thể không biết sức mạnh của công nghệ phương Tây và không thể không biết ý đồ xâm lược của phương Tây khi tình hình các nước quanh ta như đã trình bày ở trên.

Vì vậy, tại sao chúng ta không cố gắng lường trước mối đe dọa xâm lược đang rình rập?

Đối nội thì không có biện pháp phòng vệ, đối ngoại thì trong khi các biến cố đang xảy ra với các nước láng giềng như chúng ta vừa thấy, quan niệm ngoại giao của chúng ta vẫn còn hạn hẹp và đóng cửa như xưa.

Mãi đến năm 1839, khi người Anh dùng vũ lực can thiệp vào nội địa Trung Quốc trong cuộc chiến tranh nha phiến, Minh Mạng mới biết tình thế nguy ngập của đất nước nên vội vàng và bất ngờ cử hai sứ bộ sang Anh và Pháp. Nhưng đã quá trễ rồi. Và lại, một phái đoàn ngoại giao đến đột ngột mà không chuẩn bị trước, không dọn đường, không đàm phán sơ bộ thì làm sao có kết quả?

Và rồi các sự kiện ập đến như chúng ta đều biết, và hai mươi năm sau chúng ta rơi vào ách thống trị của chủ nghĩa đế quốc.

Các sử gia thường cho rằng nguyên nhân khiến nhà Nguyễn không chuẩn bị trước cho cuộc xâm lược, và nguyên nhân của những hành động thiếu khôn ngoan trong thời kỳ quyết liệt đó, chính là tâm lý của những người từng trải. Trải qua nhiều thế hệ thấm nhuần Nho giáo, ngoài văn minh Trung Hoa, không còn thấy có sự phát triển nào khác cho nhân loại. Vì vậy, họ nhất định nhắm mắt cho qua những biến cố đang dồn dập xảy đến. Ngoài những điều trên, sự hạn chế của một nền ngoại giao truyền thống hẹp hòi, dựa trên tâm lý dân tộc chủ nghĩa đối với Trung Quốc, là một trở ngại lớn.

Tâm lý này thể hiện rõ trong phản ứng của chúng ta lúc bấy giờ. Trước khi chính Trung Quốc bị tấn công, phản ứng của chúng ta gần như bằng không trước cuộc tấn công của phương Tây vào các nước châu Á láng giềng. Ngược lại, sau khi Trung Quốc bị tấn công, phản ứng của chúng ta lúc này là vội vàng cử hai phái đoàn sang Pháp và Anh mà không có bất kỳ sự chuẩn bị ngoại giao nào. Cách gửi phái bộ như vậy là cách gửi phái bộ sang Trung Quốc ngày xưa. Và việc cử hai phái bộ sang Pháp và Anh, theo cách cũ cử phái bộ sang Trung Quốc, càng làm cho chúng ta nhận thấy rõ ràng hơn quan niệm ngoại giao của chúng ta lúc bấy giờ là một gánh nặng "tinh thần dân tộc", ở mức độ nào.

Và ngay bây giờ, chúng ta đang thừa hưởng những hậu quả tai hại của việc chiếm đóng miền Nam dở dang. Sự vô tổ chức của các làng xã ở Nam Bộ, như chúng ta đã thấy ở trên, có lợi cho kẻ xâm lược, nghĩa là kẻ tấn công bao nhiêu thì thiệt thòi cho kẻ cố thủ bấy nhiêu. Trong kháng chiến chống Pháp, sự kiện này càng thể hiện rõ. Pháp đánh làng kháng chiến dễ như kháng chiến đánh làng Pháp. Trong khi đó, ở miền Bắc và miền Trung, việc bên này tấn công làng do bên kia chiếm đóng là một hành động vô cùng khó khăn.

Còn hiện nay, sở dĩ du kích miền Bắc dễ dàng phá rối nông thôn miền Nam, là vì theo sách lược đánh du kích của Mao Trạch Đông, chúng đóng vai đánh phá làng xã, nơi ta cố thủ.

Trong trường hợp đó, và với một thực tế rõ ràng, về sự thiếu tổ chức của chúng ta trong lĩnh vực cơ sở hạ tầng nông thôn, chúng ta chỉ có thể ngăn chặn du kích nông thôn, nếu, hoặc, chúng ta không nhận vai trò cố thủ làng xã, xoay chuyển chiến lược, để chúng ta tự mình tấn công các làng từ các cứ điểm có tổ chức và phòng thủ, hoặc, chúng ta tổ chức các làng trước, rồi cố thủ sau.

Công cuộc chiếm đóng phương Nam chưa xong của chúng ta còn để lại nhiều hậu quả nặng nề về con người, xã hội và kinh tế mà chúng ta sẽ thấy rõ khi xem xét hình thái vật chất của các làng quê ta từ Bắc chí Nam.

Hình thể của làng xã.

Trước hết, chúng ta sẽ không vội vàng, giống như hầu hết các nhà sử học và nhà kinh tế của chúng ta, ca ngợi và khoe khoang về tổ chức làng xã của chúng ta, mà những người này coi là một sáng kiến kỳ lạ của riêng họ. Những người này thường ca ngợi tính chất dân chủ về tổ chức tự trị của làng xã và sự độc lập của làng xã khỏi chính quyền trung ương. Nhưng sự thật là, dù ở triều đại nào, tùy từng thời điểm, sự kiểm soát của trung ương có thể chặt chẽ hoặc rộng rãi đối với các làng xã. Trong thời kỳ trung ương kiểm soát làng xã chặt chẽ hơn, công việc hành chính của làng xã do một quan chức trung ương được chỉ định phụ trách. Trong thời kỳ mà quyền tự trị của làng xã được mở rộng hơn, công việc hành chính được thực hiện bởi dân làng. Điều thứ hai là chế độ dân chủ quan sát thấy trong quyền tự trị của các làng chỉ là hình thức tập hợp xã hội thấp nhất của loài người, mà tất cả các bộ lạc đều có.

Chúng ta tạm gác lại các sự kiện trên và chỉ tập trung vào hình thức vật chất của tổ chức làng xã, nhằm đo lường trình độ tổ chức cơ sở hạ tầng của chúng ta trên cơ sở mọi mặt con người, xã hội và văn hóa.

Nếu để ý kỹ, chúng ta sẽ thấy làng quê Bắc Bộ của chúng ta được tổ chức rất chặt chẽ: tức là trong phạm vi của làng, khuôn viên của làng được xây dựng trên một khoảnh đất hẹp, và gồm nhiều ngôi nhà, mật độ dân cư dày đặc. Đường sá, nhà cửa trong làng được bố trí như trong một thành phố nhỏ, tất cả các công trình công cộng, trường học, đình, chùa, công sở… đều phục vụ cho cả làng. Cuộc sống tập thể giữa những người dân trong làng đó sẽ diễn ra tự nhiên, ý thức cộng đồng sẽ trở thành tập quán của dân làng. Hai từ "Làng tôi" gợi lên một tiểu vũ trụ, một tập thể trong đó có 'tôi'.

"Làng" là đơn vị xã hội sau gia đình, đơn vị hành chính quốc phòng, đơn vị kinh tế của vùng. Hình thức này là hình thức nguyên thủy của làng quê ta, và chúng ta thấy hình thức nguyên thủy này ở khắp các làng quê từ Bắc Bộ, Bắc Trung Bộ cho đến Quảng Bình, Quảng Trị.

Những khu vực đó bao gồm lãnh thổ nước ta khi mới lập nước và vùng đất đầu tiên chiếm từ Chiêm Thành năm 1069 dưới triều đại nhà Lý.

Từ nam Quảng Trị trở vào Bình Thuận, hình thức làng thưa dần, tức là hàng rào rộng hơn, nhà trong làng thưa dần. Sợi dây liên kết giữa những người trong làng vẫn còn đó, nhưng đã lỏng lẻo vì nét chung ít dần khi đường đất dài ra, và tinh thần tập thể cũng vì thế mà nhường chỗ cho lối sống riêng tư. .

Từ Thừa Thiên đến Bình Thuận, hàng rào làng vuông càng về phía Nam càng rộng nhưng sự mở rộng không quá giới hạn. Vì vậy, hình thức vẫn được coi trọng.

Những khu vực này bao gồm cả những vùng đất chiếm được từ Chiêm Thành dưới thời nhà Trần và nhà Nguyễn. Đối với dân làng, tính chất đơn vị xã hội hậu gia đình bắt đầu nới lỏng cũng như tính chất đơn vị phòng thủ đối với quốc gia. Tính chất hành chính vẫn còn nguyên vẹn.

Nhưng bắt đầu từ Bình Tuy hôm nay, về phía Đông và các tỉnh Tiền Giang, dạng dày đặc đã bị phá vỡ. Những ngôi nhà trong làng đã nằm rải rác, cách xa nhau. Hàng rào vuông của làng xưa nay không còn nữa mà chỉ còn là những hàng rào vuông cho một xóm, gồm nhiều nhà của một gia đình, hoặc hàng rào vuông cho từng nhà.

Càng đi về phía nam, những mái nhà càng cách xa nhau và những ngôi nhà nằm rải rác khắp vùng đất của làng. Hình thức cũ không còn nữa, và cùng với hình thức cũ, lối sống tập thể cũng không còn. Đối với dân làng, tính chất đơn vị xã hội hậu gia đình của làng đã biến mất.

Đối với quốc gia, tính chất của đơn vị phòng thủ không còn mà chỉ còn tính chất của đơn vị hành chính. Các công trình công cộng không còn hữu ích cho cả làng vì đường đất quá rộng.

Về miền Tây, những cánh đồng Hậu Giang bao la nuốt chửng hoàn toàn hình hài nguyên sơ của làng quê Việt Nam. Trên những đoạn đường lớn, hoặc ven sông, rạch, những mái nhà nằm rải rác, hoặc tụ lại thành từng cụm nhỏ, năm ba ngôi nhà, chạy dài hàng vạn cây số. Hai chữ "Làng tôi" chỉ gợi một tổ chức hành chính có nhiều sổ sách.

Sở dĩ hình thái vật chất của làng xã ta từ bắc chí nam mở rộng dần, đến đoạn đứt, nhìn chung, người ta cho là vì, miền bắc đất hẹp người đông, miền nam đất rộng người thưa. Chỉ lý do này thôi thì chưa đủ để giải thích tất cả những thực tế nhận thức trên, bởi có nhiều nơi đất hẹp như Thừa Thiên, có những làng rộng hơn ở Thái Bình, hay ở Quảng Nam, Quảng Ngãi, nơi mà đất rộng hơn. Và, nếu ở địa bàn hẹp không thể tổ chức làng lớn thì ngược lại, ở địa bàn rộng vẫn có thể tổ chức làng dày đặc. Chắc chắn, đồng thời với nguyên nhân trên, một nhận thức sai lầm về tổ chức làng xã của những người có công khai khẩn đất mới là một nguyên nhân rất nghiêm trọng.

Càng xa trung tâm, hình thức ban đầu của ngôi làng và những hệ quả có lợi của nó càng bị lãng quên.

Chỉ nhớ làng cố định, có đình chùa, có văn quan, là đủ, mà quên rằng những cơ sở cộng đồng ấy, chỉ phát huy hiệu quả khi hình thức dày đặc được tôn trọng.

Hậu quả của hình thức.

Nhưng dù lý do là gì đi nữa thì sự thật đã và đang kéo theo nhiều hệ lụy rất bất lợi cho chúng ta ngày nay.

Hậu quả bất lợi về quốc phòng, như chúng ta biết, là nghiêm trọng nhất.

Sau đó là những hậu quả về con người, xã hội, văn hóa và kinh tế, gây thiệt hại không kém, nhưng phải mất một thời gian dài mới xảy ra.

Trước hết, sống trong khuôn khổ của một hình thức dày đặc thì tinh thần tập thể mới có thể phát triển được. Hình thức thân mật mất đi, tinh thần tập thể cũng mất đi. Đó là một điều rất tai hại, bởi chừng nào quốc gia, một tập thể vĩ đại còn đòi hỏi ở người dân ý thức tập thể thì họ đã đánh mất.

Khi đó, sống đông đúc, con người sẽ không biệt lập, sẽ dựa vào tập thể mà phát triển từng cá nhân. Nhờ có sự hỗ trợ giáo dục tự nhiên, kinh nghiệm của người trước được truyền lại cho người sau, ít bị thất thoát trong một tập thể và hình thành nên truyền thống của tập thể. Sống phong phú thì sự tiến hóa của cá nhân không bị gián đoạn.

Cuối cùng, sự liên lạc từ người dân đến chính quyền trung ương, cũng như từ chính quyền trung ương đến người dân sẽ thông suốt và dễ dàng, nếu người dân sống trong một hình thức đông đúc. Các cơ sở công cộng cung cấp cho người dân các phương tiện kinh tế, xã hội hoặc văn hóa để cải thiện cuộc sống của họ chỉ có thể được tổ chức dưới hình thức sinh sống dày đặc. Và tất nhiên, nếu dạng sống dày đặc không tồn tại, thì tất cả các hậu quả trên đều không có. Tức là không có hình thức tiết chế nào thì con người sẽ sống đơn lẻ, truyền thống của tập thể sẽ mất đi, cá nhân không phát triển, ý thức tập thể cũng không còn. Chính quyền đến với dân không liên tục, dân không biết chính quyền.

Ngoài sự ràng buộc gia đình, những người sống trong sự cô lập không còn biết xã hội và quốc gia là gì.

Những sự kiện tai hại trên càng trầm trọng hơn dưới thời Pháp thuộc, vì đời sống của người dân không phải là mối quan tâm của nhà cầm quyền.

Địa vị xã hội của con người như vậy, đương nhiên ảnh hưởng nặng nề đến trình độ sản xuất kinh tế vì kỹ thuật sản xuất, nhất là trong nông nghiệp vốn là tài nguyên thiên nhiên chủ yếu của nước ta còn thô sơ, ngày càng xuống cấp.

Vì vậy, chúng ta không ngạc nhiên khi đọc các báo cáo nghiên cứu của các chuyên gia về khả năng tăng sản lượng trong lĩnh vực nông nghiệp của chúng ta. Những người này ước tính rằng mức sản xuất ở miền Bắc có thể tăng ít nhất năm mươi phần trăm, ở miền Trung ít nhất một trăm phần trăm và ở miền Nam hai trăm phần trăm.

Sự khác biệt giữa ba con số đánh giá tiềm năng tăng năng suất của ba khu vực, chỉ là do sự khác biệt giữa trình độ kỹ thuật sản xuất hiện tại của ba khu vực.

Những trang viết trên giúp chúng ta thấy rõ rằng sự chiếm đóng của chúng ta đối với Nam Trung Bộ là chưa trọn vẹn và đối với Nam Bộ là chưa trọn vẹn.

Để bắt tay vào phát triển, điều đầu tiên chúng ta phải làm là hoàn thành công việc trên, bằng cách tổ chức lại, trên cơ sở dày đặc và tập thể của cơ sở hạ tầng nông thôn của chúng ta.

Như vậy, việc tổ chức lại làng xã ở Nam Trung Bộ và Nam Bộ, không chỉ có tác dụng quân sự, chống lại sự phá rối của quân du kích miền Bắc, mà còn đặt nền móng cho sự phát triển của đất nước về mọi mặt, nhân sinh, kinh tế và văn hóa.

Nói đúng hơn, hai tác động phải song hành với nhau. Nghĩa là, hiệu quả quân sự đối với việc quấy rối du kích miền Bắc sẽ dễ dàng đạt được hơn nếu chúng ta đặt nó trong khuôn khổ bao trùm của một sự phát triển rộng lớn của cả nước. Lý do của sự kiện này như sau:

Chủ nghĩa cộng sản, nói chung toàn bộ lý thuyết và phương pháp hành động, là phương tiện đấu tranh đã khuất phục được lòng tin của giới lãnh đạo miền Bắc. Niềm tin của họ bắt nguồn từ hai sự thật. Trước hết, phương tiện đó đã tỏ ra hữu hiệu trong thời kỳ giải phóng dân tộc khỏi ách thực dân, bởi nó đã mang lại cho chúng ta những đồng minh quốc tế trong cuộc đấu tranh đơn độc của mỗi dân tộc, như chúng ta đã biết. Sự kiện thứ hai là tấm gương phát triển của nước Nga. Còn với hoàn cảnh của Việt Nam, tín thác là phù hợp, điều này chúng tôi đã đề cập ở trên và sẽ trở lại sau.

Trong mọi trường hợp, vì niềm tin này, các nhà lãnh đạo miền Bắc đã áp dụng phương pháp Cộng sản để thực hiện công việc phát triển, như chúng ta đã thảo luận trong phần thứ hai, bao gồm cả việc xâm chiếm miền Nam. Do đó, hành động quân sự chống lại họ chỉ là một phần của toàn bộ chương trình. Do đó, hành động của họ có khả năng thu hút quần chúng, điều mà các biện pháp quân sự của họ không thể đạt được. Nói cách khác, các biện pháp quân sự của họ không thể tách rời và đứng riêng lẻ, nằm ngoài phạm vi công việc mà họ chủ trương.

Như vậy, để chống lại sự phá rối của quân du kích miền Bắc, biện pháp quân sự thôi là chưa đủ. Ví dụ, ngay cả khi chúng ta đánh bại họ về mặt quân sự, chúng ta cũng không thể đánh bại họ, bởi vì lực lượng chính của họ không phải là quân đội, mà là toàn bộ chương trình.

Và như chúng ta đã biết chương trình đó chẳng qua là một sự phát triển của Cộng sản.

Như chúng ta đã thấy ở trên, khi Liên Xô mở đầu giai đoạn đấu tranh với phương Tây hiện nay, điều kiện đầu tiên để đảm bảo thắng lợi là đưa cuộc đấu tranh của họ lên tầm quốc tế, bởi vì kẻ thù là phương Tây đã giăng lưới thống trị trên toàn cầu. Trường hợp của ta ngày nay trong cuộc chiến chống du kích miền Bắc cũng tương tự như vậy. Vì miền Bắc đặt vấn đề du kích quậy phá ở miền Nam, trong khuôn khổ quốc gia phát triển theo kiểu Cộng Sản. Như vậy, muốn đánh du kích, chúng ta phải đặt cuộc chiến đó trong khuôn khổ quốc gia của một quốc gia Tự do phát triển. Đó là, các biện pháp của chúng ta phải là những biện pháp không chỉ giới hạn trong lĩnh vực quân sự, mà là những biện pháp bao trùm tất cả các lĩnh vực có trong khuôn khổ phát triển quốc gia. Và chương trình của chúng ta phải được hình thành, không chỉ cho miền Nam, mà cho cả nước.

Gia tài lịch sử

Ngoài hai vấn đề "Quan hệ với Trung Quốc" và "Việc Nam tiến của Tổ quốc" dĩ nhiên đè nặng lên thủ đô hiện tại của dân tộc, như chúng ta đã thấy ở một đoạn trên, tám mươi năm thống trị. Sự cai trị của người Pháp đã để lại cho chúng ta một di sản mà ngày nay chúng ta vẫn phải gánh chịu với những hậu quả hết sức tai hại. Chỉ nhắc lại ba gánh nặng nhất mà thời Pháp thuộc để lại cho chúng ta.

Phương Tây hóa bắt buộc.

Đầu tiên là một sự phương Tây hóa bắt buộc đối với chúng ta. Ép buộc, vì chúng ta không có ý Tây hóa, mà vì sức sống của một nền văn minh lấn át chúng ta, khiến chúng ta mất niềm tin vào những chuẩn mực giá trị cũ, miễn cưỡng tiếp thu những nền văn minh mới. Kẻ thống trị không muốn biết quá trình Tây phương hóa của giai cấp bị trị.

Số phận của chúng ta không nằm trong sự kiểm soát của chúng ta. Do đó, Tây phương hóa, mà chúng ta đã phải chịu trong một thế kỷ nay, là một sự Tây phương hóa gượng ép, không mục đích và không có hướng dẫn. Người dân bị lôi kéo vào phong trào Tây hóa mà không hiểu Tây hóa là gì, Tây hóa bao nhiêu là đủ, Tây hóa như thế nào là đúng.

Xã hội tan rã.

Tình hình đó đã dẫn đến sự tan rã của xã hội ta. Các giá trị tiêu chuẩn cũ đã mất hiệu lực đối với tập thể và các giá trị tiêu chuẩn mới không khả dụng. Do đó, tín hiệu thu thập các phần tử trong xã hội bị mất. Đó là một điều rất đáng tiếc cho dân tộc trong lúc này, vì chính lúc này chúng ta cần tiến hành công cuộc phát triển đất nước bằng phương pháp Tây hóa. Một công việc như vậy, như chúng ta đều biết, đòi hỏi sự nỗ lực không ngừng của toàn dân và sự hy sinh to lớn của mọi người. Vì vậy, rất cần một tín hiệu tập hợp, để toàn dân nhìn vào và tin tưởng, để có đủ nghị lực nỗ lực trong cảnh khổ cực. Và chính vào thời điểm đó, chúng ta đánh mất các tín hiệu tập thể.

Giả sử chúng ta đặt niềm tin vào một nhân vật biểu tượng nào đó, giống như người Nhật tin vào Hoàng đế của họ, thì niềm tin đó quý giá vô cùng. Vì vậy, bỏ lỡ cơ hội đầu tiên để phát triển, khi xã hội của chúng ta chưa tan rã, là một điều rất tai hại. Hôm nay, chúng ta phải khởi động sự phát triển, từ một xuất phát điểm rất thấp, so với xuất phát điểm mà chúng ta có thể có nếu chúng ta nắm bắt cơ hội ngay từ lần đầu tiên.

Việc thiếu các tín hiệu tập hợp tự nhiên cho quốc gia đã và sẽ dẫn các nhà lãnh đạo của chúng ta đến một tình huống mà chúng ta phải sử dụng các tín hiệu tập hợp chiến lược và tất nhiên là theo từng giai đoạn. Nhưng đó là một phương án bất đắc dĩ, vì bản thân các tín hiệu tập hợp theo giai đoạn không ổn định, tất nhiên phải thay đổi nhiều lần theo thời gian, sẽ làm mất lòng tin của nhân dân đối với người lãnh đạo.

Sự gián đoạn trong lãnh đạo quốc gia.

Gánh nặng thứ ba mà thời kỳ đế quốc đô hộ đã để lại cho chúng ta, đó là sự rối loạn trong lãnh đạo quốc gia. Chúng ta đã thấy rằng chúng ta đang ở trong một sự gián đoạn ở mức độ lớn nhất. Việc chuyển giao quyền lực không thể được thực hiện giữa người trước và người sau. Bí mật nhà nước và bí mật lãnh đạo đều bị thất lạc. Lãnh đạo không thể được thông qua. Người lãnh đạo không đủ di sản của quá khứ không thể bảo tồn, tài liệu lưu trữ bị thất lạc và bị cướp phá.

Một trong những nguyên nhân chính tạo nên sức mạnh của các cường quốc là sự liên tục trong vai trò lãnh đạo quốc gia qua nhiều thế hệ. Trong thời gian đó, kinh nghiệm lãnh đạo được tích lũy và truyền từ thế hệ này sang thế hệ khác. Chỉ cần nghĩ đến sự hậu thuẫn của họ bằng kinh nghiệm súc tích hàng thế kỷ, chúng ta cũng kinh hoàng, khi nhìn lại những bài báo kinh nghiệm hỗ trợ chúng ta ngày nay. Quan niệm dọn đống đổ nát trước, xây dựng tương lai là một quan niệm ấu trĩ của quần chúng chưa được đào tạo về ý thức chính trị.

Không một nhà lãnh đạo nào, kể cả những nhà cách mạng nhiệt tình nhất, có quyền thúc đẩy một ý tưởng như vậy. Bởi vì không có hành động nào giết hại một dân tộc bằng việc xóa sạch tàn tích trước để xây dựng tương lai, vì như vậy không bao giờ chúng ta có thể xây dựng kho tàng kinh nghiệm cho hậu thế để làm chỗ dựa cho việc lãnh đạo đất nước.

Ngoài những gánh nặng trên mà đế chế đã để lại cho chúng ta, việc thiếu sự lãnh đạo của các ngành, như chúng ta biết, là một trở ngại lớn cho sự phát triển đang chờ đợi chúng ta.

Vấn đề phân chia lãnh thổ

Qua đoạn văn trên chúng ta đã thấy những bất lợi cho chúng ta trong sự nghiệp phát triển đất nước vì Việt Nam là một nước nhỏ. Bây giờ, thay vì phát triển quốc gia, sự phân đôi đặt chúng ta vào một vị trí để quan niệm về sự phát triển cho mỗi nửa của đất nước. Do đó, sự phân chia lãnh thổ tự nó là một trở ngại vật chất cho sự phát triển của chúng ta.

Xung đột và cơ hội.

Một nước nhỏ yếu như nước ta chỉ sống dựa vào mâu thuẫn giữa các cường quốc. Chính sự xung đột, giữa khối Cộng sản và khối phương Tây đã giúp các nước bị đế quốc thống trị giành lại độc lập, và cũng nhờ những cuộc xung đột giữa các cường quốc phương Tây trong thế kỷ 19 mà Nhật Bản đã thực hiện được sự phát triển của đất nước.

Ngày nay, xung đột giữa khối Cộng sản và khối Tự do, cũng như xung đột giữa khối Liên Xô, khối phương Tây và khối Trung Quốc đang hình thành, hoặc giữa các nước thuộc khối Cộng sản hoặc giữa các nước thuộc khối Tự do đều là phương tiện giúp Việt Nam và các nước hợp tác với Việt Nam thực hiện công cuộc phát triển của mình.

Mâu thuẫn càng nhiều, cơ hội càng thuận lợi; Mâu thuẫn giảm đi thì cơ hội trở nên khó khăn và mất đi mâu thuẫn thì cơ hội cũng mất đi.

Trong hai mươi năm kể từ khi Chiến tranh thế giới thứ hai kết thúc, như chúng ta đã phân tích ở đoạn trước, các quốc gia như chúng ta đã có cơ hội phát triển. Nhưng riêng với Việt Nam, do bị chia cắt lãnh thổ nên không những không khai thác được mâu thuẫn để phát triển mà còn rơi vào thế tranh chấp giữa hai thành tố của mâu thuẫn. Tây và Nga. Mặc dù cơ hội phát triển vẫn còn, nhưng vị trí của chúng ta không cho phép chúng ta nắm bắt cơ hội.

Nếu lại để vuột mất cơ hội này như trăm năm trước thì thế hệ chúng ta và đặc biệt là những người lãnh đạo, vì một tính toán sai lầm, trong một thời kỳ quyết định, đã tạo ra tình trạng chia cắt lãnh thổ, sẽ phải chịu lời nguyền hận thù của các thế hệ tương lai, chỉ như chúng ta đã từng nghiêm khắc phê phán những người đứng đầu triều Nguyễn.

Chúng ta đã ghi vào máu hậu quả đau đớn của việc bỏ lỡ cơ hội đầu tiên và chúng ta cũng có thể dự đoán những hậu quả tai hại hơn gấp nhiều lần của việc bỏ lỡ cơ hội này trong khi các dân tộc khác cùng hội cùng thuyền đang cố gắng nắm bắt cơ hội để phát triển, và nhiều dân tộc đã thực sự lấy nó.

Trạng thái tâm lý.

Sự phân chia lãnh thổ còn tạo ra trạng thái tâm lý, tình cảm, ăn sâu bám rễ, phổ biến trong quần chúng nhân dân. Mọi người Việt Nam trong Nam cũng như ngoài Bắc đều có cảm giác như mình bị cướp đi một phần di sản của tổ tiên để lại. Do tính chất sâu xa và phổ biến của hiện tượng tâm lý trên, mọi phong trào chính trị, ở Nam cũng như ở Bắc, đều tìm cách khai thác vấn đề thống nhất lãnh thổ, chủ trương đình chiến.

Chia rẽ và xung đột.

Đứng trước sự phân chia lãnh thổ, hầu hết mọi người đều nghĩ đến cuộc chiến tranh của chúa Nguyễn và chúa Trịnh ở thế kỷ 17, cuộc phân tranh giữa Tây Sơn và Nguyễn Ánh ở thế kỷ 18 và cảnh đất nước điêu tàn sau gần 200 năm nội loạn. Tuy nhiên, những xung đột lịch sử trước đây và sự chia rẽ hiện nay khác nhau về bản chất nguyên nhân, trình độ tiến hóa của xã hội Việt Nam và bản chất hậu quả để lại cho thế hệ mai sau.

Trước hết, nguyên nhân của những mâu thuẫn trước đây là do sự tranh giành ảnh hưởng trong nội bộ các nhà lãnh đạo của chúng ta. Sự phân chia ngày nay là hiện tượng tranh chấp cục bộ giữa ba khối: Phương Tây, Nga và Trung Quốc. Sở dĩ chúng ta phải gánh chịu hậu quả của một cuộc tranh chấp ngoại bang như vậy là do điều kiện gian khổ của cuộc đấu tranh giành độc lập đã khiến một số lãnh tụ của ta đứng về phe đồng minh với Liên Xô, rồi không đủ khéo léo để kịp thời rút khỏi phe Đồng minh nói trên khi đồng minh kết thúc.

Những xung đột trước đây diễn ra trong một giai đoạn phát triển không ngừng của xã hội Việt Nam. Nghĩa là trước và sau những xung đột trước đó, xã hội Việt Nam sống theo một loại giá trị chuẩn mực. Do đó, chiến tranh sau khi kết thúc không để lại sự gián đoạn nào trong đà tiến hóa của xã hội chúng ta.

Sự phân chia hôm nay diễn ra trong thời kỳ chúng ta đang cần đặt lại những giá trị chuẩn mực cho sự phát triển của xã hội. Trước khi phân chia, chuẩn mực giá trị của xã hội cũ mất đi, chuẩn mực giá trị mới không tồn tại. Kết quả là xã hội của chúng ta tan rã và con thuyền của chúng ta trôi dạt không phương hướng. Vì vậy, như chúng ta đều biết, sự phát triển đất nước trong cơ hội thứ hai này sẽ diễn ra trong một hoàn cảnh hết sức gay gắt so với hoàn cảnh mà sự phát triển đất nước có thể thực hiện được nếu chúng ta chớp lấy cơ hội thứ nhất.

Nếu trước đây, dưới triều Nguyễn, chúng ta đã nắm bắt thời cơ đầu tiên để phát triển dân tộc, giống như người Nhật, thì bên cạnh việc tiếp thu kỹ thuật phương Tây, chúng ta chỉ cần tìm kiếm sự cân bằng để tiếp nhận một số giá trị chuẩn mực mới gắn với kỹ thuật phương Tây, bởi vì các giá trị tiêu chuẩn cũ của chúng ta vẫn còn đủ sống.

Nhưng trong bối cảnh xã hội ta hiện nay, công cuộc phát triển đất nước đương nhiên bao gồm một phần rất liên quan, đó là xác lập lại những giá trị chuẩn mực mới cho sự tiến hóa của dân tộc và chính trong lĩnh vực này, sự chia rẽ ngày nay để lại hậu quả tai hại nhất cho các thế hệ tương lai.

Dân tộc ta đang ở trong thời kỳ phát triển dân tộc theo phương thức Tây hóa là vấn đề sinh tử mà chúng ta phải làm cho đến lúc đó. Chúng tôi đã dành nhiều trang cho vấn đề này vì tính chất thiết yếu của nó.

Với sự phân chia ngày nay, chắc chắn miền Nam sẽ phát triển theo cách của Mỹ và miền Bắc sẽ phát triển theo cách của Nga.

Giả sử hai miền tuy chưa hoàn thành công cuộc phát triển nhưng đều đã tiến một bước dài trong công cuộc đó, thì đương nhiên người dân hai miền sẽ phản ứng với những tín hiệu quy tụ khác nhau, sẽ tin vào những giá trị chuẩn mực khác nhau và sẽ có những tập quán xã hội hoàn toàn khác.

Những sự kiện này không thể tránh khỏi, bởi vì miền Bắc, áp dụng phương pháp Cộng sản trong sự phát triển của mình, sẽ tôn thờ, với mục đích vận động quần chúng, nhiều giá trị, tiêu chí chiến lược, thời kỳ, và chống lại các giá trị chuẩn mực, di sản của văn minh nhân loại. Chỉ khi đã đạt được mục tiêu phát triển như ở Liên Xô hiện nay thì những chuẩn mực giá trị mang tính chiến lược và thời kỳ mới bị thay đổi và thay thế bằng những chuẩn mực giá trị phù hợp với di sản của nền văn minh nhân loại. Ví dụ, hơn bốn mươi năm trước, ở đỉnh cao của cách mạng Nga, các nhà lãnh đạo Liên Xô vì vận động nhân dân, đã khuyến khích mạnh mẽ tình yêu tự do, phá hủy gia đình, kịch liệt phá hủy quyền tư hữu và phá hủy tôn giáo. Nhưng 40 năm sau, các nhà lãnh đạo Liên Xô sau khi đã đạt được mục tiêu phát triển đã tất yếu quay trở lại với những giá trị chuẩn mực đã được chứng minh là di sản của nền văn minh nhân loại: tôn trọng gia đình, công nhận quyền tư hữu, tôn trọng tôn giáo.

Trong khi đó, miền Nam, phát triển theo cách của Mỹ, chắc chắn sẽ tôn trọng các giá trị chuẩn mực so với các chuẩn mực chiến lược và giai đoạn của miền Bắc.

Trong hoàn cảnh nói trên, trong thời kỳ phát triển của hai miền, không thể thống nhất được nếu không mang đến cảnh khổ cho toàn dân, bởi sự thống nhất như thế sẽ sinh ra một số kẻ thua cuộc, là một nửa dân tộc trong một thế hệ.

Như vậy, vấn đề đã rõ, hoặc phải đoàn kết trước khi phát động phát triển theo phương thức Tây phương hóa, hoặc chỉ đoàn kết được sau khi đã đạt được mục tiêu phát triển.

Như vậy, để tránh mọi lý do tình cảm và mọi sự lợi dụng hậu trường vấn đề đoàn kết cho những mục đích thủ đoạn chính trị, và chỉ tập trung vào vấn đề cần giải quyết của cộng đồng dân tộc, thì chúng ta nên phản ứng thế nào trước sự chia rẽ của lãnh thổ?

Để có đủ nguồn tư liệu trả lời câu hỏi trên, trước hết chúng ta phải tìm hiểu xem điều gì đã dẫn đến sự phân chia ngày nay. Tuy nhiên, trước khi có thể đưa ra câu trả lời chính xác, chúng ta cũng có thể nhận xét rằng, chừng nào sự phát triển còn được đảm bảo, thì việc áp dụng những giá trị chuẩn mực có tính chất vĩnh viễn thay cho những chuẩn mực giá trị mang tính thời kỳ là vì lợi ích chiến lược của quốc gia và dân tộc.

Nguyên nhân của sự phân chia lãnh thổ.

Mới đó mà đã mười năm kể từ ngày đất nước Việt Nam bị chia đôi. Thời gian không đủ dài để các tài liệu lịch sử không thiên vị và xứng đáng với tên gọi của chúng, nổi lên từ hàng loạt các tài liệu bị chi phối bởi thành kiến của người dân. Tuy nhiên, một số sự kiện lịch sử cũng đã bắt đầu hình thành. Và chính chúng tôi trong các trang trên đã thấy và chứng minh thêm một chút.

Xem xét những sự kiện đã xảy ra đối với Việt Nam và đối với các nước cùng thuyền với chúng ta trước đây, kể từ sau năm 1945, trước hết chúng ta thấy, ảnh hưởng của hai lối chủ nghĩa đế quốc - kiểu đế quốc Anh và kiểu đế quốc Pháp - đối với cuộc đấu tranh giành độc lập của dân tộc Việt Nam, các nước bị đô hộ và những biến động chính trị ở các nước đó, kể từ khi nền độc lập được thu hồi.

Chính sách thuộc địa của Pháp.

Chính sách thuộc địa của Pháp, như chúng ta đã biết, không có sự phân biệt giữa hai hình thức thuộc địa là thuộc địa di dân và thuộc địa bóc lột.

Đối với các thuộc địa khai thác mỏ, chính sách của Anh rất rõ ràng. Họ nhìn xa xăm và biết rằng một ngày nào đó họ sẽ phải ra đi, trả lại nền độc lập cho người bản xứ. Do đó, chính phủ Anh đã chuẩn bị cho những nơi như vậy một chương trình bao gồm cả việc đào tạo những nhà lãnh đạo sẽ thay thế họ và chuyển giao quyền lực một cách hòa bình từ tay họ cho những người sẽ thay thế họ, những người vừa thoát khỏi ách thống trị.

Trong khi đó, ngay cả đối với các thuộc địa, về bản chất phải là một thuộc địa khai thác, thì người Pháp, theo quan điểm thiển cận, đã không lường trước được bất kỳ chương trình rút quân nào. Cho đến khi những chuyển biến chính trị đặt họ vào thế phải rút lui và công nhận quyền độc lập của người bản địa, thì thái độ của các chính phủ Pháp, vì thiếu chính sách, luôn là sự lưỡng lự giữa đi và ở.

Nước Pháp đã phải trả giá đắt khi thiếu một chính sách dài hạn hợp lý và một kế hoạch hành động kiên quyết khi tình thế đòi hỏi.

Các sự kiện trên cũng là nguyên nhân khiến các nước thuộc địa cũ như Việt Nam và Algeria phải hy sinh xương máu, chịu nhiều gian khổ trong cuộc đấu tranh giành độc lập. Chúng ta không phủ nhận rằng một nền độc lập mua bằng nhiều hy sinh, gian khổ là một nền độc lập quý giá, có khả năng khơi dậy niềm tự hào của dân tộc.

Nhưng sức sống của cộng đồng là kho báu, luôn cần thiết cho sự phát triển và tiến hóa, mỗi người lãnh đạo phải tự đặt ra cho mình một luật lệ chặt chẽ để bảo vệ và tiết kiệm, khi lợi ích của cộng đồng bắt buộc phải sử dụng.

Giả sử chúng ta giành được độc lập mà ít tổn thất sinh mạng dân tộc như trường hợp các nước thuộc địa cũ của Anh, thì bao nhiêu công lao, hy sinh của chúng ta đã đổ vào cuộc kháng chiến, chúng ta đã có thể cống hiến cho sự phát triển vì sự sống còn của cộng đồng dân tộc, chúng ta phải bằng mọi cách thực hiện. Độc lập không phải là mục tiêu. Phát triển đất nước là mục tiêu.

Các nhà sử học phương Tây sau này sẽ cực kỳ nghiêm khắc với Pháp, vì chính sách thiếu quyết đoán của Pháp trong thời kỳ quyết định đã làm giảm ưu thế của phương Tây trong cuộc đấu tranh vĩ đại giữa phương Tây và Nga. Vì thế, các sử gia Việt Nam sau này hẳn cũng cực kỳ nghiêm khắc với người Pháp, vì chính sách thiếu chính sách của người Pháp đã gây ra một cuộc chiến tranh hủy hoại sức sống của dân tộc Việt Nam.

Các sử gia Việt Nam sau này sẽ còn cực kỳ gay gắt với số lãnh đạo đã không đủ sáng suốt để nhận thức đúng bản chất của cuộc tranh chấp lớn giữa phương Tây và Liên Xô để lợi dụng mâu thuẫn đó, thu hồi phương tiện độc lập của chúng ta mà không phải trả giá bằng một khoản tiền khổng lồ, lãng phí năng lượng có thể tránh được.

Chính hai sự kiện đó, chính sách thực dân thiển cận của Pháp và sự thiếu hiểu biết của một số nhà lãnh đạo của chúng ta, đã không chỉ tạo ra cho chúng ta một cuộc đấu tranh giành độc lập vô cùng mệt mỏi mà còn dẫn đến sự chia rẽ ngày nay, một trở ngại rất tai hại cho sự phát triển của dân tộc ta.

Chính sách của Pháp dẫn đến chia rẽ.

Trong khuôn khổ cuộc tranh chấp lớn giữa Liên Xô và phương Tây, ngay sau khi Chiến tranh thế giới thứ hai kết thúc, người Anh nhận thấy trong cục diện cuộc đấu tranh lúc bấy giờ, kẻ thù chính của phương Tây là Nga và các nước đồng minh của họ. Do đó, thực hiện một chương trình đã được lên kế hoạch từ lâu, người Anh ngay lập tức trao trả độc lập cho các thuộc địa khai thác. Và trong các cuộc đàm phán với các nhà lãnh đạo địa phương, cũng như trong các chương trình đào tạo thay thế lâu đời, người Anh đã quyết tâm loại bỏ các nhà lãnh đạo Cộng sản. Ngoài ra, các chương trình viện trợ phát triển được triển khai nhằm hỗ trợ chính sách biến các thuộc địa cũ thành đồng minh của phương Tây trong cuộc tranh chấp với Liên Xô. Tất cả những sự kiện trên, như chúng ta đều biết, là cơ hội để các nước trước đây bị đế quốc thống trị phát triển đất nước.

Mặc dù là một bộ phận quan trọng của xã hội phương Tây, nhưng nước Pháp vì thiếu chính sách nói trên, và vì những thăng trầm của chiến sự trong Chiến tranh thế giới thứ hai, nên đã không có cái nhìn tổng quan và thích hợp cần thiết trước sự kình địch lớn giữa Nga và phương Tây.

Ở các thuộc địa, thực dân Pháp tiếp tục chính sách đã có từ lâu đời, vừa lỗi thời, vừa nhỏ nhen, nhằm bảo vệ những quyền lợi lạc hậu. Tiến thoái lưỡng nan, Pháp dùng thủ đoạn thông thường là cân bằng lực lượng cách mạng Quốc Gia và Cộng Sản, vừa nuôi dưỡng vừa tiêu hao hai bên để giành lợi thế. Điều bất ngờ đối với người Pháp là khi đến Việt Nam, ý chí kiên cường của dân tộc mạnh mẽ đến mức tất cả đã đặt cuộc kháng chiến chống Pháp lên trên mọi sự phân biệt đảng phái. Nhờ những sự thật này, và nhờ sự tổ chức tinh vi và sự hiểu biết vấn đề, cả hai đều được thừa hưởng từ chủ nghĩa Cộng sản quốc tế, đảng Cộng sản đã giành được chính quyền ở Việt Nam.

Không những thế, thực dân Pháp còn có một lý do khác để đẩy cuộc kháng chiến của ta phải nằm dưới sự lãnh đạo của những người Cộng sản. Quốc gia kiệt quệ vì thất bại và sự chiếm đóng của Đức trong bốn năm, và Pháp cần tiền để xây dựng lại. Ngoài số viện trợ theo chương trình Marshall mà chúng ta biết, Pháp đã trực tiếp hoặc gián tiếp cống hiến cho công cuộc tái thiết nội bộ, một khối lớn viện trợ của Tây Phương, để ngăn chặn bành trướng của Cộng Sản tại Việt Nam. Vì vậy, người Pháp cần duy trì cuộc chiến ở Đông Dương và đưa cuộc kháng chiến toàn quốc cho Cộng sản lãnh đạo.

Nếu nhận thấy rằng, sau Chiến tranh thế giới thứ hai, những chuyển biến chính trị trên thế giới, và dĩ nhiên ở Việt Nam, diễn ra một cách thụ động trong khuôn khổ cuộc tranh chấp lớn giữa Liên Xô và phương Tây, thì chúng ta thấy rằng, ngay từ khi Pháp thực hiện những thủ đoạn chính trị của chúng ở Việt Nam thì mầm mống chia cắt đất nước ta là điều khó tránh khỏi.

Mưu đồ của Pháp không hoàn toàn có kết quả, vì nước Pháp không thể, dù vô tình hay hữu ý, mãi nhắm mắt trước sự đối đầu giữa Liên Xô và phương Tây, một mình chống lại chính sách của phương Tây chủ trương biến các thuộc địa cũ thành thuộc địa đồng minh chống Liên Xô. Pháp phải rút khỏi bán đảo Đông Dương để cho phương Tây thực hiện chính sách trên. Và chính Pháp, sau vụ Việt Nam và Algeria, cũng phải áp dụng chính sách đối phó với các thuộc địa còn lại để củng cố vị thế đối với phương Tây.

Không chỉ trong lĩnh vực vấn đề Việt Nam, mà trong mọi lĩnh vực khác, trong khuôn khổ tranh chấp giữa Liên Xô và phương Tây, hành động của Pháp luôn mang nặng tinh thần thiếu đoàn kết với phương Tây.

Lý do là bi kịch của các cuộc chiến của Pháp trong Thế chiến thứ hai đã tạo cho các nhà lãnh đạo Pháp một trạng thái tự ti và căm ghét cay đắng các đồng minh của họ trong khối Tây phương hóa.

Ở Việt Nam, tinh thần hậu chiến của Pháp đã để lại cho chúng ta những hậu quả vô cùng tai hại: chính tinh thần đó và một chính sách thuộc địa thiếu khôn ngoan phải chịu trách nhiệm, như chúng tôi vừa mô tả sự phân chia lãnh thổ Việt Nam hiện nay.

Đồng minh với Cộng sản.

Như chúng ta đã biết, trước sự thúc đẩy của các sự kiện, Pháp không hình thành một chính sách thực dân khôn ngoan, nên khi tình hình đòi hỏi đã không có kế hoạch hành động thích hợp. Nhưng giả sử, trong hoàn cảnh đó, nước Pháp, ngay sau khi chính phủ của Hồ Chí Minh được thành lập, đã có điều kiện thực hiện chính sách trao trả thuộc địa như Anh và thực tâm áp dụng chính sách đó. Trong trường hợp đó, chính phủ Hồ Chí Minh, với tư cách là người lãnh đạo của Đảng Cộng sản Đông Dương, có đủ khả năng và ý chí để đưa Việt Nam ra ngoài vòng ảnh hưởng của hai khối, tránh cho dân tộc một cuộc chiến tranh tàn khốc, và cuộc chia cắt lãnh thổ, vừa mang tính chất tâm lý tình cảm, vừa mang tính phá hoại chính trị, rồi đứng về phía dân tộc, khai thác mâu thuẫn để phát triển đất nước?

Vấn đề chính của quốc gia là vấn đề phát triển.

Nền chính trị của một nước nhỏ như nước ta hoàn toàn bị động trong thế tranh chấp giữa Liên Xô và phương Tây.

Như chúng ta đã biết, cũng vì tranh chấp này mà các nhà lãnh đạo Đông Á đã liên minh với Nga và Liên Xô để đấu tranh giành độc lập dân tộc.

Nhưng chúng ta cũng nhớ rằng việc Liên Xô liên kết với các thuộc địa của phương Tây là vì Liên Xô cần có đồng minh trong cuộc chiến trường kỳ và vĩ đại với phương Tây mà mục đích trước hết và trên hết là sự phát triển của dân tộc Nga. Sự tôn nghiêm lý tưởng cách mạng xã hội của thế giới giữa các đồng chí chỉ là tín hiệu tập hợp những kẻ thù của phương Tây vào một mặt trận phục vụ chiến lược đấu tranh của nhân dân Nga. Ngày nay, mục tiêu phát triển của Nga đã đạt được. Việc thay thế các giá trị tiêu chuẩn chiến lược và theo giai đoạn của Liên Xô bằng các giá trị tiêu chuẩn, di sản của nền văn minh nhân loại, như chúng ta đã thấy trong đoạn trước, là một bằng chứng hùng hồn nhất, sáng tỏ nhất. Trung Quốc cáo buộc Nga phản bội chủ nghĩa Mác-Lênin vì những sự thật này. Trung Quốc muốn thay Nga, nhân danh chủ nghĩa Mác-Lênin hô hào tập hợp các nước kém phát triển để phục vụ cho sự phát triển của dân tộc Trung Hoa. Ngay khi đạt được mục tiêu phát triển, liên minh mới do Trung Quốc khởi xướng này không còn hiệu lực đối với Trung Quốc, giống như liên minh trước đây do Nga khởi xướng không còn hiệu lực với Nga ngày nay. Và mục tiêu cuối cùng của cuộc đấu tranh vẫn là mục tiêu dân tộc.

Nhiều nhà lãnh đạo của Đông Á, những quốc gia cũng từng bị Đế quốc thống trị, đủ sáng suốt để nhìn thấy những ẩn ý chiến lược của Liên Xô. Gandhi và Nehru, từ chối liên minh với Cộng sản vì lý do trên.

Các nhà lãnh đạo Cộng sản của chúng ta đã liên minh với Liên Xô vì những điều kiện gian khổ của cuộc đấu tranh giành độc lập cam go với thực dân Pháp.

Nhưng, họ chỉ có thể thoát ra khỏi phạm vi ảnh hưởng của hai khối để lãnh đạo sự phát triển của dân tộc, như chúng tôi đã chỉ ra trong câu hỏi đề này, nếu họ nhận thức rõ những điều kiện sau:

1. Thực chất tranh chấp giữa Nga và phương Tây.

2. Sự sáng suốt chiến lược của Liên Xô

3. Liên minh với Liên bang Nga đã hết hiệu lực đối với Liên Xô, khi mục tiêu phát triển của Liên bang Nga đã đạt được.

4. Học thuyết Mác-Lênin là phương thức đấu tranh và phát triển của nước Nga trước đây, đồng thời là phương thức đấu tranh và phát triển của Trung Quốc ngày nay.

5. Phải nhanh chóng chấm dứt liên minh với Cộng Sản khi nó không còn giá trị đối với dân tộc.

6. Đối với dân tộc Việt Nam, Trung Quốc của Mao Trạch Đông, cũng như Trung Quốc của các triều đại Nguyên, Tống, Minh, Thanh là mối đe dọa muôn thuở.

Đồng minh với Cộng sản thúc đẩy chia rẽ.

Chúng ta không có một tài liệu hay triệu chứng nào cho thấy các nhà lãnh đạo hiện tại của miền Bắc đã nhận thức được các tình trạng trên. Ngược lại, thơ ca chính trị của miền Bắc vẫn đang ca ngợi những giá trị chiến lược và giai đoạn đã bị Liên Xô bỏ rơi như một chân lý. Rồi có lẽ dân tộc ta còn bất hạnh nhìn các nhà lãnh đạo phương Bắc của chúng ta tôn thờ như một chân lý, một lý thuyết mà Liên Xô và Trung Quốc chỉ lấy làm phương tiện đấu tranh và Liên Xô nổ súng khi mục tiêu phát triển đã đạt được.

Vì vậy, giả sử người Pháp thực sự có thực hiện chính sách trở lại, giống như người Anh, đối với Việt Nam, thì giới lãnh đạo miền Bắc cũng không thể gạt chúng ta ra khỏi đường lối trực tiếp của hai khối để lợi dụng mâu thuẫn mà phát triển dân tộc.

Trong tình thế tranh chấp giữa Liên Xô và phương Tây ảnh hưởng nặng nề đến hành động chính trị của các nước nhỏ, lập trường Cộng sản lệ thuộc vào Trung Quốc của giới lãnh đạo phương Bắc đương nhiên gây ra phản ứng của phương Tây và chia cắt lãnh thổ cũng là điều tất yếu.

Như vậy, tư cách Cộng sản của các nhà lãnh đạo miền Bắc là điều kiện thuận lợi để người Pháp thực hiện những toan tính chính trị của mình ở Việt Nam. Và lập trường lệ thuộc vào Liên Xô và Trung Quốc của Cộng sản là một nguyên nhân dẫn đến sự chia cắt lãnh thổ của Việt Nam trong bối cảnh chính trị thế giới, sau Đại chiến thứ hai, do tranh chấp giữa Liên Xô và phương Tây chi phối.

Tóm lại, nguyên nhân sâu xa của sự chia cắt lãnh thổ Việt Nam hiện nay là chính sách đô hộ của Pháp và lập trường lệ thuộc Nga Tàu của giới lãnh đạo miền Bắc.

Biến cố chính trị dẫn đến chia rẽ.

Trên thực tế, sự chia rẽ này mầm khi hai nước phương Tây là Anh và Mỹ, để dọn đường cho một giải pháp chấm dứt thế bế tắc của Pháp ở Việt

Nam, đã công nhận và bắt đầu viện trợ cho dân tộc Việt Nam. Tuy nhiên, cả viện trợ quân sự và kinh tế đều qua tay chính phủ Pháp. Và một phần lớn đã được sử dụng trực tiếp hoặc gián tiếp trong việc tái thiết nước Pháp bị chiến tranh tàn phá. Trong thời gian gần đây, nếu quan sát kỹ thì giai đoạn này là giai đoạn mà những thủ đoạn chính trị của Pháp ở nước này mang lại nhiều kết quả nhất.

Về phía Cộng sản, Nga và Trung Quốc cũng công nhận Việt Nam Dân chủ Cộng hòa và cũng bắt đầu viện trợ.

Từ đây, Chiến tranh Việt Nam biến thành chiến trường cục bộ và quân sự của cuộc xung đột giữa Liên Xô và phương Tây. Những mâu thuẫn giữa Liên Xô và phương Tây, lẽ ra phải được sử dụng để phát triển đất nước, lại trở thành vũ khí giết chết toàn dân. Các yếu tố của một cơ hội tăng trưởng đã trở thành công cụ của một thảm họa.

Đồng thời, điều này cực kỳ quan trọng đối với chúng ta là sự thống trị của Trung Quốc. Và đằng sau sự thống trị là mối đe dọa xâm lược của Trung Quốc mà chúng ta đã biết là vô cùng nặng nề, theo một cách có liên quan. Tục lệ, đối với chúng ta từ hơn tám trăm năm, tạm ngưng vì gần một thế kỷ Pháp thuộc đã bắt đầu hoạt động trở lại dưới hình thức viện trợ và cố vấn quân sự cho quân đội Việt Nam Dân chủ Cộng hòa.

Chúng ta hoàn toàn hiểu rằng sự phát triển của Trung Quốc là mục tiêu đầu tiên và quan trọng nhất của tất cả các nước Đồng minh hiện nay của các nhà lãnh đạo Trung Quốc, cũng như sự phát triển của Nga, là mục tiêu đầu tiên và quan trọng nhất trong mọi cuộc chiến tranh.

Cựu đồng minh của các nhà lãnh đạo Nga.

Sự phát triển của một khối lớn như Trung Quốc là mối đe dọa cho toàn thế giới, mặc dù các nhà lãnh đạo Trung Quốc không nuôi dưỡng tham vọng bành trướng hiện tại. Bởi vì, sự phát triển của một khối gần tám trăm triệu dân, tự nó đã mang trong mình mối đe dọa xâm lược ghê gớm đối với các cộng đồng dân tộc khác. Và mối đe dọa luôn gây ra phản ứng. Vì vậy, sự phát triển của Trung Quốc, bên cạnh những trở ngại tự nhiên và nội tại của sự phát triển, còn phải đối mặt với nhiều trở ngại do phản ứng bên ngoài.

Ngược lại, sự phát triển của một nước nhỏ như Việt Nam sẽ không gặp phản ứng bởi vì nó sẽ không phải là mối đe dọa cho bất kỳ ai. Do đó, ngoài những nỗ lực bên trong mà sự phát triển đương nhiên đòi hỏi, những trở ngại bên ngoài sẽ hầu như không tồn tại. Nếu bản thân sự phát triển của chúng ta dễ thực hiện hơn của Trung Quốc thì việc trói vận mệnh của chúng ta vào Trung Quốc là một hành động gây tổn hại cho quốc gia, mặc dù, đối với chúng ta, Trung Quốc thực sự có rất nhiều thiện chí.

Nhưng chúng ta đã biết chính sách nối dõi tông đường của các triều đại Trung Quốc đối với Việt Nam dựa trên những lý do lịch sử và địa lý.

Trở lại vấn đề phát triển của Tàu Cộng. Các nhà lãnh đạo của Cộng sản Trung Quốc, nhận thức được tình hình phát triển nghiêm trọng của đất nước họ, đã dành nhiều nỗ lực để vận động hành lang thành lập một mặt trận đồng minh rộng rãi trên toàn thế giới để hỗ trợ chương trình phát triển dân tộc Trung Hoa của chính họ.

Và trên tinh thần này, Trung Cộng đã viện trợ cho Bắc Việt Nam. Tuy nhiên, vị trí địa lý của Bắc Việt Nam cũng là nguồn gốc của hai động cơ khác cho viện trợ. Đồng bằng Bắc Việt và sông Nhị Hà là con đường thông ra biển của cả vùng Tây Nam Trung Quốc. Với công việc phát triển đang được tiến hành, Trung Quốc của Mao Trạch Đông thậm chí còn cần tuyến đường biển đó hơn các triều đại trước của Trung Quốc. Viện trợ cho Bắc Việt, theo quan điểm đó, là để bảo lưu quyền sử dụng tuyến đường biển khi thời cơ đến.

Trong khi ảnh hưởng phương Tây đang thịnh hành trên thế giới, viện trợ cho Bắc Việt cũng là một cách phòng thủ cho Trung Quốc, vì con đường ra biển cũng là con đường xâm nhập vào Trung Quốc của các đạo quân.

Dù sao, sự viện trợ của Tàu Cộng cho Bắc Việt không làm chúng ta quên rằng, trong thời kỳ xã hội Đông Á đang bị phương Tây tấn công, nhân cơ hội vua Tự Đức nhà Nguyễn cử sứ sang cầu cứu nhà Thanh. , thay vì viện trợ, đã thỏa thuận với Pháp để chia đôi Việt Nam. Trung Quốc, như chúng ta đã biết, nắm giữ phần của mình, toàn bộ diện tích đồng bằng sông Nhị Hà, tức là đường biển Tây Nam Trung Quốc.

Phân chia thực sự.

Sự chia rẽ thực sự năm 1954 có thể xảy ra vì cả hai bên Tây và Cộng đều tìm thấy trong giải pháp đó nhiều lợi ích cho khối của mình.

Đối với phương Tây, Hội nghị Giơ-ne-vơ là một cuộc vận động trường kỳ nhằm sửa chữa những sai lầm chính trị của phương Tây ở Việt Nam do chính sách thiếu sáng suốt của Pháp gây ra. Kế hoạch của phương Tây là ngăn chặn thích đáng sự bành trướng của Cộng sản vào Đông Nam Á, để có thời gian áp dụng chính sách của Anh đối với các thuộc địa cũ ở Việt Nam. Vì vậy, đồng thời với Hiệp định Giơ-ne-vơ, Pháp bị hất cẳng khỏi bán đảo Ấn Độ.

Đối với khối Cộng sản, các sự kiện chính trị sau đây đã tạo cơ sở cho các lập trường tại Hội nghị Nga và Trung Quốc.

Năm 1953, Stalin vừa qua đời, cuộc khủng hoảng tìm người kế vị nổ ra gay gắt trong giới lãnh đạo Liên Xô. Các cuộc thanh trừng đẫm máu vừa làm rung chuyển chính trường Liên Xô vừa phơi bày những điểm yếu của ban lãnh đạo kiểu Cộng sản. Tình hình bất ổn trong nội bộ Liên Xô kéo dài nhiều năm đã khiến Trung Quốc trở thành một đồng minh có giá trị, không chỉ đối với tranh chấp giữa Liên Xô với phương Tây mà còn với cả Liên Xô. Mâu thuẫn giữa các phe phái trong Đảng Cộng sản Nga. Tất nhiên, vai trò của Trung Quốc trở nên quan trọng ở châu Á và tại Hội nghị. Và vị trí của khối Cộng sản tại Hội nghị có thể coi gần như vị trí của Trung Quốc.

Lợi thế đầu tiên cho Trung Quốc tại Hội nghị Giơ-ne-vơ là một thắng lợi ngoại giao vì Hội nghị là một dàn xếp quốc tế đầu tiên có sự tham gia của Trung Quốc. Sự hiện diện của Hoa Kỳ tại Hội nghị, đối với Trung Quốc, là sự thừa nhận ngầm rằng, dù không công nhận Trung Quốc, nhưng Hoa Kỳ không thể phủ nhận sự hiện diện của Trung Quốc trong các vấn đề châu Á và thế giới.

Lợi thế thứ hai cho Trung Quốc là thắng lợi về biên giới và lãnh thổ. Lúc đầu, phái đoàn Bắc Việt tuyên bố lấy vĩ tuyến 13 làm ranh giới giữa hai miền. Ý định của phái đoàn Bắc Việt là bao gồm cả hai tỉnh Bình Định và Quảng Ngãi mà Cộng sản đã kiểm soát trong nhiều năm. Nhưng sau đó, dưới sức ép của Trung Quốc, ranh giới đã bị lùi về vĩ tuyến 17. Giả sử có trở lại vĩ tuyến 19 như yêu cầu của phái đoàn Pháp thì Trung Quốc cũng sẽ đồng ý. Bởi vì, dù ranh giới được ấn định ở vĩ tuyến 17 hay 19 thì tham vọng đất đai của Trung Quốc đối với Việt Nam đã được thỏa mãn.

Như chúng ta đã biết, vùng đất thiết yếu đối với Trung Quốc là các vùng hai bên sông Nhị Hà, con đường thông ra biển, mang tính chất Tây Nam Trung Quốc. Với sự thỏa hiệp ở vĩ tuyến 17, ngay cả khi ảnh hưởng của phương Tây vẫn còn ở miền Nam, sự phụ thuộc của chính quyền miền Bắc sẽ đủ để đảm bảo nhu cầu đất đai trong tương lai của Trung Quốc.

Lợi ích thứ ba cho Trung Quốc là sự kiện quốc phòng. Ảnh hưởng của phương Tây vẫn còn mạnh mẽ ở Đông Nam Á, nhưng nó bị ngăn cách bởi một quốc gia đối diện với Trung Quốc.

Việc ấn định ranh giới tại vĩ tuyến 17 vừa khẳng định tham vọng đất đai không thay đổi của Trung Quốc đối với Việt Nam, vừa chứng tỏ sự lệ thuộc của nhà cầm quyền Bắc Việt vào Trung Quốc.

Đồng thời, Hội nghị Giơ-ne-vơ là một sự thật không thể bác bỏ, chứng tỏ chính trường của một nước nhỏ như nước ta hoàn toàn ở thế bị động trước sự tranh chấp giữa phương Tây và Liên Xô.

Thái độ

Hôm nay chúng ta vừa phân tích xong nguyên nhân của sự phân chia lãnh thổ và đã điểm qua những sự kiện dẫn đến sự phân chia trên thực tế. Như vậy, các yếu tố đã có, để chúng ta có thể loại trừ từ bên ngoài mọi lý do tâm lý, mọi ý đồ lợi dụng tình trạng chia cắt lãnh thổ trong một cuộc vận động chính trị, nhằm xác định một cách khách quan thái độ có lợi nhất cho dân tộc trước tình thế hiện nay.

Như chúng ta đã biết, vấn đề cốt yếu mà nước ta cần giải quyết trong thời kỳ này là phát triển đất nước theo hướng Tây hóa.

Tất nhiên, để thực hiện công việc đó, trường hợp thích hợp nhất là thống nhất lãnh thổ, và trên cơ sở quốc gia, khai thác những mâu thuẫn giữa các khối để đưa vào Việt Nam vốn và kỹ thuật cần thiết cho nỗ lực phát triển. Nhưng vì những lý do đã xét ở đoạn trên, chúng ta không thuộc trường hợp trên.

Vậy nên cố gắng thống nhất hai phần trước rồi triển khai công việc phát triển đất nước sau, hay là phát triển riêng hai phần trước rồi thống nhất sau?

Thái độ đầu tiên

Giả sử chúng ta chọn thái độ trước.

Sự phân chia lãnh thổ Việt Nam như chúng ta biết là kết quả của một hiện tượng cục bộ và quân sự của cuộc xung đột giữa phương Tây và Cộng sản. Nếu như vậy thì chúng ta đã không chủ động chia rẽ, cũng không chủ động hợp nhất, một ngày nào đó chúng ta chưa loại trừ được hiện tượng trên ra khỏi Việt Nam. Nhưng, nếu trước khi hiện tượng thành hình, một lãnh đạo sáng suốt có thể chủ động ngăn chặn hiện tượng nảy sinh, bởi vì các yếu tố tạo ra hiện tượng đó không chi phối trực tiếp nền chính trị của chúng ta. . Sau khi hiện tượng đã được cụ thể hóa, chúng ta không thể chủ động loại bỏ hiện tượng đó được nữa, bởi vì những nhân tố nuôi dưỡng hiện tượng đó đã ảnh hưởng trực tiếp đến chính trị của chúng ta.

Nhưng giả sử rằng, bất chấp những hoàn cảnh khắc nghiệt nói trên, chúng ta muốn dốc hết sức mình trong một thời gian, tất nhiên là trong thời gian dài, để có thể đạt được mục tiêu đó một cách thống nhất, thì chẳng những sẽ tiêu hao sức lực quốc gia của chúng ta, lẽ ra được dùng để phát triển, nhưng cơ hội để phát triển có thể không còn nữa. Điều đó có nghĩa là chúng ta sẽ đoàn kết mà không phát triển. Chúng ta đã biết cơ hội phát triển bị bỏ lỡ này sẽ gây hại cho các thế hệ tương lai như thế nào.

Hơn nữa, vì những lý do mà chúng ta đã biết, chính sự tồn tại của quốc gia cũng sẽ bị đe dọa. Và trong tình hình chính trị hiện nay, một sự đoàn kết sẽ tự khắc mất đi cơ hội phát triển.

Giả sử việc thống nhất do Bắc Việt thực hiện, rồi với sự đô hộ nặng nề của Trung Quốc đối với Bắc Việt, thì sự phát triển của dân tộc Việt Nam chắc chắn sẽ không thể thực hiện được vì hai lý do.

Sự phát triển của Trung Quốc, mục tiêu hàng đầu của các nhà lãnh đạo Trung Quốc, như chúng ta đều biết, là một nhiệm vụ vô cùng khó khăn. Nếu Việt Nam gắn vận mệnh dân tộc với Trung Quốc thì sự phát triển của chúng ta cũng trở nên vô cùng khó khăn. Hơn nữa, nhu cầu phát triển của Việt Nam đương nhiên sẽ đứng thứ yếu so với nhu cầu phát triển của Trung Quốc. Còn về phương diện Tây hóa, chúng ta sẽ là học sinh hạng ba, giẫm lên những sai lầm không thể tránh khỏi của học sinh hạng hai.

Đó là trong trường hợp Trung Quốc chỉ có thiện chí với Việt Nam. Dựa trên lịch sử quan hệ hàng nghìn năm giữa hai nước, có thể nói rằng trường hợp này sẽ không bao giờ phát triển mà còn sẽ đeo lên cổ nhân dân ách nô lệ mà tổ tiên chúng ta đã mang. Chúng ta, trong một ngàn năm đã đổ nhiều máu để loại bỏ.

Giả sử miền Nam Việt Nam thống nhất, Việt Nam sẽ rơi vào ách thống trị của phương Tây. Các nước phương Tây không có nhu cầu phát triển. Phương Tây đang theo đuổi chính sách biến các thuộc địa cũ thành đồng minh trong cuộc xung đột giữa Nga và phương Tây. Phương tiện dồi dào được phương Tây sử dụng trong các chương trình viện trợ mà chúng ta đều biết.

Nhưng, dù vậy, chúng ta cũng phải nhận thức rằng, nếu rơi vào ách thống trị hoàn toàn của phương Tây thì cũng có thể mất đi cơ hội phát triển, bởi vì những mâu thuẫn làm nảy sinh cơ hội sẽ làm mất đi cơ hội của chúng ta.

Vì vậy, vì sự phát triển của đất nước thông qua Tây phương hóa, điều mà chúng ta phải làm chừng nào còn có thể, thì không thể chấp nhận thái độ thứ nhất nêu trên.

Thái độ thứ hai

Giả sử chúng ta chọn thái độ thứ hai.

Thừa nhận một tình huống thực tế mà chúng ta không thể chủ động, hai bộ phận sẽ nỗ lực hết mình để thực hiện công việc phát triển cho riêng mình và theo cách riêng của mình. Cơ hội phát triển hiện nay vẫn còn vì tranh chấp giữa phương Tây và Liên Xô chưa kết thúc, thêm vào đó tranh chấp phương Tây, Nga và Trung Quốc mới nảy sinh.

Hơn nữa, vì cả phương Tây và Cộng sản đều muốn chứng minh tính hiệu quả của các phương pháp phát triển của họ, nên hai miền Việt Nam đương nhiên sẽ được hưởng lợi rất nhiều từ viện trợ kỹ thuật và vốn.

Tuy nhiên, thái độ này sẽ không tránh khỏi hai thiếu sót. Hai sự phát triển kinh tế và kỹ thuật, những khái niệm riêng biệt cho hai miền, có tương thích với nhau trên lãnh vực quốc gia hay không? Phát triển quốc gia liên quan đến việc tiếp thu các giá trị tiêu chuẩn mới. Nếu hai phần được phát triển theo hai phương pháp khác nhau, tất nhiên các giá trị tiêu chuẩn cũng khác nhau. Vì vậy, sự phát triển thành công có phải là một trở ngại cho sự thống nhất trong tương lai?

Thiếu sót thứ nhất là không phù hợp vì chương trình phát triển kinh tế có thể được quan niệm vừa rộng đối với nhiều quốc gia vừa hẹp đối với từng quốc gia. Và kinh tế và kỹ thuật mà cả hai bộ phận thu thập, giống như kinh tế và kỹ thuật phương Tây.

Thứ hai, liên quan đến lĩnh vực phát triển tâm linh, có tính chất quan hệ hơn nhiều. Và có cơ hội biến thành vật cản cho công cuộc thống nhất đất nước sau này

Tuy nhiên, chúng ta đã chứng minh rằng một công cuộc phát triển quốc gia bằng phương pháp Tây phương hóa không làm mất đi tính chất dân tộc. Như vậy, dù miền Nam phát triển theo kiểu Tây, miền Bắc theo kiểu Cộng sản, hai miền vẫn không mất bản sắc dân tộc.

Bài học của Liên Xô một lần nữa cho chúng ta thấy rằng, mặc dù các chuẩn mực của Cộng sản trái ngược với các chuẩn mực của phương Tây, nhưng các chuẩn mực của Cộng sản là những chuẩn mực của chiến tranh. Một chiến lược và thời kỳ nhằm vận động quần chúng ủng hộ chế độ độc tài toàn trị của đảng cộng sản để thực hiện công cuộc phát triển.

Khi đã đạt được mục tiêu phát triển, Liên Xô, chính vì sự tồn tại của xã hội, buộc phải thay thế các giá trị chuẩn mực chiến lược và thời kỳ bằng các giá trị chuẩn mực phù hợp với di sản tinh thần của nền văn minh nhân loại.

Trong trường hợp đó, khi đã đạt được mục tiêu phát triển, chắc chắn miền Bắc sẽ thay thế các tiêu chí mang tính chiến lược, theo giai đoạn và chuẩn giá trị của hai miền sẽ không khác nhau. Chỉ có một điều là thống nhất chỉ có thể đạt được khi mục đích phát triển đã đạt được.

Như vậy, vấn đề đã rõ. Vì sự trường tồn của dân tộc, thế hệ chúng ta phải nắm lấy cơ hội hiện tại để phát triển đất nước bằng con đường Tây hóa. Trong hoàn cảnh chính trị của đất nước hiện nay, chúng ta có thể nắm bắt cơ hội, nếu dẹp bỏ mọi tâm lý tình cảm, mọi mưu toan lợi dụng chính trị ngắn hạn, can đảm nhìn thẳng vào vấn đề phân chia lãnh thổ và nhìn nhận rằng phải tạm thời giữ nguyên hiện trạng cho đến khi đạt được mục tiêu phát triển riêng cho hai miền Nam - Bắc.

Phần III-C

VAI TRÒ CỦA MIỀN NAM

Những phân tích trên cũng giúp chúng ta nhận thấy vai trò quan trọng của miền Nam trong giai đoạn lịch sử dân tộc hiện nay.

Do lệ thuộc vào một hệ tư tưởng mà cả Liên Xô và Trung Quốc đều sử dụng như một phương tiện đấu tranh khả dĩ cho dân tộc mình, các nhà lãnh đạo Cộng sản Việt Nam đã tạo cơ hội cho thực dân Pháp thực hiện các thủ đoạn chính trị, dẫn đến việc chia cắt lãnh thổ hôm nay.

Sự phụ thuộc và chia cắt lãnh thổ nói trên đã tạo điều kiện cho sự thống trị và âm mưu thống trị của Trung Quốc trở lại Việt Nam một cách dũng mãnh, sau gần một thế kỷ vắng bóng. Ký ức về sự thống trị tàn bạo của Trung Quốc đối với chúng ta vẫn còn trong mỗi trang lịch sử của đất nước chúng ta và trong mỗi tế bào của cơ thể chúng ta.

Các nhà lãnh đạo miền Bắc, khi đặt mình dưới sự thống trị của ĐCSTQ, đã đặt chúng ta trước một viễn cảnh nô lệ khủng khiếp. Những hành động của họ nếu có hiệu quả thì không những phá bỏ mọi cơ hội phát triển của chúng ta mà còn đe dọa đến chính sự tồn vong của dân tộc.

Sở dĩ, cho đến ngày nay, sự thống trị của Trung Quốc đối với Việt Nam vẫn chưa thành hình, là vì tình hình chính trị thế giới chưa cho phép, và sự tồn tại của miền Nam dưới ảnh hưởng của phương Tây là một trở ngại chính trị và quân sự cho điều đó. Giả sử miền Nam Việt Nam bị Bắc Việt thôn tính thì việc Trung Cộng thôn tính Việt Nam chỉ là vấn đề thời gian.

Trong hoàn cảnh hiện nay, sự tồn tại của Miền Nam vừa là một bảo đảm cho dân tộc thoát khỏi ách thống trị của Tàu Cộng, vừa là một bảo đảm cho những người lãnh đạo Cộng Sản Bắc Việt có lối thoát khi họ nghĩ đến, nhận thức được sự nguy hiểm của họ đang tạo ra cho dân tộc. Nhưng chừng nào họ còn tiếp tục thực hiện ý đồ xâm lược miền Nam thì họ vẫn còn chịu sự chi phối của chính sách chiến tranh xâm lược của Trung Quốc, thay vì chính sách chung sống hòa bình của Liên Xô.

Vì vậy, ngày mất miền Nam, hôm nay, trở thành biến cố quyết định sự mất nước mai sau của dân tộc. Vì vậy, mọi nỗ lực của chúng ta trong giai đoạn này phải tập trung vào việc bảo vệ nền tự do, độc lập và phát triển miền Nam để giữ đường thoát cho miền Bắc, cứu dân tộc khỏi ách đô hộ lần nữa.

Vốn khác: Vốn con người.

Trong sự phát triển của một quốc gia, số lượng và chất lượng của người lao động đóng vai trò quan trọng ngang với các nguồn lực của đất nước. Dưới đây chúng ta sẽ khám phá giá trị nội tại của vốn con người và vốn tài nguyên của chúng ta. Chúng tôi sẽ tự nguyện gác lại tất cả các chương trình tài chính và kỹ thuật để sử dụng các nguồn lực và nguồn nhân lực một cách hiệu quả nhất có thể trong quá trình phát triển. Các chương trình như vậy thuộc thẩm quyền của các nhà kinh tế học.

Khuôn khổ chính trị.

Bên cạnh giá trị hiện có của vốn con người và vốn tài nguyên, chúng ta còn nói đến khuôn khổ chính trị mà hai vốn này sẽ được sử dụng sao cho có lợi nhất cho quốc gia trong giai đoạn này. Khuôn khổ chính trị, như chúng ta sẽ thấy dưới đây, quy định cách thức sử dụng hai nguồn vốn này và đặt ra các giới hạn cho việc khai thác nguồn vốn con người. Ở các nước kém phát triển như nước ta, ngoài vốn tài nguyên còn có vốn thụ động, tức là vốn chủ động duy nhất mà chúng ta có thể sử dụng rất rộng rãi là vốn con người.

Do đó, các nhà kinh tế chỉ nhìn thấy mục tiêu trước mắt là khai thác đến cùng nguồn vốn duy nhất mà chúng ta có thể sử dụng vào sự phát triển của quốc gia, dễ dàng bị cám dỗ bởi các phương pháp lãnh đạo. Họ có thể huy động tối đa vốn nhân lực của mình mà không bị cản trở. Phương thức lãnh đạo phù hợp với khái niệm trên là phương thức của chế độ độc tài đảng, chẳng hạn như chế độ của những người Cộng sản hoặc Đức quốc xã. Sự thành công của Liên Xô và khả năng thành công của Trung Quốc, tạo ra nhiều uy tín cho những phương pháp này, và nhiều nhà lãnh đạo bị quyến rũ bởi những phương pháp đó.

Phương pháp độc tài đảng trị.

Phương pháp độc tài của đảng dựa trên việc cắt đứt các ràng buộc của mỗi cá nhân dưới mọi hình thức gia đình, xã hội, tôn giáo và văn hóa, và thay thế chúng bằng các mối ràng buộc đơn lẻ với một đảng chính trị duy nhất nắm quyền. Từ cơ sở đó các biện pháp được hình thành cho tất cả các lĩnh vực. Ưu điểm của phương pháp trên là biến mỗi cá nhân thành một bộ phận rất ngoan ngoãn, dễ uốn nắn trong một bộ máy khổng lồ, nhiều năng lực nhưng dễ sử dụng trong tay người lãnh đạo. Vì vậy, nhiều nhà lãnh đạo khi có một chương trình lớn cần thực hiện trong thời gian ngắn rất dễ bị phương thức hấp dẫn đó lôi cuốn, dễ quên mất phương tiện mình muốn sử dụng. Đó không phải là những phương tiện vô tâm, mà là những người mà trách nhiệm của người lãnh đạo là tìm kiếm hạnh phúc cho họ.

Nhưng phương pháp trên có tác dụng gì, đối với sự phát triển toàn diện theo phương thức Tây phương hóa, mục tiêu mà vì sự tồn vong của dân tộc, chúng ta phải đạt được.

Như chúng ta biết, sự phát triển nhờ phương Tây hóa không chỉ giới hạn ở việc tiếp thu công nghệ phương Tây mà còn bao gồm việc tiếp thu nhiều tiêu chuẩn giá trị mới. Như vậy, sự phát triển theo phương thức Tây phương hóa đương nhiên sẽ dẫn đến nhu cầu tìm cho xã hội phát triển một trạng thái hài hòa trong đó các giá trị chuẩn mực mới cùng chung sống với nhiều chuẩn mực giá trị cũ khác.

Như vậy, tiêu chí thành bại của một quá trình phát triển đất nước theo phương thức Tây phương hóa là xã hội phát triển đó có tìm được trạng thái cân bằng mới để đảm bảo cho sự tiến bộ của xã hội trong tương lai hay không.

Một xã hội điển hình, phát triển theo phương thức Tây phương hóa theo phương thức độc tài của Đảng Cộng sản, là xã hội Xô Viết. Vậy xã hội Nga đã thành công trong việc phát triển đất nước chưa? Đó là, xã hội Nga đã tìm thấy một trạng thái hài hòa mới, có khả năng đảm bảo sự tiến hóa trong tương lai? Về vấn đề hết sức quan trọng này, trong các đoạn trước, chúng ta lưu ý hai sự kiện.

Trước hết, các giá trị tiêu chuẩn của Liên Xô, trong lĩnh vực lãnh đạo, bất lực trong việc đảm bảo sự lãnh đạo quốc gia liên tục, vì không thể chuyển giao quyền lực hài hòa mỗi khi phải thay đổi nhà lãnh đạo.

Thực tế thứ hai là Liên Xô sau khi đạt được mục đích kỹ thuật của sự phát triển đã phải thay thế những giá trị chuẩn mực của học thuyết Mác chiến lược và giai đoạn bằng những giá trị chuẩn mực, di sản của nền văn minh nhân loại, như chúng ta đã thấy ở đoạn trên. Chúng ta phải nhận thức được rằng một sự thay thế như vậy đối với các giá trị tiêu chuẩn, tất nhiên, sẽ phá vỡ chính nền tảng của chủ nghĩa Mác-Lênin.

Nếu vậy, chắc chắn những người lãnh đạo Liên Xô sẽ không bao giờ chấp nhận sự thay đổi chuẩn mực giá trị như vậy, nếu không bị thực tế lịch sử dồn vào thế không thể giải thích được. Có một thực tế lịch sử là các tiêu chí chiến lược và từng giai đoạn của chủ nghĩa cộng sản không nhận ra một trạng thái hài hòa mới có thể đảm bảo cho sự phát triển của cộng đồng.

Chẳng hạn, những giá trị chuẩn mực chiến lược và dàn dựng đó, như chúng ta đã thấy, để cao tình yêu tự do, phá hủy gia đình, phủ nhận tư hữu, phản đối tôn giáo, v.v., bóp nghẹt các cá nhân nhân danh cộng đồng, do đó phá hủy trạng thái cân bằng năng động cơ bản trong một xã hội cộng đồng giữa lợi ích cá nhân và lợi ích cộng đồng. Trạng thái cân bằng động bị mất, vì hai lực đối lập không còn khả năng tạo ra sự phối hợp sáng suốt. Không có sức sống sáng tạo, sự phát triển trong tương lai của cộng đồng không được đảm bảo.

Do đó, chính mối đe dọa đối với sự tồn tại của xã hội Xô Viết đã khiến các nhà lãnh đạo Liên Xô thay thế các giá trị tiêu chuẩn của chiến lược và giai đoạn của Chủ nghĩa Cộng sản.

Và như vậy vấn đề đã rõ, bài học của Liên Xô chứng minh đường lối độc tài của Đảng Cộng sản không bảo đảm thành công cho sự phát triển toàn diện đất nước bằng phương pháp Tây hóa như chúng ta đã định nghĩa.

Nếu bây giờ chúng ta giới hạn mục tiêu phát triển chỉ là một bộ sưu tập công nghệ phương Tây, thì cách tiếp cận độc đoán của Đảng Cộng sản trên thực tế cũng hiệu quả như các nhà lãnh đạo. Phải chăng tôn giáo đã bị phương pháp đó cám dỗ để hão huyền?

Tiêu chí thành công hay thất bại của việc tiếp thu công nghệ phương Tây, như chúng ta biết, là việc tiếp thu có đạt đến mức chi phối sức sáng tạo kỹ thuật của phương Tây hay không.

Theo tiêu chuẩn đó, kiến thức hiện tại chưa cho phép chúng ta trả lời chính xác câu hỏi này, bởi vì công nghệ phương Tây vẫn đang trong thời kỳ phát triển mạnh mẽ và các nước ngoài phương Tây vẫn đang cố gắng thuần phục các kỹ thuật này trong thời điểm hiện tại.

Chúng ta có thể chỉ có hai nhận xét.

Kể từ khi Anh mở cửa để phát triển quốc gia, nhiều quốc gia trong xã hội phương Tây đã tiến hành phát triển công nghệ của riêng họ. Sau Anh, Đức, Pháp, Mỹ, Ý và nhiều nước nhỏ ở Bắc Âu, Tây Âu, Đông Âu lần lượt tiến hành phát triển kỹ thuật. Các thuộc địa nhập cư của phương Tây như Úc, Tây Zealand và Nam Phi cũng có thể được tính trong số các quốc gia này. Trong số tất cả các quốc gia trên, không một quốc gia nào cần đến phương pháp cai trị độc tài của đảng để thực hiện sự phát triển công nghệ của mình.

Ngoài phương Tây, Nhật Bản, Nga và Thổ Nhĩ Kỳ đã tiến hành phát triển kỹ thuật. Ấn Độ và Trung Quốc đang tập trung nỗ lực vào phát triển. Nghĩa là, bên cạnh phương Tây, nếu có những nước tiến hành phát triển kỹ thuật bằng phương pháp độc tài đảng phái như Nga, thì cũng có những nước như Nhật Bản đã tiến hành phát triển kỹ thuật đến một trình độ rất tiên tiến không bằng phương pháp độc tài đảng phái.

Do đó, trong xã hội phương Tây, không có sự phát triển công nghệ nào được thực hiện bằng chế độ độc tài đảng phái. Bên ngoài xã hội phương Tây, phương pháp độc tài đảng không nắm độc quyền phát triển công nghệ.

Đối với Việt Nam, ngoài những phân tích trên, chúng ta nhận thấy rằng hoàn cảnh lịch sử và vị trí địa lý của chúng ta không cho phép chúng ta áp dụng phương thức độc tài đảng trị trong quá trình phát triển của mình.

Cân đối lũy tiến.

Về cơ bản, chấp nhận áp dụng phương pháp độc tài đảng trị là chọn con đường dễ đi nhất giữa hai con đường. Lãnh đạo một nhóm cũng phức tạp như cuộc sống. Nếu mọi sự sống là sự cân bằng động giữa lực phá hoại và xây dựng, hay sự hài hòa giữa âm và dương, thì vũ trụ cũng là sự cân bằng động giữa các lực ảnh hưởng trái chiều và đối lập. Định luật cân bằng động là một định luật tự nhiên của vũ trụ, áp dụng cho các hiện tượng trong thế giới rộng lớn và rõ ràng của các vì sao, cũng như các hiện tượng không phân cực và vô hình của các nguyên tử. Cuộc sống của loài người, trong mọi lĩnh vực, mọi giới hạn của nó, đều bị chi phối bởi quy luật cân bằng động. Vì vậy, sống hài hòa với vũ trụ là sống theo quy luật cân bằng động, nghĩa là trong mọi trường hợp, trước hết phải tìm ra hai đối tượng nào chịu quy luật cân bằng động rồi mới có con đường sống được nuôi dưỡng và phát triển sự cân bằng được tìm thấy. Ngược lại, con đường của cái chết, không tương thích với vũ trụ, là phá hủy sự cân bằng đó.

Lãnh đạo một nhóm là cân bằng các khối của nhóm, vì lợi ích của mỗi nhóm là khác nhau, là cân bằng giữa nhu cầu lâu dài của nhóm và nhu cầu ngắn hạn trong cuộc sống của các phần tử trong nhóm. Đó là sự cân bằng giữa năng lượng giãn nở của bên trong và áp lực từ bên ngoài. Nếu chúng ta nhớ lại rằng các cân bằng trên không phải là cân bằng chết, cân bằng tĩnh, mà là cân bằng sống, cân bằng động, thì chúng ta nhận ra rằng người lãnh đạo phải luôn cực kỳ linh hoạt, để mỗi lần, một trạng thái cân bằng bị phá vỡ được thay thế bằng một trạng thái cân bằng mới thích ứng với sự thay đổi của tình hình. Và tất cả các công việc trên phải được tiến hành trong khuôn khổ chương trình đã định và với mục đích không thay đổi.

Chúng ta có thể hình dung cụ thể công việc của một nhà lãnh đạo bằng hình ảnh rất đỗi bình thường của người đi xe đạp. Người đi xe đạp phải liên tục thay đổi vị trí trọng tâm của toàn bộ hệ thống người và xe đạp để duy trì sự cân bằng luôn thay đổi theo tình trạng của đường. Sự cân bằng của người đi xe đạp được duy trì dễ dàng khi xe đạp tiến lên. Người đi xe đạp là một hình ảnh cụ thể rất trung thực của trạng thái cân bằng động. Miễn là xe đạp tiến lên, sự cân bằng vẫn được duy trì. Xe đạp dừng lại, mất thăng bằng. Có tiến bộ thì có cân bằng, có cân bằng thì có tiến bộ. Đó là cơ sở của trạng thái cân bằng động.

Vì những lý do trên, chọn phương thức độc tài đảng trị để lãnh đạo đương nhiên là không nhìn nhận sự cần thiết phải duy trì trạng thái cân bằng động giữa nhu cầu dài hạn của tập thể và nhu cầu ngắn hạn của đời sống các thành viên trong nhóm tập thể. Chọn làm như vậy có nghĩa là, thay vì cố gắng cân bằng hai lực lượng đối lập thì đã hoàn toàn rơi vào một. Giữ thăng bằng bao giờ cũng khó hơn là để bản thân gục ngã trước một lực nào đó.

Cũng giống như việc giữ cho chiếc xe đạp ổn định và tiến về phía trước luôn khó hơn là để chiếc xe đạp đổ sang một bên và dừng lại. Vì vậy, chọn phương thức lãnh đạo độc tài đảng với hy vọng thỏa mãn những nhu cầu lâu dài của tập thể bằng cách bóp nghẹt những nhu cầu trước mắt của nhân dân là chọn một con đường dễ dàng, tương đương với con đường phải giữ được sự cân bằng năng động giữa hai nhu cầu.

Và tất nhiên, cách dễ dàng không phải lúc nào cũng là cách sống. Riêng hoàn cảnh Việt Nam, như chúng ta đã thấy, đường đời không dễ dàng.

Lập luận trên một lần nữa làm rõ rằng khuôn khổ chính trị trong đó việc sử dụng nguồn nhân lực và tài nguyên là rất quan trọng. Vì vậy, chúng ta sẽ trở lại vấn đề này một lần nữa chi tiết hơn sau.

Nhược điểm thứ nhất: dân số ít.

Nguồn nhân lực của chúng ta cũng rất đáng kể. Theo những con số đáng tin cậy nhất, hiện nay miền Bắc có 17 triệu dân và miền Nam 14 triệu. Hơn ba mươi triệu người xấp xỉ dân số Nhật Bản vào thời kỳ đầu Tây phương hóa. Tuy nhiên, vào giữa thế kỷ 19, khi Nhật Bản mở cửa đón nhận nền văn minh phương Tây, các thế lực kinh tế trên thế giới như Anh, Pháp hay Đức đều có dân số tương đương nhau. Ngày nay tình hình đã khác. Việc nghiên cứu những phương pháp kỹ thuật sản xuất có lợi nhất, cùng với kỹ thuật sản xuất ngày càng tinh vi đã dẫn đến sự tập trung của các cơ sở công nghiệp thành những tư liệu sản xuất hùng mạnh. Đồng thời, các khối kinh tế thích ứng với các phương tiện này cũng mở rộng với tốc độ tương tự. Ngày nay, những khối công nghiệp và kinh tế phát triển nhờ sản xuất cao và tiêu thụ nhiều phải là những khối lớn như Hoa Kỳ, khối Nga hay khối Trung Quốc mới nổi. Thực tế này hiển nhiên đến mức, ngay cả các khối kinh tế, công nghiệp Tây Âu khác đã đạt đến trình độ phát triển đáng nể, cũng đang phải đấu tranh để tồn tại nhằm đoàn kết thành một khối để đương đầu với các khối kinh tế khác trên thế giới.

Sự kiện trên đây một lần nữa cho chúng ta thấy, tác hại của việc bỏ lỡ cơ hội, bởi điều kiện phát triển lúc bấy giờ đỡ khắc nghiệt hơn bây giờ. Và nếu chúng ta lại bỏ lỡ cơ hội thứ hai này, không cần phải nói, điều kiện phát triển sau này sẽ còn khắc nghiệt hơn.

Đặc biệt là nếu Trung Quốc có thể thực hiện sự phát triển quốc gia của họ ngay trong cơ hội này, điều mà hầu hết mọi người đều cho là rất có thể.

Nhược điểm thứ hai: thiếu khí chất

Bản chất người Việt Nam cần cù, siêng năng và rất thông minh. Khiếm khuyết về khí chất không phải là trở ngại vì đó là đức tính có thể rèn luyện bằng giáo dục, còn trí thông minh là thiên tính. Sự khiếm khuyết về khí chất do nhiều nguyên nhân lịch sử tạo nên, trong đó có những yếu tố mà chúng ta đã đề cập ở đoạn trước về vấn đề Nam tiến của dân tộc.

Ngoài ra, tình trạng hỗn loạn nội bộ trong nhiều thế kỷ là một trở ngại lớn cho sự phát triển của tính khí. Tiếp theo đó, Pháp đô hộ, xã hội Việt Nam tan rã, càng đẩy mạnh sự hủy hoại chí khí của người Việt. Vì khí chất hình thành trước hết dựa trên niềm tin mãnh liệt vào những giá trị chuẩn mực của xã hội. Những giá trị chuẩn mực đã mất đi, khí chất cũng vậy.

Trong cuộc sống tập thể, khí chất của mỗi cá nhân cần thiết cho tập thể hơn những phẩm chất khác của lý trí, kể cả trí thông minh bẩm sinh. Nhưng chỉ có lối sống tập thể mới phát huy được khí chất, vì vậy các môn thể thao đồng đội góp phần rất nhiều vào việc rèn luyện khí chất.

Chúng ta nhận thấy sự cần thiết của khí chất đối với tập thể hơn bất kỳ đức tính nào khác, khi biết rằng các nhà sử học cho rằng thành công lịch sử của người Anh là nhờ khí chất mà nền giáo dục đã hun đúc họ đến một tầm cao hiếm có và phổ biến rộng rãi cho đại chúng.

Vì vậy, vấn đề rèn luyện khí chất là nhiệm vụ vô cùng cấp thiết đối với nền giáo dục nước ta lúc này. Trong quá trình Tây phương hóa, việc tiếp thu kiến thức của nền văn minh phương Tây là một điểm quan trọng như chúng ta biết. Nếu cần một mức độ để so sánh, có thể nói nhiệm vụ rèn luyện khí chất của con người quan trọng hơn nhiệm vụ truyền bá kiến thức mới của phương Tây.

Tuy nhiên, chúng ta không nên quên rằng một nhược điểm lớn của nguồn nhân lực của chúng ta là thiếu công nghệ trong mọi lĩnh vực. Sở dĩ vấn đề trang bị kỹ thuật không được để cập cụ thể trong đoạn này là vì Tây phương hóa tất nhiên bao gồm trang bị kỹ thuật của nguồn nhân lực của chúng ta.

Nhược điểm thứ ba: vô tổ chức

Nhược điểm thứ ba của nguồn nhân lực của chúng ta là sự vô tổ chức.

Như chúng ta đã thấy, ở trên, trong đoạn nói về hậu quả của cuộc Nam tiến của chúng ta, dân tộc Việt Nam, nhất là ở hai miền Nam Trung Bộ, thiếu tinh thần tập thể, vì cơ sở hạ tầng của chúng ta không có. Đó là một điểm yếu rất chí mạng vì tập thể quốc gia cần đòi hỏi ở người dân một tinh thần tập thể mà hàng thế kỷ nay không ai rèn cho họ được.

Chúng ta không nói về một tổ chức quần chúng chặt chẽ, giống như một tổ chức quân sự, theo đường lối Cộng sản. Mục đích của Chủ nghĩa Cộng sản vượt xa việc đưa quần chúng vào khuôn khổ của lối sống tập thể, bởi vì Cộng sản nhằm mục đích trước hết là cắt đứt mọi ràng buộc của nhân dân, trong các lĩnh vực gia đình, xã hội và tôn giáo, thay thế nó bằng mối quan hệ duy nhất là ràng buộc của đảng để làm cho người dân trở thành một bộ phận hoàn toàn có thể kiểm soát được của một bộ máy chung mà họ là người sử dụng.

Chưa nói đến hình thức tổ chức cực đoan đó, ngay cả hình thức tổ chức tôn trọng tự do cá nhân đến mức, nhiều người quen gọi là tự do phóng khoáng của nhiều nước phương Tây, chúng ta cũng không có. Ngoài hệ thống hành chính, thời kỳ Pháp thuộc còn để lại cho chúng ta một xã hội hoàn toàn vô tổ chức. Chính cái tổ chức tưởng chừng chặt chẽ của làng quê ta ở Bắc Bộ đang lung lay tận gốc. Ngoài tổ chức gia đình, người dân Việt Nam lúc bấy giờ không còn biết đến một tổ chức xã hội nghề nghiệp nào. Song song với một xã hội vô tổ chức và phân mảnh, một hệ thống hành chính chuyên phục vụ lợi ích của kẻ thống trị. Đó là một bản phác thảo thô nhưng có liên quan về xã hội của chúng ta.

Trong một tình huống vô tổ chức như vậy, không thể hoàn thành được việc gì của tập thể. Nếu hôm nay chúng ta bắt tay vào một công việc lớn lao, chẳng hạn như Tây phương hóa để phát triển đất nước, chắc chắn, chúng ta không thể làm gì trước sự vô tổ chức đó. Và công việc đầu tiên mà chúng ta phải làm trước khi bắt tay vào Tây phương hóa là tổ chức nguồn nhân lực của chúng ta.

Tổ chức quần chúng.

Vấn đề tổ chức quần chúng rất quan trọng, nó quyết định sự thành bại sau này của chúng ta.

Trong bất kỳ xã hội nào, Tự do hay Cộng sản, các tổ chức quần chúng đều có, và tất nhiên, hoạt động như những người hòa giải giữa chính phủ và các cá nhân. Không có tổ chức quần chúng thì chính quyền không đến được với dân.

Không có đoàn thể thì người dân không thể bày tỏ ý kiến với chính quyền. Các tổ chức quần chúng cũng là yếu tố cân bằng giữa nhu cầu dài hạn của tập thể và nhu cầu ngắn hạn của các thành viên trong tập thể. Các đoàn thể trong xã hội Tự do hay Cộng sản đều có vai trò như nhau, chỉ khác ở chỗ trong xã hội Tự do đoàn thể do nhân dân tổ chức và điều hành còn trong xã hội Cộng sản, đoàn thể do chính quyền tổ chức và điều hành.

Ở trường hợp chúng ta, trong khi quần còn quen lối sống rời rạc, chưa có ý thức tập thể, thì sáng kiến tổ chức đoàn thể chắc chắn không thể nảy sinh từ trong nhân dân. Còn kinh nghiệm tổ chức, điều khiển cũng chưa phong phú. Do đó, hướng dẫn từ chính phủ là điều cần thiết trong thời gian đầu.

Chúng ta cần biết rằng sự hướng dẫn của tổ chức quần chúng, như chúng ta nghĩ, không thể xâm phạm quyền tự do cá nhân. Trong một tập thể, phải có sự cân bằng năng động giữa nhu cầu dài hạn của nhóm và nhu cầu ngắn hạn của các thành viên. Nếu xã hội Cộng sản là một nhà nước mà nhu cầu của cá nhân bị hy sinh hoàn toàn cho nhu cầu của nhóm, thì trong xã hội của chúng ta ngày nay, nhu cầu của tập thể bị hy sinh hoàn toàn cho nhu cầu của một số ít cá nhân. Trong cả hai trường hợp, cán cân tiến bộ đều bị phá vỡ, nên xã hội ta ngày nay không tiến lên mà xã hội Cộng sản tiến ì ạch.

Ngoài ra, hướng dẫn của chúng ta không thể bị coi là xâm phạm quyền tự do cá nhân. Vì mục đích của chúng ta, khuyến khích và hướng dẫn các tổ chức đoàn thể, là đặt lên mỗi cá nhân những ràng buộc xã hội, nghề nghiệp, văn hóa và kinh tế hơn, để lợi ích của cá nhân được đảm bảo hơn bao giờ hết, khi cá nhân chỉ có những ràng buộc của gia đình và những người thân quen. Trong khi mục tiêu của Cộng sản là cắt đứt mọi ràng buộc và thay vào đó là mối liên hệ duy nhất giữa cá nhân và Đảng.

Tính chất cốt yếu của tổ chức quần chúng.

Chúng ta cần nhấn mạnh tính chất thiết yếu của tổ chức quần chúng. Trong một tình huống bình thường, các tổ chức quần chúng là những bộ phận thiết yếu để điều chỉnh cuộc sống của một quốc gia. Không có tổ chức quần chúng là huyết mạch của quốc gia không thể chạy từ trung tâm đến hạ tầng và không thể từ hạ tầng về trung tâm. Nguồn sống bị chặn.

Trong những giai đoạn quyết định của một cộng đồng nhu cầu tổ chức quần chúng cho tập thể quốc gia được nhân lên. Không có các tổ chức quần chúng thì không thể lãnh đạo đất nước. Dân không biết phương hướng, lãnh đạo không dẫn dắt được quần chúng.

Trong xã hội Việt Nam trước đây, làng tự trị là tổ chức quần chúng có tính chất xã hội. Bộ máy hành chính của triều đình làm lu mờ các tổ chức đoàn thể đó. Ở những vùng lãnh thổ Việt Nam tổ chức làng xã lỏng lẻo như Nam Trung Bộ và Nam Bộ, quốc gia tập thể mất giá trị và các biện pháp hành chính trở nên vô hiệu. Điều này đủ để chúng ta nhận thấy sự cần thiết của các tổ chức quần chúng và sự kém hiệu quả, đối với quốc gia của bộ máy hành chính không có tổ chức quần chúng.

Sở dĩ chúng ta mất ý thức quần chúng, không nhận thức được sự cần thiết của tổ chức quần chúng trong đời sống dân tộc là vì gần một trăm năm chúng ta sống dưới ách thống trị của đế quốc, nghiêm cấm tổ chức quần chúng. Đế quốc cai trị nhân dân ta chứ không phải nhân dân ta. Thực dân bóc lột người bị trị, không cần biết dẫn người bị trị đi đường nào, mục đích gì. Vì vậy, như chúng ta đã thấy, công cuộc Tây hóa của chúng ta thời Pháp thuộc hoàn toàn vu vơ, không phương hướng. Với ý đồ như vậy, nhà cầm quyền Pháp cần gì phải tổ chức quần chúng. Ngược lại, phải cấm mọi hình thức tổ chức quần chúng để dân ly tán, mất đoàn kết. Trong điều kiện đó, một bộ máy hành chính chuyên phục vụ lợi ích của người cai trị là đủ để chính phủ Pháp cai trị đất nước này. Nhiệm vụ của bộ máy hành chính Pháp, đối với người dân Việt Nam, chỉ là bảo vệ hòa bình và trật tự, để lợi ích kinh tế của Pháp được đảm bảo. Do đó, các tổ chức quần chúng không những không cần thiết đối với người Pháp mà còn là những tổ chức gây rối trật tự trị an.

Như vậy chúng ta đã thấy rõ vì sao dưới thời Pháp thuộc các tổ chức quần chúng không sống được. Những người quen thuộc với sự cai trị của Pháp, không thể quan niệm rằng lãnh đạo một quốc gia không phải là để giữ hòa bình. Vì nhiệm vụ lãnh đạo đất nước của chúng ta ngày nay nhất định không phải là nhiệm vụ của bộ máy cai trị Pháp ngày xưa. Chúng ta cần giải quyết những vấn đề quốc gia mà người Pháp không cần biết. Chính vì không nhận ra sự thật này mà tất cả các chính quyền Việt Nam do đế quốc Pháp thành lập hay dưới ảnh hưởng của đế quốc Pháp đều thất bại.

Họ thất bại vì họ tiếp tục công việc trị an của người Pháp, trong khi vấn đề chính là lãnh đạo đất nước, tức là giải quyết các vấn đề của dân tộc trong giai đoạn này.

Trong khi các chính phủ đó chăm sóc việc trị an, người dân sẽ đi theo những người có thể giải quyết các vấn đề của quốc gia.

Tóm lại, nếu ngày nay chúng ta có thể sử dụng một bộ máy hành chính hoàn chỉnh như người Pháp đã sử dụng ngày xưa, chúng ta sẽ không thể giải quyết vấn đề hiện tại của Việt Nam, bởi vì vấn đề hiện tại không thể giải quyết được, không phải là vấn đề hành chính trị an, mà là một vấn đề lớn hơn và có liên quan hơn nhiều: vấn đề lãnh đạo một dân tộc trong thời kỳ quan trọng. Nếu chúng ta không thể giải quyết nó, người khác sẽ giải quyết nó cho chúng ta.

Tổ chức chính trị và đoàn thể

Tổ chức quần chúng có phải là tổ chức chính trị không?

Tổ chức chính trị là tổ chức của một đảng phái chính trị được thành lập để tập hợp những người có cùng khuynh hướng chính trị và sẵn sàng góp phần đấu tranh cho khuynh hướng chính trị đó.

Tổ chức quần chúng là tổ chức của những người làm cùng nghề, cùng làm việc ở cùng một địa điểm, hoặc theo đuổi các mục tiêu xã hội, văn hóa hoặc thể thao giống nhau, hoặc những người có cùng quyền lợi kinh tế.

Như vậy, tổ chức quần chúng không phải là tổ chức chính trị. Tuy nhiên, một tổ chức quần chúng bao gồm các công dân của đất nước, vì vậy khi có cơ hội, một tổ chức quần chúng vẫn có thể có thái độ chính trị và ảnh hưởng chính trị. Một tổ chức quần chúng không phải là một tổ chức chính trị. Ảnh hưởng chính trị của một tổ chức quần chúng có quan trọng hay không phụ thuộc vào việc tổ chức quần chúng đó có được xếp hạng tốt hay không và có sâu rộng hay không. Vì không tránh khỏi ảnh hưởng chính trị của các tổ chức quần chúng, nên có sự nhầm lẫn vô tình hay hữu ý giữa tổ chức quần chúng và tổ chức chính trị. Sự nhầm lẫn vô tình của những người chỉ nhìn thấy ảnh hưởng chính trị của các đoàn thể. Sự cố ý nhầm lẫn của những kẻ lợi dụng đoàn thể để hỗ trợ chính trị.

Nhưng các tổ chức quần chúng, chỉ có thể đóng vai trò then chốt của mình trong guồng máy quốc gia, chỉ có thể khi họ giữ được bản chất phi chính trị, mặc dù ảnh hưởng chính trị là tất nhiên.

Trong tình hình chiến tranh ngày nay, vấn đề tổ chức quần chúng càng trở nên quan trọng. Đảng nào tổ chức được quần chúng thì đảng đó thực hiện được đường lối phát triển của mình và sẽ thắng lợi.

Vốn tài nguyên.

Vốn tài nguyên của chúng ta không thể nói là phong phú vì nhiều nhiên liệu quan trọng về kinh tế hay quốc phòng chưa được tìm thấy trên lãnh thổ Việt Nam. Các nhiên liệu quan trọng về năng lượng cho ngành công nghiệp như dầu hỏa và uranium chúng ta chưa có, than đá dồi dào và thủy lực có thể được khai thác. Nhiều quặng ở miền Bắc đã được tìm thấy hoặc khai thác và các mạch khoáng sản chắc chắn rất nhiều ở dãy Trường Sơn, nhưng việc tổ chức tìm kiếm chưa bài bản.

Gần 5000 km bờ biển, sông Cửu Long, sông Đồng Nai và hệ thống kênh, rạch chằng chịt ở Nam Bộ chứa đựng nguồn thủy lợi dồi dào chưa được khai thác. Đồng bằng sông Nhị Hà và đồng bằng sông Cửu Long là những vùng đất màu mỡ. Một kỹ thuật canh tác thích hợp có thể tăng sản lượng ít nhất hai trăm phần trăm. Các cánh đồng mênh mông ở vùng cao nguyên có thể được cấu hình lại thành các khu vực chăn nuôi đầy triển vọng.

Các khu rừng, phía bắc của Bắc Bộ, dọc theo dãy Trường Sơn và các khu rừng già ở phía Đông và Nam Bộ, các vùng đất ngập nước ở phía Tây, là những nguồn tài nguyên thiên nhiên phong phú, nếu được bảo tồn và phục hồi.

Đất đỏ xám của Nam Bộ và Tây Nguyên là những vùng đất màu mỡ để trồng cây công nghiệp. Một phần nhỏ đã được phát quang để trồng cao su và một số khác. Nhưng phần lớn vẫn là vốn chưa sử dụng.

Bản kiểm kê ngắn gọn ở trên chỉ cho chúng ta thấy nguồn tài nguyên khổng lồ nằm im lìm trong tay chúng ta.

Để khai thác nguồn vốn đó, chúng ta chỉ có một nguồn vốn con người gồm tám mươi lăm phần trăm nông dân hoặc nghề nghiệp không rõ ràng, năm phần trăm quân nhân, tám phần trăm công nhân.

Mức sống trung bình của những người tạo nên vốn con người nói trên rất thấp. Ước tính thu nhập bình quân đầu người, theo các tài liệu nghiên cứu đáng tin cậy nhất, là khoảng 60 USD một năm, khoảng năm nghìn tiền Việt Nam. Để so sánh, chúng ta nên biết rằng thu nhập bình quân hàng năm của mỗi người ở Ấn Độ là 57 USD, Trung Quốc là 27 USD và Nhật Bản là 100 USD. Chúng ta biết rằng những quốc gia có thu nhập bình quân đầu người dưới 100 USD được coi là chưa phát triển. Nếu thu nhập trung bình là 100 USD đến 300 USD, quốc gia đó được xếp vào loại kém phát triển. Từ 300 đến 500 USD, nó được mở rộng khá nhiều. Từ 500 đến 800 được coi là mở rộng và trên 800 được coi là mở rộng cao. Trong số các quốc gia được coi là có tính cởi mở cao có Hoa Kỳ, Vương quốc Anh, Thụy Sĩ và một số quốc gia Bắc Âu.

Những con số trên cho chúng ta thấy mức sống của người dân Việt Nam còn rất thấp. Vì vậy, xu hướng tự nhiên của người lãnh đạo là khai thác đến mức tối đa nguồn vốn của mình để nâng cao mức sống của nhân dân.

Nhưng vấn đề phát triển đất nước không thể chỉ theo một hướng nhằm thỏa mãn những nhu cầu ngắn hạn của các thành viên trong tập thể. Chính trong sự phát triển kinh tế này, hơn bất cứ điều gì khác, bởi vì nó sẽ liên quan trực tiếp và nặng nề đến cuộc sống hàng ngày của con người, quy luật cân bằng động phải được tôn trọng. Điều quan trọng là đạt được sự phát triển mà không gây đau khổ cho toàn dân trong nhiều thế hệ. Riêng trường hợp của Việt Nam, do vị trí địa lý, hoàn cảnh lịch sử và mục tiêu phát triển mà chúng ta sẽ trình bày cụ thể ở đoạn sau, nên sự phát triển có thể thực hiện được trong các điều kiện cân bằng nói trên.

Nhu cầu lâu dài của nhóm.

Vì vậy, những nhu cầu dài hạn của tập thể là gì?

Trong sự nghiệp phát triển đất nước, phát triển kinh tế là một khâu then chốt. Và trong quá trình phát triển kinh tế việc trang bị máy móc công nghiệp cho đất nước là chủ yếu.

Việc thực hiện các thiết bị công nghiệp của tất cả các nước trên thế giới, trong xã hội phương Tây cũng như xã hội ngoài phương Tây, kể cả Nga và Trung Quốc, đều phụ thuộc vào viện trợ nước ngoài. Hỗ trợ kỹ thuật là một thực tế tự nhiên, bởi vì bước đầu tiên trong quá trình phát triển là tiếp thu công nghệ. Nhưng viện trợ vốn cũng cần thiết như hoặc tốt hơn viện trợ kỹ thuật. Viện trợ vốn nước ngoài có thể là trực tiếp hoặc gián tiếp, dưới hình thức quà tặng hoặc cho vay. Và tùy từng trường hợp và tùy thời cơ mà khối vốn viện trợ nước ngoài.

Nhưng trong mọi trường hợp, viện trợ tư bản nước ngoài đóng một vai trò quan trọng. Và cũng chưa có một trường hợp phát triển cá biệt nào đạt được chỉ nhờ nỗ lực thắt lưng buộc bụng của người dân ở nước đang phát triển.

Tuy nhiên, có những cơ hội thuận lợi cho các quốc gia cần thiết bị công nghiệp, cũng như những hoàn cảnh khắc nghiệt hơn. Trong trường hợp trên, viện trợ vốn nước ngoài cao và đáp ứng một tỷ lệ đáng kể nhu cầu thiết bị công nghiệp. Phần còn lại sẽ do thu nhập của quốc gia liên quan gánh chịu. Trong hoàn cảnh thuận lợi đó, thiết bị công nghiệp đã không trở thành gánh nặng khó khăn và đau khổ cho người dân.

Trong trường hợp thứ hai, khối viện trợ vốn nước ngoài không dồi dào và chỉ đáp ứng một tỷ lệ nhỏ nhu cầu thiết bị công nghiệp. Phần lớn phần còn lại phải do thu nhập của quốc gia liên quan gánh chịu. Và trong hoàn cảnh ngặt nghèo đó, các thiết bị công nghiệp đã trở thành gánh nặng đau khổ cho người dân.

Trường hợp phát triển đầu tiên có thể là trường hợp của một nước nhỏ như Việt Nam. Và trường hợp thứ hai là trường hợp tự nhiên của những quần thể lớn như dân số Trung Quốc vì hai lý do dưới đây.

Sự phát triển của một quốc gia nhỏ bé như Việt Nam không thể đe dọa bất kỳ ai và do đó sẽ không tạo ra bất kỳ phản ứng thù địch nào có thể cản trở sự phát triển của họ đối với bất kỳ quốc gia nào. Và một sự lãnh đạo khôn ngoan là đủ để đưa khối viện trợ tư bản nước ngoài lên đến một mức đảm bảo trang bị công nghiệp thuận lợi cho người dân. Trong khi đó, sự phát triển dân số, như dân số Trung Quốc, tự nó đã là mối đe dọa cho toàn thế giới, cho dù các nhà lãnh đạo Trung Quốc hiện nay không có tham vọng bành trướng. Và tất nhiên, những phản ứng thù địch nảy sinh khắp nơi và tạo ra vô số trở ngại cho sự phát triển. Và một sự lãnh đạo sáng suốt chỉ có thể làm giảm bớt những trở ngại trên chứ tuyệt nhiên không bao giờ tạo điều kiện cho vốn viện trợ nước ngoài gia tăng. Và quá trình trang bị cho ngành chắc chắn sẽ vô cùng nhức nhối cho toàn dân.

Giả sử, mối đe dọa đối với toàn thế giới về sự phát triển của một khối đông dân như khối Trung Quốc là không có thật, thì nhu cầu phát triển của khối đó cũng sẽ là vô tận, không một viện trợ tư bản nước ngoài nào có thể đáp ứng được.

Trong khi đó, nhu cầu phát triển của một nước nhỏ, như Việt Nam, trong bối cảnh quốc tế thế giới, có thể được đáp ứng một phần quan trọng bằng viện trợ vốn nước ngoài.

Tình hình phát triển của Việt Nam và Trung Quốc quá khác biệt. Trách nhiệm của người lãnh đạo, trong mọi công việc quốc gia là phải tìm ra và tạo ra những yếu tố thuận lợi không dẫn đến việc bòn rút sinh khí của cộng đồng. Trong cộng đồng phát triển đất nước, việc tiết kiệm sinh lực của cộng đồng vì lợi ích của các thế hệ tương lai càng trở nên cấp thiết.

Như vậy, việc chấp nhận một khuôn khổ phát triển lắp ghép kiểu Cộng sản, bất kể hoàn cảnh đặc biệt của chúng ta là điều không nên. Còn gắn vận mệnh Việt Nam với vận mệnh Trung Quốc, trong giai đoạn phát triển hiện nay, là một việc làm hại dân tộc.

Đóng góp thiết bị kỹ thuật.

Những con số dưới đây giúp chúng ta hình dung về tỷ trọng thu nhập quốc dân trong thiết bị công nghiệp của mỗi quốc gia.

Anh là quốc gia đầu tiên trên thế giới tiến hành công nghiệp hóa. Điều đó có nghĩa là, nước Anh khi đó không phải đối mặt với bất kỳ sự cạnh tranh nào, nhưng trong mười năm nữa, nước Anh phải lấy đi khoảng 17% thu nhập quốc dân hàng năm để đưa vào vốn thiết bị công nghiệp. Vì vậy, trong mười năm đầu tiên, và sau đó phần trăm giảm dần. Tức là đại khái trong 10 năm, mỗi người dân mỗi năm làm được 100 đồng thì chỉ còn 83 đồng cho mình.

Nếu nước Mỹ ngày nay trở thành khối kinh tế hùng mạnh nhất thế giới, thì khi bắt đầu công nghiệp hóa, mười lăm phần trăm, 15% thu nhập quốc dân sẽ phải được trích ra mỗi năm để bổ sung vào quỹ công nghiệp hóa.

Trong trường hợp tương tự, Pháp phải đưa vào mười ba, 13%. Đức theo sau, cạnh tranh bắt đầu gay gắt nên phải đóng góp vào quỹ công nghiệp hóa tới hai mươi phần trăm, 20% thu nhập quốc dân trong những năm ác liệt nhất.

Thời gian công nghiệp hóa càng dài thì gánh nặng mà người dân phải đóng góp càng nhiều, có thể nhẹ đi nhưng không thể tránh khỏi. Thời gian công nghiệp hóa càng ngắn thì những đóng góp của nhân dân tích lũy qua mấy năm càng nặng nề và đòi hỏi hy sinh nhiều hơn. Khi Nhật

Bản công nghiệp hóa, trong hai mươi bốn năm đầu tiên từ 1890 đến 1914, nước này phải đóng góp 10 phần trăm thu nhập quốc dân mỗi năm vào quỹ thiết bị công nghiệp; và hai mươi năm sau từ 1914 đến 1936, 18 phần trăm thu nhập quốc gia mỗi năm.

Nước Nga muốn đi nhanh bắt nhân dân phải đóng góp tỷ lệ đến 25%, từ năm 1927 đến 1932 của kế hoạch 5 năm lần thứ nhất, cuối cùng tỷ lệ đóng góp lên đến 27%. Hoàn cảnh của người dân Nga lên đến cùng cực. Và chỉ có chế độ độc tài khốc liệt của Stalin mới có thể ngăn cản người dân nổi dậy và lật đổ chế độ Cộng sản. Và lớn mạnh như nước Nga, chế độ độc tài Cộng sản suýt chút nữa đã sụp đổ vì lòng căm thù của người dân, nên trong Thế chiến thứ hai đã hướng về kẻ xâm lược là Đức Quốc xã như một sự giải thoát. Chỉ có sự vụng về và chính sách phân biệt chủng tộc của Đức Quốc xã đã khơi dậy sự tức giận của người dân Nga đối với các nước Tây Âu và cứu chế độ Cộng sản khỏi bị tiêu diệt. Và chính quê hương Cộng sản đã được cứu khỏi ngoại xâm không phải nhờ lý thuyết Cộng sản mà nhờ tinh thần dân tộc của người dân Nga. Sự kiện này có nhiều ý nghĩa.

Cuối cùng là Trung Quốc, quốc gia đang công nghiệp hóa bằng cách buộc người dân đóng góp vào quỹ thiết bị công nghiệp 16% thu nhập trong năm đầu tiên của kế hoạch 5 năm đầu tiên, 18% trong năm tiếp theo và 22% trong năm tiếp theo. Và đến năm 1956, tỷ lệ này đã tăng lên 25%, và kể từ năm 1957, hơn một phần ba thu nhập quốc dân đã được chuyển vào quỹ thiết bị công nghiệp. Vì vậy, nếu chúng ta nhớ rằng thu nhập của người dân Trung Quốc thuộc hàng thấp nhất thế giới, chúng ta có thể hình dung ra tình trạng nghèo đói của người dân Trung Quốc lúc này. Một mặt, nguồn nhân lực được huy động và khai thác triệt để; Một mặt, nếu bạn kiếm được một trăm đồng, bạn phải trích 33 đồng từ quỹ tiêu dùng, nghĩa là bạn phải làm việc nhiều hơn và ăn ít hơn. Vì vậy, không có chế độ độc tài Đảng tuyệt đối vô nhân đạo thì không thể nào giữ cho hơn bảy trăm triệu người dân nổi dậy lật đổ chế độ Cộng sản.

Phần III-D

CON ĐƯỜNG PHÁT TRIỂN

—◆———❈———◆—

Tỷ lệ phần trăm thu nhập quốc dân đóng góp mỗi năm vào quỹ thiết bị công nghiệp, cũng như thời điểm đóng góp khác nhau giữa các quốc gia. Điều này chứng tỏ, các nước dù đã phát triển hay đang muốn phát triển đều theo đuổi một mục tiêu giống nhau: trang bị công nghiệp; nhưng do điều kiện lịch sử, vị trí địa lý, điều kiện xã hội trong buổi đầu phát triển đều có những đặc điểm riêng của mỗi nước nên hoàn cảnh phát triển, cũng như điều kiện phát triển không thể giống nhau. Vì vậy, không có một con đường phát triển nào, kể cả các chương trình và phương pháp, đã chứng tỏ hiệu quả đối với một quốc gia và trong một thời kỳ, có thể xuất khẩu sang một quốc gia khác, trong một thời kỳ khác.

Mỗi quốc gia chỉ có thể phát triển theo một đường lối đã hình thành cho quốc gia đó, do điều kiện lịch sử, địa lý và xã hội cụ thể của quốc gia đó quyết định. Tinh thần phát triển, mục đích phát triển và kỹ thuật thực hiện phát triển của các nước đều giống nhau, nhưng chương trình phát triển, phương thức phát triển và mục tiêu giai đoạn phát triển không thể giống nhau.

Nhiệm vụ của những người lãnh đạo là tìm ra những yếu tố quyết định con đường phát triển phù hợp với dân tộc, thay vì nhận là của mình, một con đường đã được nghiên cứu và chứng minh là hiệu quả cho riêng mình, nhưng không phải phương pháp cũng như chương trình không phù hợp với chúng ta.

Con đường phát triển của Trung Quốc không thể là con đường phát triển của Liên Xô. Phong trào Nhân dân Công xã mà Liên Xô đả kích ngay từ đầu, mặc dù thất bại đau đớn, vẫn là một bằng chứng hùng hồn cho những nỗ lực của các nhà lãnh đạo Trung Quốc trong việc tìm ra một con đường phát triển đặc biệt phù hợp với Trung Quốc.

Và chúng ta còn nhớ, ngay cả trong thời kỳ đấu tranh giành độc lập, các nhà lãnh đạo Ấn Độ luôn đủ sáng suốt để nhìn thấy ý đồ chiến lược của Liên Xô, không nên bị lôi cuốn bởi ma lực của lý thuyết Cộng sản thời hoàng kim.

Và ngày nay, sự phát triển của Ấn Độ cũng đi theo một đường lối riêng, do điều kiện nội tại của người dân Ấn Độ quyết định.

Chủ trương một con đường phát triển riêng cho dân tộc không có nghĩa là phủ nhận những kinh nghiệm phát triển của các nước đi trước và phủ nhận những điểm tương đồng trong phát triển giữa nhiều nước. Ngược lại, chỉ có nghiên cứu kinh nghiệm phát triển ở mọi nơi mới tạo điều kiện cho những người lãnh đạo đất nước, nắm vững các nguyên tắc điều hành sự phát triển để hoạch định đường lối phát triển cho các dân tộc phù hợp với hoàn cảnh đặc biệt, do thực tiễn lịch sử quyết định.

Mục tiêu kinh tế.

Hoàn cảnh phát triển của một quốc gia là tổng thể những điều kiện được xác định bởi giai đoạn lịch sử, hoàn cảnh chính trị, trình độ xã hội, vị trí địa lý và nguồn lực kinh tế của quốc gia đó. Và chỉ khi tôn trọng đầy đủ các điều kiện này thì sự phát triển mới có thể được thực hiện. Như vậy, hoàn cảnh phát triển chi phối chặt chẽ con đường phát triển, tức là chương trình phát triển và phương thức sử dụng nguồn nhân lực để thực hiện chương trình phát triển. Và trong các mục tiêu kinh tế cần đạt được của từng thời kỳ cũng như trong thời hạn thực hiện các mục tiêu sẽ thể hiện rõ những ràng buộc gay gắt của tình hình phát triển. Mục tiêu càng cao, công sức đóng góp của nhân dân càng nặng nề, thời gian càng ngắn, nỗi vất vả của nhân dân càng sâu sắc.

Trong trường hợp phát triển của Trung Quốc mà chúng ta đã đề cập, sự đóng góp của người dân, tăng lên hàng năm, để thực hiện các mục tiêu lớn, hy vọng đáp ứng nhu cầu vô tận do một tình huống cụ thể. Sự phát triển cực kỳ khắt khe.

Trước hết, sự phát triển của một khối gần tám trăm triệu người tự nó đã mang lại những trở ngại vật chất khủng khiếp, bởi khối lượng nhân lực và phương tiện vốn cần sử dụng là vô cùng lớn.

Khi đó, sự phát triển của một khối dân số gần bằng một phần tư nhân loại, là một sự cạnh tranh khốc liệt và một mối đe dọa an ninh chưa từng thấy đối với tất cả các quốc gia trên thế giới, kể cả Nga, mặc dù các nhà lãnh đạo Trung Quốc không thể hiện rõ ràng những tham vọng đáng sợ của sự xâm lược như ngày nay. Vì vậy, sự phát triển của Trung Quốc đương nhiên sẽ tạo ra phản ứng thù địch từ nhiều cường quốc, trong đó có Nga. Và những phản ứng này sẽ biến thành những trở ngại không thể vượt qua đối với sự phát triển.

Giả định rằng, sự phát triển của Trung Quốc không tạo ra phản ứng thù địch; và dù có thiện chí hỗ trợ sự phát triển đó, cũng không có một khối viện trợ nào trên thế giới có thể đáp ứng được một tỷ lệ đáng kể nhu cầu phát triển của dân số gần tám trăm triệu người.

Các nhà lãnh đạo Trung Quốc, tất nhiên, nhận thức đầy đủ về các điều kiện thảm khốc của tình hình phát triển khắc nghiệt của Trung Quốc. Vì vậy, để tìm ra lời giải cho bài toán phát triển đất nước mà đương nhiên chúng cho là chính, chúng đã thi hành hai loại chính sách, kể từ ngày nắm quyền. Loại thứ nhất bao gồm các biện pháp nội bộ nhằm thúc đẩy phát triển nhanh chóng để kịp thời đối phó với các phản ứng thù địch của các cường quốc. Loại thứ hai bao gồm các biện pháp ngoại giao, giống như Nga trong quá khứ, tìm đồng minh để hỗ trợ sự phát triển của quốc gia.

Các biện pháp nội bộ của các nhà lãnh đạo Trung Quốc tập trung vào hai điểm. Đặt mục tiêu kinh tế to lớn cho hai lĩnh vực, quốc phòng và thiết bị công nghiệp, và bóp nghẹt lĩnh vực tiêu dùng. Áp dụng một phương pháp độc tài tàn ác, khai thác tối đa nguồn vốn con người vô tận của Trung Quốc, để thay thế nguồn vốn mà họ nghèo nàn.

Trong lĩnh vực ngoại giao, các nhà lãnh đạo Trung Quốc đã và đang thực hiện ba chiến dịch. Trong chiến dịch thứ nhất, họ tìm cách khai thác mâu thuẫn giữa phương Tây và Liên Xô khi còn có thể khai thác được, để đưa vốn và công nghệ phục vụ cho sự phát triển. Khi kế hoạch giải quyết mâu thuẫn của phương Tây, như chúng ta biết, đã đưa mâu thuẫn đến tình trạng không thể khai thác được, các nhà lãnh đạo Trung Quốc đã phát động một chiến dịch thứ hai, vận động thay thế. Nga, với mục đích thành lập một mặt trận để hỗ trợ sự phát triển của Trung Quốc. Tác dụng và giá trị của mặt trận Cộng sản bảo vệ sự phát triển của dân tộc Trung Hoa ngày nay do Trung Quốc chủ trương cũng giống như tác dụng và giá trị của mặt trận Cộng sản bảo vệ sự phát triển của dân tộc Trung Hoa do nhân dân Nga trước đây chủ trương bởi Liên Xô.

Chiến dịch ngoại giao thứ ba mà các nhà lãnh đạo Trung Quốc đang thực hiện là chương trình viện trợ cho các nước nhỏ đang tìm kiếm sự phát triển. Họ đã trích một tỷ lệ không đáng kể, trong đại đa số nhu cầu quốc gia, để đáp ứng một phần và tất nhiên là những nhu cầu nhỏ nhặt của các nước nhỏ đang tìm cách phát triển với mục đích biến các nước nhỏ thành Đồng minh quốc tế để hỗ trợ sự phát triển của chính Trung Quốc.

Và ngay cả chính sách thể hiện tham vọng hiếu chiến cũng là một hành động cố tình hướng đến mục tiêu trước hết và quan trọng nhất của Trung Quốc ngày nay: phát triển đất nước. Các trường hợp chiếm đóng Tây Tạng và Tân Cương và thống trị Bắc Triều Tiên và Bắc Việt Nam là những trường hợp đặc biệt, bởi vì những vùng đất nói trên thuộc về những khu vực thiết yếu cho sự phát triển của Trung Quốc. Trên thực tế, các cuộc xâm lược biên giới với Ấn Độ, Miến Điện và Liên Xô vừa làm tăng uy tín của Trung Quốc với các đồng minh của họ trong mặt trận do Trung Quốc lãnh đạo, vừa duy trì sự cần thiết trong nội bộ để dễ dàng huy động nguồn nhân lực.

Bất chấp tất cả những nỗ lực phi thường nói trên, nhưng vì hoàn cảnh phát triển vô cùng khắc nghiệt, Trung Quốc còn cách xa mục tiêu. Và việc cho nổ bom nguyên tử, với mục đích tuyên truyền rõ ràng, vẫn không phải là sự đảm bảo thành công cho sự phát triển của Trung Quốc. Thất bại đau đớn của phong trào Nhân dân Cộng sản, khiến các mục tiêu kinh tế đã đề ra, thay vì phát triển nhảy vọt, lại bị thụt lùi nhiều năm, cho thấy sự vội vàng của giới lãnh đạo Trung Quốc lo sợ phản ứng thù địch khó tránh khỏi của các cường quốc, trong đó có Liên Xô.

Trường hợp Việt Nam.

Tất cả những điều kiện khắc nghiệt đó đã làm cho tình hình phát triển của Trung Quốc trở nên vô cùng khắc nghiệt, không có điều kiện nào chi phối được tình hình phát triển của Việt Nam.

Trước hết, sự phát triển của một khối hơn ba mươi triệu người, chiếm 1/25 khối Trung Quốc, sẽ không phải là sự cạnh tranh hay đe dọa đối với bất kỳ ai. Vì vậy, trong tình hình thế giới hiện nay, sự phát triển của chúng ta sẽ không gây ra cho chúng ta những phản ứng thù địch.

Nhu cầu phát triển của chúng ta rất nhỏ so với nhu cầu phát triển của Trung Quốc. Vì vậy, các khối viện trợ trên thế giới có thể đáp ứng nhu cầu phát triển của chúng ta ở một mức độ đáng kể hoặc rất cao. Và chúng ta có thể tin rằng, nếu nền chính trị của chúng ta đủ khôn ngoan, trong hai mươi năm qua, khai thác cơ hội thứ hai, mà chúng ta đã nhiều lần đề cập, và với tất cả sự viện trợ do cuộc xung đột giữa phương Tây và Liên Xô, chúng ta đã đạt được hầu hết các mục tiêu phát triển của mình.

Sự phát triển của khối ba mươi triệu dân chúng ta, nếu nằm ngoài hoàn cảnh phát triển khắc nghiệt của Trung Quốc, không cần tăng tốc, cũng có thể đạt được tốc độ phát triển nhanh hơn nhiều so với sự phát triển của Trung Quốc.

Trong điều kiện đó, nếu đặt lợi ích của dân tộc lên trên hết thì không có lý do gì để biện minh cho việc gắn vận mệnh phát triển của chúng ta với vận mệnh phát triển của Trung Quốc. Chỉ có sự phụ thuộc về mặt lý thuyết, mà trên thực tế cả Liên Xô và Trung Quốc đều sử dụng như một phương tiện, mới có thể hy sinh một cách mù quáng lợi ích của nhân dân Việt Nam cho lợi ích của nhân dân Trung Quốc. Các nhà lãnh đạo Trung Quốc ngày nay có ý thức về tâm lý thoải mái đó, cũng như các nhà lãnh đạo Liên Xô trong quá khứ. Do đó, Đảng Cộng sản Trung Quốc ra sức thay thế nước Nga, giương cao ngọn cờ Chủ nghĩa Xã hội, khai thác học thuyết Mác-Lênin, tập hợp những người dễ bị ma lực dụ dỗ, với mục đích cuối cùng là hỗ trợ cho bộ tộc Hán phát triển. Phong trào này vang dội trong tất cả các đảng cộng sản trên thế giới.

Mặc dù tình hình phát triển của Việt Nam rất khác với tình hình phát triển của Trung Quốc ngày nay, và do đó cũng rất khác với tình hình phát triển của Liên Xô trước đây, các nhà lãnh đạo Cộng sản Bắc Việt vẫn cố gắng mang chiếc áo phát triển Cộng sản cho Việt Nam. Cũng như trong quá khứ, nhiều nhà lãnh đạo Việt Nam khác đã cố gắng khoác lên cơ thể Việt Nam chiếc áo Tam Dân Chủ mà Tôn Văn đã dày công nghiên cứu, may và cắt cho đồng bào mình.

Sau tám trăm năm đè nặng lên sinh mệnh dân tộc, tâm lý chủ nghĩa dân tộc đối với Trung Quốc, mặc dù đã gián đoạn gần một thế kỷ, nhưng vẫn tiềm ẩn sức sống trong não trạng của các nhà lãnh đạo nước ta và khiến họ dễ dàng quên đi tham vọng đất đai bất di bất dịch của Trung Quốc đối với Việt Nam.

Tinh thần quốc gia một lần nữa

Tâm lý của quốc gia bắt nguồn từ hai sự thật. Mối quan hệ về lãnh thổ và dân số giữa hai nước là một nguyên nhân dẫn đến những mặc cảm. Sự phụ thuộc của Việt Nam vào văn hóa Trung Quốc là một lý do khác. Mối quan hệ giữa lãnh thổ và dân số là hai điều kiện tự nhiên hiển nhiên khó thay đổi. Tuy nhiên, trong cục diện chính trị thế giới ngày nay, mối quan hệ giữa Việt Nam và Trung Quốc không còn trong khuôn khổ cũ và không còn là sự kiện chỉ liên quan đến hai nước.

Trong lĩnh vực văn hóa, một dân tộc lớn hay nhỏ là do sự đóng góp lớn hay nhỏ của dân tộc đó vào di sản của nền văn minh nhân loại. Trong lịch sử Hy Lạp cổ đại, thành phố nhỏ Athens được tôn sùng là kim chỉ nam của người dân Hy Lạp, bởi đóng góp to lớn của nó đối với di sản của nền văn minh Hy Lạp. Với điều kiện văn hóa này, chúng ta có thể chủ động được bao nhiêu thì công cuộc phát triển đất nước mới thực hiện được. Và thế hệ chúng ta có thể có đủ điều kiện và hoàn cảnh để thực hiện di nguyện của Lý Thường Kiệt và Nguyễn Huệ, đánh tan tâm lý chủ nghĩa dân tộc bao trùm dân tộc hàng ngàn năm và ám ảnh các thế hệ lãnh đạo của chúng ta. Thấy được điều đó, chúng ta càng nhận thức rõ hơn tầm quan trọng của sự nghiệp phát triển đất nước trong giai đoạn này.

Sự phụ thuộc của Việt Nam vào văn hóa Trung Quốc dường như đã biến mất kể từ khi chúng ta chịu ảnh hưởng của văn hóa phương Tây. Trong hoàn cảnh hiện tại, tương lai sẽ càng khẳng định thực tế này, trừ khi chúng ta lại đặt mình dưới sự phụ thuộc văn hóa của Trung Quốc, như các nhà lãnh đạo Cộng sản Bắc Việt đang làm.

Trong tình hình hiện nay, không những nền văn hóa của chúng ta không lệ thuộc vào nền văn hóa Trung Hoa, mà nền văn hóa của chúng ta còn có cơ hội phát triển hơn bao giờ hết. Hiện nay Trung Quốc và Việt Nam, do những biến cố lịch sử gần đây, đang ở thế ngang nhau. Cả hai đều vừa thoát khỏi ách đô hộ của thực dân và đang cố gắng Tây hóa để phát triển đất nước. Các điểm kỳ dị và đồng dạng giữa hai địa điểm đã được phân tích chi tiết trong các đoạn trên. Và chúng ta cũng biết rằng công việc phát triển quốc gia bằng phương pháp Tây phương hóa sẽ liên quan đến việc tiếp thu nhiều giá trị tiêu chuẩn gắn liền với công nghệ phương Tây. Vì vậy, xã hội Trung Quốc cũng như xã hội Việt Nam tất nhiên sẽ buộc phải tìm một trạng thái mới dung hòa giữa các chuẩn mực giá trị. Chúng ta đã thấy rằng tình hình phát triển của chúng ta thuận lợi hơn của Trung Quốc. Trong một đoạn dưới đây chúng ta sẽ thấy điều kiện ngôn ngữ của chúng ta cũng thuận lợi hơn của Trung Quốc. Do đó, nếu chúng ta thực hiện công việc phát triển, sự phụ thuộc văn hóa của chúng ta vào Trung Quốc sẽ không bao giờ tái diễn.

Tóm lại, nếu mối quan hệ về lãnh thổ và dân cư, giữa Việt Nam và Trung Quốc, trong bối cảnh chính trị của thế giới ngày nay, không còn tầm quan trọng như xưa, và nếu sự phụ thuộc về văn hóa với Trung Quốc không còn nữa, thì tất nhiên tâm lý dân tộc của chúng ta đối với Trung Quốc cũng sẽ bị phá hủy mãi mãi.

Như vậy, nếu chúng ta có một đường lối lãnh đạo sáng suốt để đảm bảo cho sự phát triển của dân tộc, thì cơ hội sẽ tự nhiên đến với chúng ta để giải quyết vấn đề đã đặt ra cho dân tộc hàng ngàn năm nay. Năm nay, và hai lần Lý Thường Kiệt và Nguyễn Huệ cố gắng tìm một giải pháp: dẹp bỏ tâm lý dân tộc đối với Trung Quốc.

Tuy nhiên, các nhà lãnh đạo Cộng sản Bắc Việt dường như không nhận thức được tầm quan trọng của cơ hội này.

Ngược lại, việc áp dụng các phương pháp huy động nhân lực của Trung Quốc vào trường hợp của Việt Nam, mặc dù hoàn cảnh phát triển của chúng ta không đòi hỏi những phương tiện đó, đã làm sống lại tâm lý dân tộc, gần như đã chết cả thế kỷ, của những người mặc cảm thua kém nước lớn. Trung Quốc, những người luôn xem Việt Nam như một đứa trẻ Trung Quốc. Từ xa xưa, dưới ảnh hưởng của tâm lý nước nhà, nếu Trung Quốc diễn tấn tuồng trên sân khấu rộng cả trăm mét vuông, thì Việt Nam cũng phải diễn tấn tuồng ấy mới vừa, trên sân khấu có chỉ còn một mét vuông. Ngày xưa, vì Trung Quốc có Văn Miếu to, Việt Nam cũng phải có Văn Miếu nhỏ.

Gần đây, vì Trung Quốc có chiến lược Tam Dân Chủ lớn, Việt Nam cũng có chiến lược Tam Dân Chủ nhỏ. Và ngày nay, khi Trung Quốc thi hành nền độc tài Đảng khủng khiếp trên diện rộng, thì Bắc Việt cũng thi hành nền độc tài Đảng khủng khiếp trên con đường nhỏ.

Hoàn cảnh phát triển của chúng ta không cần đến những biện pháp dựa trên bạo lực, mà chỉ cần một sự lãnh đạo thông thoáng và sáng suốt, biết khai thác mọi mâu thuẫn trong chính trị thế giới, với mục đích tìm nguồn vốn để đáp ứng nhu cầu phát triển.

Nhưng, giả sử rằng viện trợ nước ngoài cho chúng ta không chiếm một phần quan trọng trong nhu cầu phát triển quốc gia, thì bản thân trường hợp đó không đủ để biện minh cho việc áp dụng cho Việt Nam, phương thức thực thi ở Trung Quốc. Trong chương trình phát triển của Trung Quốc, lĩnh vực công nghiệp quốc phòng được ưu tiên đặc biệt. Rồi đến công nghiệp sản xuất. Lĩnh vực tiêu thụ nghẹt thở. Thứ tự ưu tiên trên phản ánh tâm lý lo lắng của giới lãnh đạo Trung Quốc, tìm cách đáp trả những phản ứng thù địch. Và thứ tự ưu tiên trên tất nhiên cần có các biện pháp huy động nguồn nhân lực được áp dụng.

Sự phát triển của Việt Nam không gây phản ứng thù địch. Nhưng giả sử sự phát triển của chúng ta gây ra phản ứng thù địch, thì dù chúng ta có dồn mọi nỗ lực quốc gia vào lĩnh vực quốc phòng, thì mọi nỗ lực quân sự của chúng ta, như chúng ta biết, sẽ không đủ để bảo vệ độc lập và lãnh thổ. Như vậy, trong chương trình phát triển của chúng ta ưu tiên cho lĩnh vực sản xuất và lĩnh vực tiêu dùng. Việc ưu tiên như vậy không yêu cầu các biện pháp huy động lao động của Trung Quốc.

Nhưng ngay cả trong hoàn cảnh phát triển thuận lợi, việc huy động nhân lực theo kiểu Cộng sản chẳng phải là yếu tố thúc đẩy sự phát triển nhanh chóng đi đến thành công hay sao? Xét trên quan điểm trường tồn của quốc gia, nguyên khí quốc gia là của báu, mà bất cứ người lãnh đạo nào cũng phải đặt ra một nguyên tắc nghiêm ngặt không được tiêu xài, lãng phí khi lợi ích của cộng đồng phải sử dụng.

Sở dĩ lãnh đạo Trung Quốc phải lựa chọn phương thức hành động như vậy là do họ chịu ảnh hưởng của hoàn cảnh phát triển khắc nghiệt của Trung Quốc. Việt Nam không ở trong tình thế bắt buộc đó.

Bên cạnh đó, những phương thức huy động nhân lực theo Cộng Sản sẽ để lại hậu quả gì cho dân tộc?

Chúng ta chỉ có thể nhận xét rằng, cho đến ngày nay, tức là gần hai trăm năm sau, nhân dân Pháp vẫn còn gánh chịu những hậu quả thảm khốc của cuộc Cách mạng 1789, tuy tàn bạo và đẫm máu. Cách mạng Pháp 1789 thua xa Cách mạng Liên Xô và Cách mạng Trung Quốc.

Cuối cùng, giả sử chúng ta bỏ qua mọi lý do thuận hay không thuận và tiếp tục thi hành triệt để phương thức huy động nhân lực của Cộng sản để phát triển đất nước, thì vốn nhân lực ba mươi triệu nỗ lực của chúng ta cũng không đủ cung cấp thêm bao nhiêu xu nữa cho sự phát triển của chúng ta.

Kể từ hai mươi năm, cơ hội phát triển đã đến với chúng ta. Nhưng chúng ta chưa nhận được nó. Trong mười năm qua, miền Bắc Việt Nam đã không đạt được những mục tiêu phát triển đáng kể.

Các hoạt động phát triển của miền Nam Việt Nam bị du kích Bắc Việt phá hoại.

Sau hai mươi năm, tiêu tốn biết bao nhiêu sức lực của cả nước, chúng ta mới đạt được kết quả như trên. Vậy, các nhà lãnh đạo của chúng ta có đang đi đúng hướng không?

Phần IV-A

QUAN ĐIỂM CHỐNG LẠI NHỮNG Ý KIẾN TRÊN

Ở phần trên, chúng ta đã phân tích các sự kiện lịch sử để tìm ra vấn đề mà dân tộc ta cần giải quyết trong thời kỳ này. Trong một phần khác, chúng ta đã kiểm tra số vốn mà chúng ta có thể sử dụng cũng như khoản nợ mà chúng ta phải mang theo khi cố gắng giải quyết vấn đề mà chúng ta thấy.

Trong phần sau, chúng ta sẽ thực hiện một công việc hoàn toàn khác. Trong hai phần trên, chúng ta đã dựa vào những sự thật lịch sử không thể phủ nhận để phân tích những sự kiện phức tạp ngày nay, mong thấu được những sợi dây chính đan dệt nên tình hình dân tộc hiện nay. Ở phần sau, chúng ta lại kết hợp những tính chất mà chúng ta đã rút ra từ những sự kiện đã phân tích, đối với từng lĩnh vực của quá khứ dân tộc, để tìm ra một hướng hành động và một phương pháp giải quyết vấn đề mà chúng ta đã thấy.

Nhiều khía cạnh của quá trình hành động và nhiều yếu tố của phương pháp giải quyết đã được đề cập rải rác trong nhiều đoạn lý luận ở trên.

Dưới đây chúng tôi cũng sẽ xem xét lại ở một cái nhìn tổng hợp để hình thành một chủ trương toàn diện trong mọi lĩnh vực của đời sống quốc gia.

Chúng ta đang ở trong trường hợp của một người vừa xem xong một cuốn phim mô tả một phần quá khứ của dân tộc, trong đó các sự kiện bên trong và bên ngoài được phân tích ít nhiều chi tiết. Vì vậy, khi bộ phim dừng lại ở bức tranh cuối cùng, tức là trong hiện trạng của dân tộc, chúng ta đã ý thức được tất cả những nguyên nhân đã hình thành nên vấn nạn hiện tại của dân tộc.

Chúng ta có thể nghĩ rằng tìm ra nguyên nhân thì đương nhiên là giải quyết được vấn để, giống như thầy thuốc tìm ra bệnh là chữa được bệnh.

Nhưng bản chất cuộc sống theo dòng nước thì phức tạp. Đời sống của dân tộc lại càng phức tạp hơn, bởi vì dân tộc, hay bất kỳ một nhóm người nào, là một lĩnh vực hoạt động không phải của một người, hay một nhóm người mà là của cả dân tộc, của tất cả các thành viên trong tập thể. Do đó, phản ứng của nhóm rất khó đoán. Đó là lý do tại sao nhiều nhà lãnh đạo đã bị cám dỗ bởi các biện pháp độc đoán. Chúng ta không chọn con đường dễ dàng đó vì chúng ta tin vào hai điều mà không ai có thể phủ nhận.

Cuộc sống của một tập thể bị chi phối bởi quy luật cân bằng và tiến hóa của vũ trụ. Cân bằng động giữa các yếu tố đối lập bên trong, cân bằng động giữa lợi ích tập thể và lợi ích cá nhân, cân bằng động giữa các điều kiện bên trong và bên ngoài.

Trên cơ sở khách quan đó, chúng ta sẽ tìm cách xác định một thái độ mà chúng ta cho là thích hợp nhất trước vấn để hiện tại mà dân tộc phải giải quyết. Tất nhiên, thái độ đối với vấn để của một người bao trùm mọi lĩnh vực. Chúng ta lần lượt xem xét các lĩnh vực lãnh đạo, quần chúng, kinh tế và quyền sở hữu, và văn hóa.

Về lãnh đạo.

Sự lãnh đạo của một quốc gia được xác định bởi chính thể được lựa chọn. Sự lựa chọn chính thể phụ thuộc vào khái niệm lãnh đạo. Khối Cộng sản và khối Tự do ngày nay khác nhau về hình thức, một bên chủ trương độc tài đảng trị, một bên chủ trương dân chủ pháp quyền. Nhưng về cơ bản, sự khác biệt không nằm ở hình thức bên ngoài đó. Vì hình thức đó chỉ biểu hiện bề ngoài của sự khác biệt trong quan niệm lãnh đạo. Những người theo chủ nghĩa Tự do quan niệm về một sự lãnh đạo dựa trên sự thuyết phục để hướng dẫn quần chúng. Khối cộng sản quan niệm lãnh đạo dựa trên cưỡng bức để hướng dẫn quần chúng. Khối đầu tiên tập trung vào trạng thái cân bằng động giữa lợi ích ngắn hạn của cá nhân trong nhóm và lợi ích lâu dài của nhóm, bởi vì lý do của cuộc sống là một sự việc cá nhân có điều kiện là điều kiện tập thể. Khối thứ hai chỉ tập trung vào lợi ích lâu dài của tập thể bởi vì, trong một giai đoạn lịch sử, các nhà lãnh đạo tin rằng sự tồn vong của nhóm đang bị đe dọa và đòi hỏi sự hy sinh hoàn toàn của cá nhân cho lợi ích tập thể. Một điều chúng ta nên ghi nhớ là việc lựa chọn khái niệm lãnh đạo này hay khái niệm lãnh đạo khác là do các sự kiện lịch sử thực tế quyết định chứ không phải do các quan điểm triết học trừu tượng.

Trong một giai đoạn lịch sử nhất định của một quốc gia, sự cân bằng năng động giữa lợi ích cá nhân và lợi ích tập thể bị phá vỡ, do các tác nhân bên trong hoặc bên ngoài. Sự cân bằng bị phá vỡ, cuộc sống của nhóm tiếp tục trên các cơ sở nhân tạo cho đến khi trạng thái cân bằng động được thiết lập lại.

Khái niệm lãnh đạo.

Chúng ta đã biết rằng ngay cả trong thời kỳ bình thường của cộng đồng, việc duy trì trạng thái cân bằng động giữa lợi ích cá nhân ngắn hạn của các thành viên trong cộng đồng và lợi ích lâu dài của cộng đồng rất khó, đòi hỏi một người lãnh đạo có nhiều sáng suốt, tài tình và sự hiểu biết thấu đáo về vấn đề cần giải quyết của cộng đồng. Sự phát triển của cộng đồng sẽ được đảm bảo nếu nỗ lực duy trì trạng thái cân bằng động thành công.

Trong thời kỳ cộng đồng gặp khủng hoảng, trạng thái cân bằng động không chỉ ở trạng thái ngày càng bấp bênh mà còn có nguy cơ bị phá vỡ bởi những yếu tố bất lợi do hoàn cảnh lịch sử tạo ra. Sự phát triển của cộng đồng bị đình trệ. Nếu chúng ta lấy lại hình ảnh của những người đi xe đạp và những người đi xe đạp ở trên đó, thời gian khủng hoảng cộng đồng tương đương với thời gian tốc độ của hệ thống chậm lại vì những lý do bên trong hệ thống: xe đạp đột ngột dừng lại hoặc người lái mệt mỏi, hoặc lý do bên ngoài. Lý do: tình trạng đường xá hoặc giao thông trở nên khó khăn. Dù sao đi nữa, vì những lý do ngoài ý muốn của chính hệ thống, sự cân bằng của hệ thống bị đe dọa và hệ thống sắp sụp đổ.

Các yếu tố dẫn đến trạng thái cân bằng động có thể phát sinh từ bên trong, ví dụ, những xáo trộn mà phương Tây phải đối mặt khi họ vừa mới phát minh ra các kỹ thuật sản xuất công nghiệp của riêng mình.

Yếu tố lật đổ có thể từ bên ngoài đưa vào, ví dụ như các cuộc ngoại xâm mà Trung Quốc đã dành cho chúng ta trong 8 thế kỷ liên tiếp. Tức là từ khi lập nước, trạng thái cân bằng động của xã hội ta luôn bị đe dọa bởi sự xâm lược của Trung Quốc. Vì vậy, sự tiến hóa trong lịch sử vừa qua của dân tộc ta chưa mạnh mẽ và chưa đạt đến trình độ sáng tạo, đóng góp vào nền văn minh nhân loại. Và thực trạng nặng nề đó sẽ mãi đè nặng, kìm hãm sự phát triển của dân tộc cho đến ngày chúng ta cũng như Lý Thường

Kiệt, Nguyễn Huệ nêu cao ý chí, tiêu diệt hiểm họa xâm lược của Trung Quốc.

Các yếu tố lật đổ có thể đồng thời ở cả bên ngoài và bên trong, chẳng hạn như việc phương Tây tấn công các nước thuộc xã hội Đông Á buộc các nước này phải đối đầu với phương Tây, đồng thời phương Tây hóa cấu trúc xã hội của mình.

Tất nhiên, trường hợp thứ ba này là trường hợp nghiêm trọng nhất mà các cuộc khủng hoảng của một cộng đồng có thể đạt tới. Trong những trường hợp như vậy, việc duy trì trạng thái cân bằng động hoặc thiết lập lại trạng thái cân bằng chuyển tiếp bị phá vỡ, đòi hỏi sự lãnh đạo phi thường. Nếu không có sự lãnh đạo tương tự, cộng đồng sẽ không hạnh phúc, hoặc bị đình trệ trong quá trình tiến hóa, hoặc không muốn tiếp tục quá trình tiến hóa một chiều, chỉ tập trung vào một vài khía cạnh của toàn bộ vấn đề, cộng đồng phải giải quyết, nhưng nó đòi hỏi một sự hao mòn sức sống của cộng đồng và để lại hậu quả nặng nề cho nhiều thế hệ mai sau. Tất cả các cuộc cách mạng đẫm máu, bao gồm cả cuộc cách mạng ở Pháp năm 1789 và ở Nga năm 1917, đều phải phục hồi trạng thái cân bằng động. Sau cách mạng 1789, mãi đến sau chiến tranh Pháp-Đức năm 1870, nước Pháp mới lấy lại được trạng thái cân bằng động đã mất. Sau cuộc cách mạng năm 1917, cho đến ngày nay, nước Nga vẫn chưa lấy lại được trạng thái cân bằng động đã mất.

Trong hình ảnh của hệ thống người lái và xe đạp, trạng thái cân bằng động bị phá vỡ tương đương với việc người lái mất thăng bằng. Các cộng đồng tiếp tục quá trình tiến hóa miễn cưỡng trên nền tảng nhân tạo, lãng phí rất nhiều năng lượng để thu được kết quả một chiều, tương đương với việc một người đi xe đạp đẩy một chiếc xe đạp không sử dụng được, để đưa toàn bộ hệ thống người và phương tiện qua một con đường. Kết quả thu được không tương đương với sự lãng phí lớn về năng lượng, bởi vì trạng thái cân bằng sống đã được thay thế bằng trạng thái cân bằng chết.

Anh và Mỹ là những cộng đồng quốc gia điển hình, nhờ sự lãnh đạo sáng suốt, đã vượt qua những yếu tố sóng gió bên trong và bên ngoài, nhưng trong những thời kỳ khác nhau, và duy trì trạng thái cân bằng động cho xã hội trong nhiều thế kỷ. Nguồn gốc chính của sức mạnh hiện tại của hai cường quốc là thực tế đó.

Pháp và Đức là hai quốc gia khác, trong xã hội phương Tây, cũng đã phải đối mặt với những cuộc khủng hoảng tương tự như Anh và Mỹ. Cả Pháp và Đức đều thắng nhờ yếu tố bên trong chứ không phải nhờ yếu tố bên ngoài. Trạng thái cân bằng động đã bị phá vỡ trong một thời gian ngắn nhưng đã được thiết lập lại. Tuy nhiên, lãnh đạo quốc gia vẫn chịu ảnh hưởng của một sự gián đoạn nghiêm trọng.

Nhật Bản là một quốc gia điển hình mà nhờ một sự lãnh đạo phi thường đã vượt qua các yếu tố áp đảo bên trong và bên ngoài, đồng thời hành động và duy trì trạng thái cân bằng động bất chấp xã hội phải thay thế nhiều giá trị chuẩn mực.

Nga với tư cách là một quốc gia nằm ngoài xã hội phương Tây đã phải đối phó với một cuộc khủng hoảng tương tự như Nhật Bản. Nhưng các nhà lãnh đạo Nga đã chiến thắng các yếu tố bên ngoài chứ không phải các yếu tố bên trong. Bởi vì các biện pháp được thực hiện để đối phó với cuộc khủng hoảng đã phá vỡ trạng thái cân bằng năng động của xã hội và thiết lập những nền tảng sai lầm cho sự tiến hóa một chiều. Và hôm nay, sau gần nửa thế kỷ dưới chế độ độc tài cộng sản, trạng thái cân bằng năng động của xã hội Nga vẫn chưa được phục hồi.

Chúng ta đã thấy trong các kỳ trước hai sự kiện chứng thực điều này. Trước hết, các nhà lãnh đạo Liên Xô đang dần dần và thận trọng thay thế các giá trị chiến lược tiêu chuẩn của thời kỳ, và tất nhiên là một cách giả tạo bằng các giá trị chiến lược khác phù hợp với di sản văn hóa tinh thần. Nền văn minh nhân loại, mục đích thiết lập lại trạng thái cân bằng năng động của xã hội đã bị phá vỡ bởi cuộc cách mạng. Sự thật thứ hai là sự lãnh đạo của Liên Xô, dựa trên những tiêu chuẩn giả tạo của một chế độ độc tài đảng phái, đương nhiên là bất lực trong việc điều đình quyền lực bất cứ khi nào cần thay đổi lãnh đạo.

Như các đoạn trên đã cho thấy, cộng đồng người Việt Quốc Gia đang ở trong thời kỳ khủng hoảng giống như các cuộc khủng hoảng trước đây của Nhật Bản và Nga. Cuộc khủng hoảng của Việt Nam trở nên trầm trọng hơn bởi các yếu tố bất hòa bên trong phát sinh từ gần một thế kỷ cai trị của Pháp và các yếu tố bất hòa bên ngoài do tranh chấp giữa phương Tây và Cộng sản. Do đó, khái niệm lãnh đạo dẫn đến hình thức chính thể, điều rất quan trọng để bảo vệ trạng thái cân bằng động cho cộng đồng trong thời bình thường lại càng quan trọng hơn trong thời kỳ khủng hoảng như của chúng ta.

Trong trường hợp Việt Nam, không thể đặt vấn đề về khái niệm lãnh đạo và chính thể mà không đề cập đến vấn đề Cộng sản, bởi vì chính nhân danh lãnh đạo cộng sản mà cuộc xung đột đã diễn ra trên mảnh đất này suốt hai mươi năm qua.

Vì lý do gì mà một số nhà lãnh đạo cho rằng khái niệm Cộng sản lãnh đạo là phù hợp với tình hình khủng hoảng hiện nay của cộng đồng dân tộc Việt Nam?

Trước tiên, chúng ta sẽ nhắc lại, theo một cách nhìn bao quát, những gì đã được đề cập rải rác trong các phần trước, liên quan đến sự trỗi dậy của Chủ nghĩa Cộng sản ở châu Âu, về những điều kiện đã biến một lý thuyết thành một lý thuyết chính trị do phương Tây tạo ra, thành vũ khí của Liên Bang Xô Viết chống phương Tây và hoàn cảnh lịch sử mà chủ nghĩa cộng sản đã du nhập vào châu Á và vào Việt Nam. Sau đây chúng ta sẽ nhắc lại những kết quả phân tích sự kiện lịch sử, cũng nằm rải rác trong các phần trên, có thể giúp chúng ta vượt qua những nhân tố phức tạp đã dệt nên hoàn cảnh hiện tại của cộng đồng dân tộc, lý do để thấy và tìm ra những nguyên nhân đã khiến Khái niệm lãnh đạo cộng sản thâm nhập vào chính trường Việt Nam, thật quý giá biết bao, vì lợi ích của dân tộc, trong một giai đoạn quyết định như thế này.

Chủ nghĩa cộng sản ra đời.

Sau khi khoa học phương Tây đã phát minh ra các kỹ thuật sản xuất công nghiệp, những lực lượng mới này đã làm cho hệ thống phân phối của cải quốc gia của xã hội phương Tây đương đại được tổ chức dựa trên thủ công nghiệp và nông nghiệp, không còn giá trị nữa. Do đó, những xáo trộn hỗn loạn liên tiếp đã làm rung chuyển chính nền tảng của các cấu trúc xã hội phương Tây. Các nhân tố nội phản phá hoại cơ thể và gây ra một căn bệnh nghiêm trọng trong xã hội phương Tây.

Nhiều giải pháp đã được đưa ra, trong đó giải pháp được xây dựng trên cơ sở tìm hiểu thực tế lịch sử chính xác, phong phú và được dư luận đón nhận bởi nó xuất phát từ thực tiễn quan sát tình hình địa vị xã hội đương thời. Giải pháp này chủ trương thay đổi bằng một cuộc cách mạng bạo lực kiểu Pháp 1789, hoàn toàn những cơ cấu của xã hội cũ bằng những chuẩn mực giá trị mới, nhằm xây dựng một xã hội mới thích nghi với lực lượng sản xuất công nghiệp, trong đó phân phối của cải cộng đồng làm ra một cách hợp lý. Tất nhiên, các mục tiêu đặt ra có sức hấp dẫn mạnh mẽ đối với quần chúng, bởi vì chúng hứa hẹn nhiều đảm bảo cho lợi ích ngắn hạn của cá nhân.

Tuy nhiên, các nhà lãnh đạo phương Tây đủ khôn ngoan để thấy rằng giải pháp của Cộng sản chỉ tập trung vào những thiếu sót cần phải sửa chữa trong xã hội phương Tây lúc bấy giờ, và do đó đã phủ nhận những giá trị chuẩn mực đã trở thành di sản của nền văn minh nhân loại, và thay thế bằng những chuẩn mực giá trị giả tạo, kết quả của một công việc suy luận lý thuyết, tuy phong phú, nhưng vẫn mang tính nhân văn trong một thế hệ. Vì nhược điểm đó, phương thuốc được đề xuất để chữa các bệnh trong xã hội Tây phương thay vì có tác dụng của một liều thuốc tinh thần sẽ trở thành liều thuốc độc không những hủy hoại nền tảng xã hội hơn cả căn bệnh lúc bấy giờ mà còn có thể hủy hoại cả nền tảng xã hội, tất cả di sản của nền văn minh nhân loại trong vài nghìn năm.

Vì lợi ích lâu dài của cộng đồng, các nhà lãnh đạo phương Tây vừa từ chối một phương thuốc độc hại, vừa cố gắng tìm phương thuốc khác cho xã hội phương Tây, vừa đấu tranh quyết liệt để loại bỏ một phương thuốc độc lợi dụng thời kỳ khủng hoảng của cộng đồng, ngấm vào cộng đồng, cơ thể xã hội. Và ngày nay, trong công việc này, sự thành công của phương Tây là hiển nhiên. Phương Tây đã tìm ra những phương pháp khả thi nhờ đó xã hội có thể có được lực lượng sản xuất mới trong khi vẫn duy trì trạng thái cân bằng động. Và tất nhiên, khi xã hội lành mạnh, quần chúng phương Tây không còn hưởng ứng Chủ nghĩa Cộng sản nữa, bởi vì không còn nhu cầu về một phương thuốc đã được đề xuất như một liều thuốc tinh thần để chữa bệnh, bệnh đã lành. Sự phát triển hùng mạnh của xã hội phương Tây ngày nay là một minh chứng hiển nhiên và hùng hồn.

Chủ nghĩa cộng sản biến thành vũ khí của Nga.

Chúng ta nhớ rằng có một cuộc chiến lâu dài giữa Nga và phương Tây kéo dài nhiều thế kỷ. Và từ công cuộc Tây phương hóa thành công nước Nga dưới thời Pierre Đại đế cho đến nửa đầu thế kỷ 19, phần thắng đã nghiêng về Nga. Và quân đội cũng như ngoại giao của Nga đã nhiều lần đóng vai trò quyết định trong nền chính trị châu Âu. Nhưng cuộc cách mạng công nghiệp của phương Tây vào nửa sau thế kỷ 19 đã đưa công nghệ phương Tây vượt xa công nghệ Nga và một lần nữa nghiêng cán cân quyền lực về phía phương Tây. Sự thua kém về kỹ thuật của phương Tây càng rõ ràng hơn, sau khi sức mạnh quân sự của Nga, năm 1905, bị quân đội Nhật Bản đánh bại thảm hại, một nước nằm ngoài xã hội phương Tây, vừa hoàn thành giai đoạn đầu của công cuộc phát triển đất nước bằng phương pháp Tây phương hóa.

Như vậy, trong vài thập kỷ đầu của thế kỷ 20, vấn đề đặt ra cho các nhà lãnh đạo Nga rất rõ ràng. Sự thật lịch sử khắc nghiệt đã đặt những nhà lãnh đạo này vào tình thế buộc họ phải in lại tác phẩm Tây phương hóa nước Nga của Pierre Đại đế để đảm bảo tương lai của dân tộc. Tuy nhiên, những kinh nghiệm trong quá khứ trong cuộc chiến lâu dài với phương Tây, cũng như sự phát triển quy mô lớn của công nghệ phương Tây vào thời điểm đó, tất cả những yếu tố này đều cần thiết cho công việc của phương Tây. Trong giai đoạn khu vực hóa này, ở các nhà lãnh đạo, một kế hoạch toàn diện, quy mô lớn, tương xứng với hoàn cảnh lịch sử và vị thế quốc tế của nước Nga, đồng thời là phương tiện to lớn, để huy động toàn bộ dân tộc. Như vậy, vấn đề đã rõ, cuộc cách mạng tháng Mười Nga năm 1917 thể hiện ý chí của các nhà lãnh đạo Nga, đạt được một mục tiêu quốc gia: phát triển đất nước theo phương thức Tây phương hóa.

Sở dĩ mục đích dân tộc và thực sự của Cách mạng Nga năm 1917 hoàn toàn bị che giấu dưới lớp áo mang tính toàn cầu của cuộc cách mạng xã hội thế giới mà các nhà lãnh đạo Liên Xô tuyên bố chủ trương lật đổ chủ nghĩa tư bản, bởi vì, trong quá trình Tây phương hóa này, ngoài kỹ thuật vật chất của phương Tây, Nga, với một ý đồ chiến lược cực kỳ sắc bén, đã lấy làm vũ khí để đấu tranh với một lý thuyết, sản phẩm tinh thần của phương Tây mà phương Tây đã ruồng bỏ: chủ nghĩa cộng sản. Ngày nay, chúng ta cũng đang theo dõi, ĐCSTQ lặp lại làn sóng cách mạng xã hội thế giới chống lại Đế quốc để tạo điều kiện thuận lợi cho sự phát triển quốc gia của chính Trung Quốc.

Ở đoạn trước, chúng ta đã xác định được những sự kiện nào đã khiến các nhà lãnh đạo Liên Xô áp dụng một chủ nghĩa ngoại lai, chẳng hạn như Chủ nghĩa Cộng sản, một chủ nghĩa hoàn toàn đi ngược lại truyền thống văn minh của người dân Nga.

Trước hết, các nhà lãnh đạo của Liên Xô, nhận thức được hoàn cảnh khó khăn của sự phát triển của Nga. Sự phát triển này, giống như sự phát triển của Trung Quốc ngày nay, đương nhiên sẽ gây ra nhiều phản ứng thù địch. Vì vậy, sử dụng các biện pháp vận động quần chúng một cách tối đa, đối với họ là một nhu cầu thiết yếu. Quan niệm lãnh đạo độc tài của lý thuyết Cộng sản đáp ứng nhu cầu trên.

Những xáo trộn xã hội, lúc bấy giờ ở phương Tây, tự nó là những sự kiện tu từ, chứng tỏ rằng xã hội phương Tây lúc bấy giờ chưa thích nghi với lực lượng sản xuất mới. Xã hội Nga, đồng thời, thậm chí còn lạc hậu hơn xã hội phương Tây, đương nhiên sẽ không thể thích ứng với lực lượng sản xuất mới mà sự phát triển quốc gia bắt buộc sẽ có được. Như vậy, việc tổ chức xã hội Nga theo mô hình xã hội do Chủ nghĩa cộng sản đề ra không chỉ có tác dụng làm cho xã hội này thích ứng với lực lượng sản xuất mới, mà dưới con mắt của những người cộng sản, Liên Xô còn thua xa phương Tây bởi một khoảng cách nhất định, tức là đã thua phương Tây về mặt tổ chức xã hội.

Điều ngạc nhiên đối với các nhà lãnh đạo Cộng sản ngày nay là phương Tây, nhờ tính đúng đắn của công nghệ khoa học, nghiên cứu những biểu hiện, thực tiễn của cuộc sống, đã tìm ra và thực hiện một hình thức thích ứng với lực lượng sản xuất mới. Trong khi đó, xã hội Liên Xô được tổ chức theo mô hình của xã hội Cộng sản, chỉ dựa trên kết quả của những suy diễn lý thuyết của những bộ óc mà dù không bình thường, vẫn là của những con người còn đang mò mẫm về sự cân bằng cần thiết cho cộng đồng. Việc Liên Xô đang từng bước thay đổi các giá trị chuẩn mực càng khẳng định cơ sở lý luận và giả tạo của mô hình xã hội Cộng sản.

Những xáo trộn xã hội ở phương Tây lúc bấy giờ cũng bộc lộ ma lực hấp dẫn của lý thuyết Cộng sản đối với quần chúng phương Tây. Các nhà lãnh đạo của cuộc cách mạng Nga năm 1917 đã nhìn thấy thực tế chính trị đó một cách tự nhiên.

Và trong khuôn khổ cuộc chiến khốc liệt giữa Nga và phương Tây, việc Nga chấp nhận lý thuyết Cộng sản như một lý thuyết đấu tranh, tất nhiên, sẽ biến quần chúng phương Tây thành đồng minh cho Nga, ngay trong lòng địch. Trên thực tế, các đảng Cộng sản địa phương ở các nước phương Tây ít nhiều đều đã đóng vai trò đồng minh nội bộ của Liên Xô.

Chúng ta vừa quan sát những sự kiện nảy sinh từ tình hình nội bộ của phương Tây và của Nga, đã biến học thuyết Cộng sản của phương Tây, vào tay Nga, một vũ khí tinh thần sắc bén hơn bất cứ vũ khí nào khác. Phương Tây đã phát minh ra những loại vũ khí kỹ thuật tiên tiến nào có khả năng giúp Nga và Liên Xô tấn công phương Tây một cách hiệu quả cả từ bên ngoài và từ bên trong.

Chủ nghĩa cộng sản du nhập vào châu Á và Việt Nam.

Tuy nhiên, đối với nhà lãnh đạo Liên Xô, Chủ nghĩa Cộng sản cũng là một vũ khí đấu tranh, có tác dụng mạnh mẽ không kém trong một khía cạnh khác của cuộc đấu tranh vĩ đại giữa Nga và phương Tây.

Như chúng ta đã thấy ở đoạn trên, khi giai đoạn hiện tại của cuộc đấu tranh giữa Nga và phương Tây bắt đầu, vị thế của phương Tây rất mạnh. Phương Tây đã chinh phục hầu hết thế giới, các thuộc địa của họ trải rộng khắp các lục địa và đại dương. Sức mạnh quân sự của phương Tây đã và đang bảo vệ những điểm yếu chiến lược trên thế giới, công nghệ phương Tây đã đạt đến một tầm cao đáng sợ và đã vượt qua một đà phát triển vừa vững chắc vừa sung sức. Trước một đối thủ có tiềm lực và sức mạnh bao trùm thiên hạ, vượt xa thời đại Pierre Đại đế, các nhà lãnh đạo Nga tất nhiên không thể trông chờ chiến thắng bằng một chiến lược truyền thống chỉ giới hạn trong phạm vi quốc gia. Nhu cầu chiến lược buộc các nhà lãnh đạo Liên Xô phải đẩy khuôn khổ chiến tranh ra biên giới toàn cầu nếu họ muốn tránh cho Nga một vòng vây tàn khốc và một thất bại tức thì.

Vì vậy, Liên Xô đã dùng lý thuyết Cộng sản như một tín hiệu tập hợp, có thể tập hợp trong một mặt trận quốc tế, dưới sự lãnh đạo của Nga, tất cả các kẻ thù của phương Tây lúc bấy giờ trên khắp thế giới, để ủng hộ Nga. Trong cuộc đấu tranh vĩ đại chống phương Tây, mục tiêu vẫn là sự phát triển của nhân dân Nga.

Chúng ta có thể so sánh những nỗ lực của Liên Xô vào thời điểm đó với những nỗ lực hiện tại của Trung Quốc, nhằm thành lập một mặt trận quốc tế của các quốc gia chưa phát triển để hỗ trợ sự phát triển của dân tộc Trung Hoa.

Tuy nhiên, nỗ lực của Liên Xô để tập hợp những kẻ thù của phương Tây khi đó là một chuyện. Nhưng phản ứng của các nước bị phương Tây tấn công và biến thành thuộc địa hay nửa thuộc địa lại là chuyện khác. Vậy vì lý do gì mà các nước này đã hưởng ứng lời kêu gọi và tập hợp lại dưới sự lãnh đạo của Liên Xô?

Vào thời điểm đó, đã hơn bốn trăm năm kể từ khi phương Tây tấn công hầu hết các quốc gia bên ngoài xã hội phương Tây và đã gần một trăm năm kể từ khi nó chinh phục hầu hết thế giới. Các quốc gia bị tấn công, đã chiến đấu với tất cả sức mạnh của họ trong nhiều thế hệ, đã nhận ra sự vô ích của cuộc đấu tranh giữa các lực lượng quá chênh lệch. Việc sử dụng toàn bộ khả năng chiến đấu của một quốc gia chống lại kẻ thù đã bao vây thế giới là một cuộc chiến không có hy vọng thành công. Do đó, đối với các nhà lãnh đạo của quốc gia bị chinh phục, lời kêu gọi của Liên Xô đối với các đồng minh đã thực sự mở ra một lối thoát cho tình thế vốn đã bế tắc. Liên minh với Liên Xô là nâng cao cuộc đấu tranh giải phóng dân tộc lên vị thế của một cuộc đấu tranh quốc tế có nhiều khả năng bảo đảm thành công nhất.

Tác dụng của thuyết cộng sản.

Sau đó, chính những điều kiện gian khổ của cuộc đấu tranh giành độc lập đã khiến một số nhà lãnh đạo của các quốc gia châu Á bị phương Tây chinh phục liên minh với những người Cộng sản. Và lãnh đạo Cộng sản Việt Nam cũng ở trong hoàn cảnh đó.

Tuy nhiên, có nhiều nhà lãnh đạo châu Á có đất nước cũng từng bị phương Tây đô hộ đã sáng suốt nhìn thấy chiến lược của Liên Xô, sử dụng mặt trận quốc tế để hỗ trợ Liên Xô phát triển. Sự phát triển của nhân dân Nga, cả những cơ sở nhân tạo của lý thuyết Cộng sản, đã từ chối liên minh với Liên Xô trên nguyên tắc phục tùng lý thuyết Cộng sản. Cân nhắc giữa lợi và hại, những nhà lãnh đạo này đã quyết định chọn con đường khác với con đường Cộng sản, trong đấu tranh giành độc lập và sau đó là phát triển đất nước. Những sự kiện lịch sử sau Thế chiến thứ hai mà chúng ta đã đề cập đã khẳng định quan điểm sáng suốt của các nhà lãnh đạo như Gandhi và Nehru của Ấn Độ.

Ấn Độ và nhiều nước khác ở châu Á, và ngoài châu Á đã lợi dụng mâu thuẫn giữa Liên Xô và phương Tây để giành lại độc lập hoàn toàn, một cách không tiêu hao sinh lực dân tộc. Và chúng ta đã thấy trong đoạn trước rằng chính sự liên minh với những người Cộng sản của một số nhà lãnh đạo của chúng ta đã làm cho cuộc đấu tranh giành độc lập của chúng ta trở nên cạn kiệt năng lượng dân tộc của chúng ta. Không bao giờ có thể phủ nhận những hy sinh cao cả của các thành viên trong cộng đồng, cũng như không thể phủ nhận niềm tự hào dân tộc trong những trận chiến ác liệt với quân thù.

Tuy nhiên, người lãnh đạo phải luôn đặt ra cho mình những quy tắc chặt chẽ và không bao giờ có quyền lãng phí sức lực của cộng đồng, bất cứ khi nào lợi ích của cộng đồng buộc phải sử dụng nó.

Bên cạnh đó, độc lập vẫn không phải là mục tiêu. Và sức sống của dân tộc càng cần thiết hơn nhiều cho sự phát triển đang chờ đón chúng ta. Và lý do thứ hai để lãnh đạo các nước châu Á chấp nhận học thuyết Cộng sản do Liên Xô chủ trương là công cuộc phát triển đất nước theo phương thức Tây phương hóa sau khi giành được độc lập.

Chủ nghĩa cộng sản khẳng định rằng chỉ có phương thức độc tài của đảng mới có khả năng huy động quần chúng để cung cấp những nỗ lực cần thiết cho sự phát triển của cộng đồng. Và Chủ nghĩa Cộng sản cũng khẳng định rằng chỉ có xã hội được tổ chức theo cách thức mà Chủ nghĩa Cộng sản đề xuất mới có thể thích ứng với lực lượng sản xuất của ngành công nghiệp. Vì vậy, mọi sự phát triển quốc gia theo phương thức Tây hóa đều phải áp dụng phương thức độc tài Đảng trị và xây dựng một xã hội theo mô hình Cộng sản.

Chúng ta đã phân tích chi tiết ảnh hưởng của Chủ nghĩa Cộng sản trong thời kỳ đấu tranh giành độc lập trước đây của chúng ta đối với ách đô hộ của đế quốc. Còn ách thống trị của Trung Hoa đã đè nặng lên sinh mệnh dân tộc hơn tám trăm năm, gián đoạn một trăm năm, ngày nay đang tái bùng phát và đe dọa hơn bao giờ hết, chúng ta xin vạch ra những hậu quả tai hại mà sự thuyết phục Cộng sản của các nhà lãnh đạo Bắc Việt sẽ để lại cho các thế hệ mai sau. Một điều mà chúng ta phải ghi nhớ, trong khuôn khổ của vấn đề hệ trọng, liên quan mật thiết đến vận mệnh dân tộc này, là ý đồ chiến lược của Liên Xô trước đây và ý đồ chiến lược của Trung Quốc ngày nay. Đối với hai nước này, lý luận Cộng sản và mặt trận quốc tế phục vụ lý luận Cộng sản đều là công cụ sắc bén phục vụ trước hết mục tiêu phát triển đất nước của hai nước.

Trong bối cảnh phát triển đất nước, chúng ta thấy rằng nếu điều kiện phát triển hết sức khắc nghiệt của các nước lớn, như Nga và Trung Quốc là biểu hiện của một sự thay đổi kết quả mà đường lối độc đoán của Đảng trị có thể mang lại hiện nay với những hậu quả tai hại, Không ai biết ở mức độ nào, nhưng phương pháp tự nó sẽ để lại cho nhiều thế hệ mai sau. Ngược lại, một nước nhỏ như Việt Nam, có thể phát triển bằng những phương pháp không tiêu hao sinh lực của dân tộc. Nếu vậy, những người lãnh đạo tranh đấu cho dân tộc, tất nhiên phải chọn con đường dẫn đến mục tiêu mà không làm hao tổn sức lực của cộng đồng.

Cuối cùng, câu hỏi đặt ra cho chúng ta là: xã hội được tổ chức theo mô hình Cộng sản có phải là xã hội thích nghi nhất với lực lượng sản xuất mới do công nghệ khoa học phát minh ra không? Tôn trọng quan điểm mà chúng ta đã áp dụng ngay từ đầu, chúng ta sẽ tự nguyện không tham gia vào một cuộc tranh luận lý thuyết về tính chất thích ứng hay không thích ứng của xã hội Cộng sản đối với các lực lượng sản xuất mới; Hơn nữa, vẫn còn quá sớm để chúng ta đưa ra nhận định về tính cách chuyển thể nói trên, dựa trên những dữ kiện thực tế. Trong thế giới ngày nay, không có một xã hội công nghiệp hóa đơn lẻ nào được tổ chức theo mô hình Cộng sản, để chúng ta lấy đó làm tiêu chuẩn so sánh. Và mô hình này vẫn là kết quả của suy luận lý thuyết.

Tuy nhiên, những quan sát sau đây, dựa trên các sự kiện thực tế mà chúng ta đang xem xét, có thể làm sáng tỏ vấn đề.

Trong thế giới hiện nay, hình thức tổ chức xã hội gần nhất với lý luận Cộng sản tất nhiên là hình thức tổ chức xã hội của Liên Xô. Chúng ta đã thấy trong nhiều đoạn văn trên rằng giới lãnh đạo Nga vẫn bất lực trong việc chuyển giao quyền lực một cách hòa bình bất cứ khi nào cần thay đổi lãnh đạo. Sau gần nửa thế kỷ, các biện pháp độc đoán vẫn cần thiết để duy trì trật tự chứng tỏ trạng thái cân bằng nội bộ vẫn chưa được khôi phục. Về mặt xã hội, việc Liên Xô đang thay thế nhiều chuẩn mực giá trị bằng những giá trị mà chủ nghĩa Cộng sản đã loại bỏ, chứng tỏ nước Nga vẫn đang nỗ lực thiết lập lại trạng thái cân bằng nội tại cần thiết, thiết yếu cho sự phát triển của cộng đồng. Mặt khác, việc thay thế các giá trị chuẩn mực Cộng sản bằng các giá trị chuẩn mực được phục hồi chứng tỏ tính chất lý luận của các cơ sở lý luận Cộng sản. Tất cả những sự kiện trên cho thấy xã hội Nga ngày nay tiếp tục ở trạng thái cân bằng giả tạo.

Trong khi đó, xã hội phương Tây, do không có khả năng tiếp thu lực lượng sản xuất mới trong thế kỷ 19, đã được đề xuất thay thế bằng xã hội Cộng sản, không chỉ tìm ra các phương pháp có khả năng cho phép tiếp thu lực lượng sản xuất mới mà còn duy trì trạng thái cân bằng động cho cộng đồng. Và nhờ đó, sự phát triển hùng mạnh vẫn được đảm bảo. Hình thức xã hội Cộng sản là kết quả của suy luận lý thuyết, khi được áp dụng ở Liên Xô, đã tỏ ra không phù hợp với thực tế, đặt các nhà lãnh đạo Nga ngày nay vào thế khó xử, bế tắc mà chúng ta đều biết. Hình thái hiện tại của xã hội phương Tây là kết quả của một cuộc điều tra, bằng sự hợp lý chính xác của công nghệ khoa học phương Tây, vào những biểu hiện thực tế của cuộc sống. Do đó, hình thức xã hội này được điều chỉnh cho phù hợp với thực tế.

Nhưng bên cạnh phương Tây, còn có nhiều hình thái xã hội khác, không được tổ chức theo mô hình Cộng sản, vẫn thích nghi với lực lượng sản xuất mới có được sau một quá trình phát triển đất nước theo phương Tây hóa.

Sức sống dồi dào của xã hội Nhật Bản ngày nay là minh chứng cho sự khoa trương.

Những sự kiện trên tuy không liên quan trực tiếp đến khả năng thích ứng hay không của xã hội Cộng sản đối với lực lượng sản xuất mới, nhưng do tính chất thực tế mà nó phản ánh, khiến câu hỏi trên trở nên vô nghĩa đối với xã hội Cộng sản.

Phản tác dụng.

Như vậy, rõ ràng là trong trường hợp của cộng đồng quốc gia Việt Nam, những hiệu quả mong muốn của lý thuyết Cộng sản, có thể biện minh cho sự phục tùng của các nhà lãnh đạo Bắc Việt đối với lý thuyết cộng sản trở nên vô hiệu. Ngược lại, như chúng ta đã thấy trong nhiều đoạn trên đây, một thuyết phục mà Cộng sản sẽ mang lại nhiều hậu quả tai hại cho quốc gia.

Tất cả những sự thật mà chúng ta đã phân tích trong những trang sách này chứng tỏ rằng mục đích cuối cùng của mọi cuộc đấu tranh là lợi ích của dân tộc. Cả Liên Xô và Trung Quốc trong nỗ lực thành lập mặt trận quốc tế phục vụ cách mạng xã hội thế giới đều có mục đích trước hết là phục vụ nhân dân Nga và nhân dân Trung Quốc.

Thuyết phục Cộng sản tất nhiên sẽ biến mối de dọa và sự thống trị của Trung Quốc đối với Việt Nam thành hiện thực.

Chúng ta đã biết, chính sách xâm lược Việt Nam của Trung Quốc là chính sách liên tục, không thay đổi của mọi chế độ Trung Quốc vì nó xuất phát từ nhu cầu về đất đai cần thiết cho sự phát triển của Trung Quốc. Với phương pháp độc tài của Đảng Cộng sản, cũng như bất kỳ phương pháp lãnh đạo quần chúng độc tài nào khác, theo một khuôn mẫu đã biết, quần chúng sẽ phản ứng bằng cách quay sang bất kỳ cá nhân hoặc nhóm nào phất cờ giải phóng để che đậy ý đồ xâm lược của họ. Trong điều kiện như vậy, các nhà lãnh đạo Cộng sản áp dụng phương thức độc tài đảng trị ở Việt Nam đương nhiên sẽ tạo điều kiện thuận lợi cho Trung Quốc xâm lược Việt Nam khi thời cơ đến.

Nói cách khác, phương thức lãnh đạo độc đoán của Đảng sẽ làm suy yếu sức đề kháng chống giặc ngoại xâm của dân tộc. Mạnh như nước Nga, mà trong cuộc chiến với Đức, cũng suýt bị đánh bại, vì quần chúng căm phẫn chế độ độc tài của Đảng Stalin đã đứng lên liên minh với Đức. Chỉ có sự vụng về và chính sách phân biệt chủng tộc của Đức Quốc xã đã không khai thác được cơ hội này và cứu Liên Xô khỏi bị xâm lược.

Trong tình hình chính trị mà chúng ta đang chứng kiến, việc các lãnh đạo Bắc Việt quy phục Cộng sản tự nó đã quy phục Trung Cộng, giống như các triều đại xưa của chúng ta đã quy phục Trung Cộng. Và sự thống trị trên lý thuyết của Trung Quốc đối với miền Bắc Việt Nam ngày nay, nếu không có những trở ngại quốc tế, sẽ tàn ác hơn nhiều so với sự thống trị mà Trung Quốc đã ban cho chúng ta trong gần một nghìn năm.

Thuyết phục những người Cộng sản đương nhiên sẽ gắn vận mệnh phát triển quốc gia của chúng ta với vận mệnh phát triển quốc gia của Trung Quốc. Chúng ta đã phân tích tình hình phát triển thuận lợi của Việt Nam.

Vì vậy, gắn sự phát triển của Việt Nam với sự phát triển của Trung Quốc là bỏ cái thuận lợi để đi đôi với cái khó.

Bất chấp những nỗ lực đáng kể, sự phát triển của Trung Quốc hầu như không thành công. Như vậy, gắn sự phát triển của Việt Nam với sự phát triển của Trung Quốc có nghĩa là chúng ta tự nguyện từ bỏ sự phát triển của mình. Trong công cuộc phát triển theo phương thức Tây phương hóa hiện nay mà các quốc gia đều đang phấn đấu, chúng ta có những điều kiện vật chất và tinh thần để thành công hơn Trung Quốc, như chúng ta đã chứng minh ở nhiều đoạn trên. Nếu chúng ta lại bỏ cơ hội này để khuất phục Trung Quốc, thì thứ nhất, chúng ta không phát triển được vì Trung Quốc không thể phát triển, hoặc nếu Trung Quốc phát triển được thì chúng ta sẽ phát triển đến mức thứ ba, thứ hai, vì chúng ta học lại kỹ thuật của một người đã học kỹ thuật phương Tây.

Xét cho cùng, trong hơn một ngàn năm kể từ khi lập quốc, sự thống trị của Trung Hoa đối với Việt Nam quá nặng nề đến nỗi tâm lý thân thuộc bao trùm mọi mặt của đời sống dân tộc. Tâm lý đó bắt nguồn từ hai sự thật: mặc cảm thấp kém của chúng ta đối với Trung Quốc vĩ đại và sự phụ thuộc của chúng ta vào văn hóa Trung Quốc. Hoàn cảnh hôm nay là cơ hội có một không hai để chúng ta hiện thực hóa ý chí của Lý Thường Kiệt và Nguyễn Huệ, cởi bỏ ách tâm lý chủ nghĩa cho dân tộc. Nếu chúng ta bỏ lỡ cơ hội, sự lệ thuộc của dân tộc vào Trung Quốc sẽ còn kéo dài thêm nhiều ngàn năm nữa và hàng loạt lãnh đạo Cộng sản sẽ đưa dân tộc đến nguy cơ diệt vong. Và thuyết phục Cộng sản đương nhiên sẽ dọn đường cho dân tộc Việt Nam lệ thuộc vào nền văn hóa mới của Trung Quốc. Những lời ca ngợi Trung Quốc vĩ đại của miền Bắc, âm nhạc Trung Quốc của đài phát thanh Hà Nội, những vũ điệu hòa bình và trang phục Trung Quốc, tất cả những sự kiện này, là một biểu hiện thực tế của sự phụ thuộc văn hóa ngày càng tăng của miền Bắc vào Trung Quốc, bởi vì các nhà lãnh đạo Cộng sản Bắc Việt đã chấp nhận một sự phụ thuộc về ý thức hệ.

Chỉ nghĩ đến viễn cảnh lệ thuộc Trung Quốc ngàn năm mà giới lãnh đạo Cộng sản phương Bắc đang chuẩn bị cho dân tộc, chúng ta cũng phải hoang mang, thoáng thấy số phận vô cùng đen tối cho các thế hệ mai sau.

Về vấn đề quan niệm lãnh đạo, chúng ta không thể bớt chỗ cho quan niệm Cộng sản về lãnh đạo như chúng ta vừa làm. Bởi vì, như chúng ta đều biết, hiện nay chủ nghĩa hữu thần đang hoành hành ở châu Á, phục vụ cho sự phát triển của dân tộc Trung Hoa, với cường độ thâm độc không thua gì cường độ thâm độc của nó ở châu Âu, cuối thế kỷ 19, đầu thế kỷ 20, để phục vụ cho sự phát triển của dân tộc Nga, và chính ở Việt Nam, do sự vận hành của Chủ nghĩa Cộng sản mà cuộc đấu tranh giành độc lập của chúng ta vô cùng khó khăn, bòn rút sinh khí của dân tộc, đất nước bị chia đôi, chiến tranh đã tàn phá nguồn nhân lực và tài nguyên của chúng ta trong hai mươi năm qua.

Phần IV-B

Ý TƯỞNG, PHƯƠNG PHÁP VÀ HÌNH THỨC

Loại trừ chủ nghĩa cộng sản ra khỏi cơ thể cộng đồng dân tộc có nghĩa là loại trừ ý thức hệ cộng sản, phương pháp cộng sản và hình thức cộng sản ra khỏi mọi lĩnh vực của đời sống quốc gia. Đối với tư tưởng Cộng sản, sự hiểu lầm khó có thể xảy ra, bởi vì, không những tư tưởng đó có một nét rất đặc biệt, mà ngôn ngữ dùng để diễn đạt các tư tưởng cũng rất đặc biệt, cũng như cách hành văn, lập luận rất đặc biệt của các nhà duy vật về phép biện chứng. Nhưng những hiểu lầm thường nảy sinh đối với các phương pháp và hình thức của Chủ nghĩa Cộng sản, vì những lý do sau.

Nguyên nhân sâu xa khiến nước Nga chấp nhận chủ nghĩa Cộng sản như một vũ khí đấu tranh như chúng ta đã biết, đó là ý chí thực hiện sự phát triển của dân tộc Nga bằng con đường Tây hóa. Do đó, tất cả công nghệ phương Tây đều được Nga áp dụng như của riêng mình. Khoa học của phương Tây là khoa học của Nga, phương pháp khoa học của phương Tây, lĩnh vực nào cũng là phương pháp khoa học của Nga, lĩnh vực nào cũng vậy. Nhiều khi, vì mặc cảm về sự phụ thuộc kỹ thuật đó, Liên Xô, muốn chứng tỏ tính độc lập của chủ nghĩa duy vật biện chứng khỏi suy luận "tư bản chủ nghĩa" của phương Tây, đã đưa ra những lý thuyết khoa học ly kỳ như lý thuyết Lisenko trong sinh học. Mặc dù đã cẩn thận, nhưng thay vì chọn một ngành như toán học mà bộ sưu tập phong phú, lại chọn một ngành như sinh học mà thiếu nghiên cứu, thì sự thiếu trung thực lâu nay của Lisenko cũng bộc lộ. Và sau khi đạt được mục tiêu phát triển công nghệ, sau khi Liên Xô chứng minh được khả năng thực sự của mình trong khoa học, và sự nghi ngờ bản thân biến mất, chính các nhà khoa học Liên Xô đã bác bỏ thuyết Lisenko. Trong khi vẫn còn ở giai đoạn phương Tây hóa non trẻ, người Nhật đã mắc phải những sai lầm tương tự như Nga.

Những sự kiện trên một lần nữa chứng minh tính chất quốc tế và nhân văn của khoa học.

Nhưng cũng vì những thực tế đó mà có sự lẫn lộn giữa phương pháp Cộng sản và phương pháp phương Tây, hình thức tổ chức Cộng sản và hình thức tổ chức phương Tây. Ở Việt Nam, sự nhầm lẫn thậm chí còn gay gắt hơn, vì những lý do lịch sử.

Sau tám mươi năm bị gạt bỏ trách nhiệm lãnh đạo đất nước, trong thời kỳ kháng chiến chống Pháp, nhiều người Việt Nam đã được làm quen lại với vấn đề lãnh đạo, nhưng dưới sự kiểm soát của Đảng Cộng sản. Do đó, mọi kỹ thuật trong mọi lĩnh vực mà Cộng sản học được từ phương Tây và áp dụng vào thực tế ở Việt Nam đều bị lầm tưởng là sáng kiến độc quyền của Cộng sản. Ví dụ, ngày nay, nhiều người vẫn coi công tác tập thể hay tổ chức quần chúng là những sáng kiến của Cộng sản, mà không nhận ra rằng, thực ra, chính công tác tập thể và tổ chức tinh vi trong mọi lĩnh vực của đời sống mới là cội nguồn sức sống của phương Tây.

Bộ máy lãnh đạo.

Bộ máy lãnh đạo Cộng sản được tổ chức theo chế độ độc tài Đảng cũng là bộ máy lãnh đạo do phương Tây tạo ra cùng thời với lý thuyết Cộng sản. Chỉ khác là phương Tây đã từ bỏ lý thuyết Cộng sản cùng lúc với phương thức lãnh đạo Cộng sản.

Đối với các nước Cộng sản, áp dụng phương thức lãnh đạo Cộng sản là thực hiện một phần và một phần lĩnh vực lãnh đạo trong quá trình Tây phương hóa toàn diện, đi theo đường lối Cộng sản.

Nếu chúng ta loại trừ lý thuyết Cộng sản ra khỏi mọi lĩnh vực của đời sống dân tộc thì đương nhiên chúng ta cũng loại trừ phương thức lãnh đạo của Cộng sản.

Nhưng phương Tây hóa lãnh đạo của chúng ta vẫn là một phần thiết yếu của phương Tây hóa toàn diện mà chúng ta ủng hộ.

Vậy, bộ máy lãnh đạo đất nước sẽ được chúng ta quan niệm như thế nào? Liệu chúng ta chỉ chấp nhận sự lãnh đạo của một quốc gia phương Tây có đủ không?

Và, trong trường hợp đó, vì chúng ta đã quen thuộc với các kỹ thuật của Pháp từ lâu, thì việc áp dụng sự lãnh đạo của Pháp không phải là thuận lợi cho chúng ta trong lĩnh vực lãnh đạo hay sao? Nếu vì một lý do nào đó, chúng ta không thể tổ chức lãnh đạo của mình theo cách lãnh đạo của Pháp, chúng ta có thể tổ chức lãnh đạo của mình theo chế độ quân chủ. Hiến pháp Anh hay phong cách tổng thống Mỹ?

Trên thực tế, vấn đề mà chúng ta gặp phải trong vai trò lãnh đạo không giống như vậy, và trên thực tế, phức tạp hơn nhiều.

Chúng ta còn nhớ quá trình Tây hóa thiếu định hướng, thiếu mục đích dưới thời Pháp thuộc đã để lại nhiều hệ lụy tai hại cho dân tộc. Trong sự Tây phương hóa đó, chưa toàn diện, chưa đến mức độ đủ cao, chỉ nhấn mạnh đến hình thức bề ngoài, còn bản chất chứa đựng trong hình thức thì hoàn toàn không được biết đến.

Ngược lại, trong quá trình Tây phương hóa có mục đích, có định hướng mà chúng ta chủ trương, mặc dù không phủ nhận đặc điểm nổi bật của hình thức, nhưng chỉ có bản chất chứa đựng bên trong hình thức mới là điều quan trọng.

Trong phạm vi Tây phương hóa lãnh đạo quốc gia, chúng ta sẽ tìm hiểu những nguyên tắc chi phối quan niệm phương Tây về lãnh đạo. Sau đó, chúng ta cụ thể hóa các nguyên tắc bằng một hình thức lãnh đạo. Nhưng hình thức này, không những phải thỏa mãn các nguyên tắc cơ bản trên, mà còn phải được xây dựng bằng vật liệu địa phương và phải thích ứng với hoàn cảnh địa phương.

Dưới đây, chúng ta sẽ không đi vào chi tiết của một bản hiến pháp, thẩm quyền của những người soạn thảo nó.

Tuy nhiên, chúng ta sẽ công nhận những nguyên tắc mà một bộ máy lãnh đạo, vừa được phương Tây hóa vừa thích nghi với hoàn cảnh địa phương của chúng ta, nên tôn trọng.

Trong một số đoạn, rải rác khắp các trang trên, tuy không liên quan trực tiếp đến vấn đề lãnh đạo, nhưng để làm sáng tỏ vấn đề được trình bày, chúng ta cũng đã để cập đến những nguyên tắc mà một lãnh đạo, theo quan niệm phương Tây, cần phải được tôn trọng. Kế thừa nền văn minh Hy Lạp và La Mã cổ đại, sau hơn một nghìn năm kinh nghiệm về vấn đề lãnh đạo, đức tính đúng đắn của lý trí và sự minh bạch, trật tự trong tổ chức của phương Tây, đã đóng góp vào di sản của nền văn minh nhân loại một hình thức lãnh đạo, dân chủ pháp quyền, có nhiều khả năng duy trì và phát triển trạng thái cân bằng năng động của cộng đồng.

Hình thức lãnh đạo hiện nay ở phương Tây phải thỏa mãn liên tục những điều kiện sau:

1. Hình thức bộ máy lãnh đạo phải bảo đảm tính liên tục lãnh đạo đất nước.

2. Hình thức tổ chức bộ máy lãnh đạo phải bảo đảm sự chuyển giao quyền lực một cách hòa bình từ lớp lãnh đạo đầu tiên sang lớp lãnh đạo tiếp theo.

3. Hình thức bộ máy lãnh đạo phải đảm bảo thay đổi người lãnh đạo.

4. Hình thức bộ máy lãnh đạo phải bảo đảm vận dụng nguyên tắc cân bằng động giữa lợi ích cá nhân và lợi ích tập thể.

Ngoài 4 điều kiện trên đảm bảo cho tinh thần bền bỉ của bộ máy lãnh đạo, ba điều kiện sau đảm bảo cho sự hoạt động thiết thực, ngắn hạn của bộ máy lãnh đạo.

1. Hình thức bộ máy lãnh đạo phải bảo đảm sự lãnh đạo công khai trên toàn quốc, vì mục tiêu đào tạo ra nhiều người lãnh đạo.

2. Hình thức bộ máy lãnh đạo phải bảo đảm sự kiểm soát của người cầm quyền.

3. Hình thức lãnh đạo phải bảo đảm hiệu lực của chính quyền.

Áp dụng cho Việt Nam.

Chúng ta đã biết rằng nguồn sức mạnh chính của các cường quốc, như Anh hay Mỹ, là thành công của họ trong việc thực hiện liên tục vai trò lãnh đạo quốc gia qua nhiều thế kỷ. Mọi kinh nghiệm lãnh đạo qua nhiều thế hệ vẫn còn nguyên giá trị, kỹ thuật lãnh đạo nhờ đó ngày càng tinh vi. Bí mật nhà nước được truyền lại toàn bộ, tất cả những kho báu của quá khứ đều được đưa vào kho lưu trữ và ai đó biết cách sử dụng kho lưu trữ. Ngày nay một người Anh đứng lên lãnh đạo, tất nhiên là có hậu thuẫn từ 400 năm trước, một di sản vô cùng quý giá tạo cho họ một sức mạnh phi thường. Bởi lẽ, với sự hỗ trợ hiếm hoi đó, một nhà lãnh đạo Anh có thể ứng phó và giải quyết những vấn đề vượt quá khả năng của những người dù tài năng đến đâu nhưng thiếu đi sự hỗ trợ của quá khứ.

Để thực hiện được tính liên tục lãnh đạo đất nước nói trên, một bộ máy lãnh đạo phải thỏa mãn ba điều kiện.

Trước hết, cần chấp nhận nguyên tắc thay đổi lãnh đạo khi cần thiết và cả trong lúc bình thường, miễn là thay đổi không quá cầu kỳ về thời gian để thay đổi không biến thành hỗn loạn. Thứ hai, bộ máy lãnh đạo phải được quan niệm sao cho việc chuyển giao quyền lực luôn được diễn ra một cách bình thường, êm thấm giữa lãnh đạo sắp mãn nhiệm và lãnh đạo mới. Điều thứ ba là bộ máy lãnh đạo phải có một hình thức tổ chức vừa tượng trưng cho tính liên tục của vai trò lãnh đạo quốc gia, vừa thể hiện tính liên tục đó trên thực tế.

Để thỏa mãn điều kiện thứ ba, các chính thể trên thế giới áp dụng nhiều hình thức khác nhau nhưng được chia thành bốn loại. Ở Pháp, nguyên thủ quốc gia là Tổng thống tượng trưng cho sự liên tục lãnh đạo quốc gia; Ở Mỹ, tổ chức Tòa án tối cao; Ở Nga, Đảng Cộng sản; Ở các quốc gia quân chủ, có Vua và Hoàng gia.

Chức vụ Tổng thống ở Pháp không hoàn toàn đáp ứng tính biểu tượng của sự liên tục lãnh đạo quốc gia, bởi vì nỗi sợ hãi về chế độ độc tài của Pháp giới hạn nhiệm kỳ tổng thống trong năm hoặc bảy năm. Không chỉ vậy, tranh chấp giữa các chính đảng, mọc lên như nấm, thường tạo ra bầu không khí mặc cả cho các cuộc bầu cử Tổng thống, làm giảm uy nghiêm của Nguyên thủ quốc gia.

Các nhà lãnh đạo trong mọi lĩnh vực của đời sống quốc gia phải có tinh thần trách nhiệm cao và kỷ luật tự giác cũng như kinh nghiệm lãnh đạo chín chắn để nâng tầm một tổ chức như Tòa án Tối cao ở Hoa Kỳ thành sự liên tục lãnh đạo quốc gia.

Trong các hình thức nêu trên, hình thức Đảng Cộng sản ở Nga là kém hơn cả, vì trên thực tế, Đảng Cộng sản đã hoàn toàn không thực hiện được sự liên tục lãnh đạo đất nước. Chế độ Cộng sản không chấp nhận thay đổi lãnh đạo và khi lãnh đạo qua đời hoặc cần thay đổi, cuộc tranh giành quyền lực thường đẫm máu. Đây là một trong những điểm yếu của chế độ Cộng sản.

Cho đến ngày nay, hình thức hài lòng nhất để đảm bảo tính liên tục của sự lãnh đạo nhà nước là hình thức Hoàng gia của các chế độ quân chủ như ở Vương quốc Anh và Nhật Bản. Vì vậy, sau thất bại, bất chấp sức ép mạnh mẽ và hành vi hiếu thắng của quân đội Mỹ đối với Thiên hoàng, các nhà lãnh đạo Nhật Bản, một lần nữa, tỏ ra vô cùng khôn ngoan, khi dồn mọi nỗ lực để bảo vệ Hoàng gia Nhật Bản. Hoàng gia là biểu hiện của sự liên tục trong vai trò lãnh đạo quốc gia. Nhà vua thể hiện sự lãnh đạo liên tục của nhà nước và đóng vai trò là người bạn tâm giao của các bí mật nhà nước.

Về vấn đề này, một lần nữa, chúng ta nhận thấy rằng việc đánh mất cơ hội phát triển của chúng ta, thế kỷ trước, là một tổn hại lớn đối với dân tộc chúng ta. Nếu triều Nguyễn đã tiến hành công cuộc đổi mới như dự định của vua Duy Tân, thì có lẽ ngày nay, bên cạnh sự phát triển đất nước đã đạt được, chúng ta còn được thừa hưởng một chính thể có nền tảng vững chắc nhất thế giới.

Không có hình thức nào trong số bốn hình thức trên áp dụng cho chúng ta, vì những lý do mà mọi người đều biết. Không thể chấp nhận hình thức Đảng Cộng sản vì chúng ta đặt điều kiện tiên quyết là phải diệt trừ Cộng sản, và vì hình thức đó không đáp ứng được điều kiện đảm bảo tính liên tục lãnh đạo đất nước. Hình thức tổng thống ở Pháp cũng không hoàn toàn đảm bảo tính liên tục của vai trò lãnh đạo quốc gia. Nhà Nguyễn bỏ lỡ cơ hội áp dụng hình thức Hoàng gia. Hình thức Tòa án Tối cao ở Hoa Kỳ không thể áp dụng được vì kinh nghiệm lãnh đạo của chúng ta còn non nớt trong mọi lĩnh vực của đời sống quốc gia. Chúng ta phải tìm một hình thức tương tự như hình thức thứ tư ở trên, nhưng để thích nghi với hoàn cảnh địa phương của chúng ta, không đòi hỏi kinh nghiệm lãnh đạo mà chúng ta thiếu và tinh thần lãnh đạo. Trách nhiệm cao chỉ được tìm thấy ở một số ít người.

Chúng ta có thể thành lập một Thượng hội đồng toàn quốc gồm những người có công với nước và am hiểu sâu sắc các vấn đề lãnh đạo quốc gia, số lượng tùy theo hoàn cảnh. Con số này sẽ được thay đổi một phần trăm, theo định kỳ, theo những cách phù hợp với điều kiện nội tại của nền chính trị Việt Nam. Và theo một chu kỳ nhất định, Thượng Hội Đồng sẽ bầu ra một Nguyên Thủ Quốc Gia, trong hoặc ngoài hàng ngũ của mình.

Thượng hội đồng sẽ tượng trưng cho việc tiếp tục lãnh đạo quốc gia, tách biệt với nhiệm vụ của Nguyên thủ quốc gia. Quốc trưởng thể hiện tính liên tục đó trong thực tế và đồng thời là người giám sát các bí mật quốc gia.

Điều kiện để thay đổi lãnh đạo có thể được thực hiện bằng cách giao quyền hành pháp cho Thủ tướng, lựa chọn từ các nhà lãnh đạo của hai đảng chính trị được thảo luận dưới đây. Thủ tướng sẽ được bổ nhiệm bởi

Nguyên thủ quốc gia với sự đồng ý của tổ chức đại diện cho sự lãnh đạo liên tục của quốc gia. Để tránh những lạm dụng có thể xảy ra, các nhà xây dựng hiến pháp có thể nghĩ ra những cơ chế kiểm soát đơn giản và hiệu quả.

Hai xu hướng.

Hai yếu tố chính, trong trạng thái cân bằng động của một quốc gia, là lợi ích ngắn hạn của các thành viên trong tập thể và lợi ích dài hạn của tập thể. Nếu quá coi trọng lợi ích cá nhân mà bỏ quên lợi ích của tập thể thì tập thể thoái hóa và rồi lợi ích cá nhân cũng mất đi, vì không được tập thể bảo vệ. Nhưng nếu chỉ chăm chăm vào lợi ích tập thể mà hy sinh hết lợi ích của cá nhân thì các thành viên của tập thể không còn lý do để sống nữa, và chính mục đích của tập thể là bảo vệ sự sống cho cá nhân, cũng sẽ bị phá sản và do đó tập thể không còn lý do để tồn tại nữa.

Vì vậy, việc giữ thế cân bằng động giữa lợi ích cá nhân và lợi ích tập thể là điều cần thiết trong lãnh đạo quốc gia.

Nhận thức được điều đó, một cách hiệu quả để cụ thể hóa việc nuôi dưỡng thế cân bằng động giữa lợi ích cá nhân và lợi ích tập thể là tập hợp hai khuynh hướng tự nhiên phải có trong mỗi thành phần của xã hội để tập trung vào hai nguồn tư tưởng chính trị. Một bên nặng về tập thể và một bên nặng về cá nhân. Trên thực tế, hai chính đảng một mặt vì mục đích bảo vệ lợi ích tập thể, mặt khác vì bảo vệ lợi ích cá nhân, luân phiên nhau lãnh đạo đất nước dưới sự kiểm soát đối kháng lẫn nhau. Lãnh đạo của hai đảng nắm quyền hành pháp đương nhiên được nhà nước cung cấp phương tiện hoạt động và đảng cầm quyền đối lập cũng phải được nhà nước cung cấp phương tiện hoạt động.

Đại diện của cả hai bên thực hiện nhiệm vụ của mình tại quốc hội. Và nhiệm vụ đó là lập pháp và kiểm soát hành pháp.

Dưới các chế độ độc đảng, chẳng hạn như các chế độ độc tài hoặc Cộng sản, quyền kiểm soát hành pháp hoặc không có hoặc được thực thi tương đối chặt chẽ. Sở dĩ, dưới chế độ Cộng Sản, tự phê bình và tự kiểm điểm được đề cao là vì chế độ độc đảng của họ không chấp nhận một sự kiểm soát từ bên ngoài, nên bắt buộc phải tổ chức một cuộc tự kiểm tra nội bộ. Nhưng một người tự kiểm điểm nội bộ thì không bao giờ có thể chu đáo được, bởi vì, ngay cả khi những người tự phê bình, tự kiểm duyệt nội bộ đủ trung thực, điều rất hiếm hoi, thì họ vẫn có thể bị nhầm lẫn một cách trung thực. Trong khi đó, một sự kiểm soát bên ngoài mang lại, tất nhiên, không mù quáng trước những sai lầm của đối thủ.

Nhiệm vụ lập pháp không thể giao phó hoàn toàn cho tổ chức nghị viện. Trong trình độ dân trí của xã hội ta hiện nay, tính đại diện rộng rãi của nhân dân không tương xứng với chuyên môn mà công việc lập pháp đòi hỏi. Nhiệm vụ lập pháp nên giao cho một cơ quan lập pháp chuyên trách, bao gồm các luật gia hiến pháp và luật pháp. Tổ chức nghị viện có thể đề xuất một dự luật, phản đối hoặc chấp nhận nó.

Hai đảng chính trị có nhiệm vụ mở rộng vấn đề lãnh đạo và đào tạo thêm các nhà lãnh đạo.

Dưới bộ máy lãnh đạo có bộ máy hành chính, bộ máy quân sự và bộ máy tổ chức quần chúng. Bộ máy lãnh đạo là bộ não, bộ máy hành chính và bộ máy quân sự là chân tay, còn bộ máy tổ chức quần chúng là phương tiện để đưa bộ máy lãnh đạo đến với nhân dân, nhân dân đến với bộ máy lãnh đạo.

Như vậy, xây dựng bộ máy lãnh đạo Tây hóa không có nghĩa là thiết lập các bộ hành pháp, lập pháp và tư pháp giống như bộ máy lãnh đạo của các nước khác. Các nước phương Tây hay dịch những danh từ mà họ đã dùng để đặt tên cho những bộ phận mà chúng ta đã tạo ra một cách miễn cưỡng. Bởi vì như thế chúng ta lại rơi vào dạng bệnh tật. Căn bệnh hình thức ở đây, cũng như trong các lĩnh vực khác của đời sống dân tộc, là di sản của quá trình Tây phương hóa vô mục đích và vô định hướng của thời Pháp thuộc.

Xây dựng bộ máy lãnh đạo Tây hóa, trước hết phải hiểu bản chất của bộ máy đó, phân tích các nguyên tắc điều hành có tính chất đó, hiểu các hình thức sử dụng để cụ thể hóa các nguyên tắc trên.

Sau đó, với các vật liệu địa phương, được sử dụng trong bối cảnh địa phương, chúng ta xây dựng một bộ máy lãnh đạo thích ứng và hiệu quả với các hình thức đương nhiên phải được định hình theo các điều kiện mà chúng ta nhận thức được.

Nói cách khác, bằng cách đó, chúng ta đã phương Tây hóa sự lãnh đạo của mình. Sau khi phân tích và nhận ra những nguyên tắc chi phối sự lãnh đạo của phương Tây, chúng ta đã xây dựng bằng những chất liệu của dân tộc và sử dụng trong hoàn cảnh hiện tại của dân tộc, một sự lãnh đạo thích ứng với hoàn cảnh của chúng ta, nhưng vẫn tôn trọng những nguyên tắc chi phối của sự lãnh đạo của phương Tây. Những nguyên tắc đó không khác gì những nguyên tắc chi phối sự sáng tạo khoa học như chúng ta biết. Trong trường hợp này là tính ngăn nắp của các bộ phận trong bộ máy lãnh đạo. Sự rõ ràng trong việc phân chia trách nhiệm và quan niệm đúng đắn về mối quan hệ giữa các trách nhiệm.

Kỷ cương quốc gia.

Giả sử chúng ta thành công trong việc tổ chức bộ máy lãnh đạo quốc gia, thì sự thành công của bộ máy đó, trong việc lãnh đạo đất nước, phụ thuộc vào yếu tố con người. Bộ máy lãnh đạo quốc gia sẽ lãnh đạo đất nước thành công nếu những người có trách nhiệm trong từng bộ phận của bộ máy hiểu rõ phạm vi và giới hạn của trách nhiệm, vững vàng làm tròn trách nhiệm và đảm đương được trách nhiệm. Và người dân, dù chưa nhận thức đầy đủ các vấn đề của lãnh đạo, nhưng phải được trang bị đủ kiến thức để nhận thức được các vấn đề cần giải quyết của quốc gia, và chấp nhận hay phản đối một lãnh đạo đó.

Do đó, vấn đề tổ chức quần chúng là một vấn đề trọng tâm trong đời sống quốc gia, như chúng ta sẽ thấy chi tiết trong đoạn sau.

Các yếu tố nhân sự nêu trên đều thuộc một biểu hiện tinh thần chung: tinh thần kỷ cương quốc gia. Kỷ luật là một sự kiện cần thiết cho tất cả các nhóm. Có một đội là có kỷ luật. Chỉ tồn tại kỷ luật tập thể. Nhóm càng lớn, kỷ luật càng cần thiết, càng phức tạp và vô hình. Tập thể quốc gia là tập thể lớn nhất của một dân tộc vì kỷ cương quốc gia là cốt yếu nhất của quốc gia.

Kỷ luật quốc gia có thể được hình thành dưới hai hình thức, kỷ luật quốc gia tự do và kỷ luật quốc gia bắt buộc. Nếu mỗi người trong chúng ta nhận ra sự cần thiết của kỷ luật quốc gia và phục tùng nó, thì chúng ta sẽ áp dụng một kỷ luật quốc gia tự do về sự đồng ý. Quốc gia càng có chí khí thì kỷ cương quốc gia càng được chấp thuận. Nếu chúng ta không tuân theo kỷ luật quốc gia, sự tồn tại chung của chúng ta sẽ buộc chúng ta phải tuân theo kỷ luật bắt buộc của quốc gia.

Tuy nhiên, vấn đề kỷ cương quốc gia, cũng như mọi vấn đề liên quan đến đời sống của một cộng đồng, là vô cùng phức tạp. Từ chủ nghĩa cực đoan cưỡng bức của cách tiếp cận độc tài của Đảng Cộng sản đến chủ nghĩa cực đoan tự do đến hỗn loạn, có một loạt các trạng thái cân bằng, chẳng hạn như một quang phổ của tự do và cưỡng bức. Để tự do tràn lan đến hỗn loạn hay đặt nó vào chủ nghĩa cực đoan cưỡng bức theo phương thức độc tài của Đảng Cộng sản, đều là những thái độ chọn con đường chết cân bằng cho chọn con đường dễ dàng. Trong khi đó, cuộc sống, giống như sự lãnh đạo quốc gia, chủ yếu là duy trì và phát triển trạng thái cân bằng năng động giữa hai lực lượng đối lập.

Trong trường hợp kỷ luật quốc gia, đạt được trạng thái cân bằng động có nghĩa là, đối với các quốc gia trong khối tự do, đặt nguyên tắc tôn trọng tự do nhưng bị chi phối bởi một sự phân định cưỡng chế cần thiết để thúc đẩy dinh dưỡng và phát triển cân bằng. Sự phân định cưỡng chế lớn hay nhỏ tùy thuộc vào mức độ tự giác chấp hành kỷ luật của các thành viên trong tập thể đối với tính chất thiết yếu của kỷ luật cộng đồng; Nếu mức độ tự giác cao thì ranh giới cưỡng chế nhỏ, còn nếu mức độ tự giác thấp thì lợi ích cộng đồng đòi hỏi mức độ cưỡng chế cao. Đó là quy luật của xã hội: tinh thần tự chủ cao thì tính tự giác cao, sự phân biệt bắt buộc sẽ thấp, và chế độ sẽ là một với nhiều quyền tự do, và mỗi thành viên trong cộng đồng sẽ là chủ nhân của chính nó. Nếu tinh thần tự chủ thấp thì mức độ tự giác sẽ thấp, tính cưỡng bức sẽ cao và chế độ sẽ là một chế độ gò bó, mỗi thành viên trong cộng đồng sẽ từ bỏ một phần lớn quyền lợi làm chủ bản thân, vì cộng đồng.

Nếu mức độ tự nhận thức cực kỳ kém thì sự cân bằng sẽ bị phá vỡ, theo một trong hai cơ chế, tuy khác nhau nhưng tất nhiên sẽ dẫn đến cùng một kết quả.

Nếu mức độ kỷ luật tự giác cực kỳ kém, thì việc thực thi một kỷ luật quốc gia, nhân danh lợi ích công cộng, sẽ đòi hỏi sự sáng suốt mang tính cưỡng chế cao. Các nhà lãnh đạo trong hoàn cảnh đó rất dễ bị cám dỗ bởi các phương pháp độc đoán. Đối với cá nhân chúng ta, chúng ta đã biết một chế độ độc tài sẽ mở cửa cho ngoại xâm Trung Quốc và nô lệ cho nhiều thế hệ.

Cho nên, trong trường hợp tính tự giác kém mà người lãnh đạo không đòi hỏi cao tính cưỡng chế vì lợi ích của cộng đồng, thì hỗn loạn sẽ hoành hành và tất nhiên cũng mở cửa cho ngoại xâm bằng cách giải tán cộng đồng.

Vì vậy, vấn đề đã rõ ràng. Muốn làm chủ mình, tức là làm chủ vận mệnh quốc gia, chúng ta phải phấn đấu rèn cho mình một tinh thần tự giác cao đối với kỷ cương quốc gia. Nếu không, người khác sẽ kiểm soát vận mệnh của chúng ta.

Bộ máy quần chúng.

Như chúng ta đã thấy, trong phần trên, đặc điểm sự tan rã của xã hội chúng ta là sự mất tín hiệu tập thể đối với các thành viên của cộng đồng quốc gia.

Trong một cộng đồng, tín hiệu tập thể quan trọng ở chỗ, nếu có tín hiệu tập hợp thì việc huy động các thành viên trong cộng đồng theo đuổi mục đích chung mới có thể thực hiện được.

Nhật Bản, khi bắt đầu quá trình Tây phương hóa, công cụ sắc bén nhất của họ là tổ chức xã hội còn nguyên vẹn và sự tin tưởng của họ đối với Hoàng đế. Các nhà lãnh đạo Nhật Bản đã sử dụng sự tin tưởng vào Thiên hoàng như một tín hiệu tập hợp để huy động quần chúng thực hiện công cuộc phát triển đất nước. Chúng ta đã biết thành công của họ. Giả sử chúng ta bắt đầu quá trình Tây phương hóa cùng lúc với Nhật Bản, tức là khi phương Tây mới tấn công, khi xã hội chúng ta chưa tan rã, thì chắc chắn những chuẩn mực giá trị của xã hội lúc bấy giờ có thể đóng vai trò là tín hiệu tổng hợp rất hiệu quả. Và việc huy động toàn dân vào sự nghiệp phát triển đất nước có nhiều thuận lợi hơn hiện nay.

Xã hội ta ngày nay, sau thời Pháp thuộc, đang tan rã. Các tín hiệu tổng hợp đã biến mất. Các nhà lãnh đạo, để tập hợp quần chúng, hoặc khai thác mê tín,mọi nơi của quần chúng, hoặc áp dụng chính sách độc tài cưỡng chế.

Khai thác mê tín dị đoan sẽ dẫn đến ngõ cụt vì hai lý do. Thứ nhất, bản thân người lãnh đạo cũng mê tín dị đoan, sẽ dẫn dắt những người tin tưởng mình vào những con đường phiêu lưu, không thiết thực và nhất là không phù hợp với những vấn để trọng đại của quốc gia. Nếu bản thân người lãnh đạo không mê tín dị đoan mà quần chúng mê tín thì họ không còn sống trong thực tế nữa. Và nếu họ không sống trong thực tế, sẽ không thể dẫn dắt những người mê tín này đi vào con đường Tây phương hóa. Không có cách nào để đưa các lý thuyết hợp lệ của khoa học thay thế vào những bí ẩn và huyền thoại trong bộ não của họ.

Đối với chính sách độc tài cưỡng bức, chúng ta đã biết rằng hoàn cảnh lịch sử và vị trí địa lý của chúng ta không cho phép chúng ta áp dụng nếu không muốn đưa dân tộc trở lại vòng nô lệ.

Trong một xã hội mà tổ chức không bị tan rã và tín hiệu tập thể vẫn còn giá trị, thì các tổ chức quần chúng không cần thiết cho sự lãnh đạo như trong một xã hội không có tín hiệu tập thể.

Còn xã hội chúng ta ngày nay đang ở trong hoàn cảnh thứ hai, nên tổ chức đoàn thể rất cần thiết cho chúng ta.

Xã hội không có tổ chức.

Trong một đoạn trên, chúng ta đã thấy rằng xã hội của chúng ta ngày nay hoàn toàn vô tổ chức. Sự vô tổ chức đã bắt đầu từ buổi Nam tiến, việc chiếm đất mới không được thực hiện theo nguyên tắc tổ chức cơ sở vật chất của xã hội ta buổi đầu. Làng ở Nam Trung Bộ và Nam Bộ dần mất đi cái hình thức chặt chẽ, mật độ cần thiết của một đời sống tập thể. Vì vậy, cùng với sự mất đi hình thái dày đặc của cơ sở hạ tầng, tính tổ chức xã hội của cơ sở hạ tầng cũng mất đi.

Thời kỳ Pháp thuộc càng làm trầm trọng thêm sự tan rã đó. Nơi nào cơ sở hạ tầng đã hư hại, thì sự thống trị của Pháp càng làm tăng thêm thiệt hại. Bởi vì, như chúng ta biết, bản chất của chế độ thực dân là không liên quan đến tương lai của những người bị trị. Nhiệm vụ của chúng là giữ hòa bình. Và như vậy, tổ chức đoàn thể của ta không hợp với Pháp, trái lại còn là trở ngại cho việc trị an. Người Pháp chỉ tập trung vào một bộ máy hành chính chuyên duy trì hòa bình để phục vụ lợi ích kinh tế của nhà cầm quyền. Và vì vậy việc giữ cho dân cư bị phân tán là một yếu tố quyết định cho sự thành công của chính sách thuộc địa.

Ở những nơi cơ sở hạ tầng của ta còn tương đối eo hẹp như Trung Bộ, Bắc Bộ, người Pháp cũng đã phá bỏ các thiết chế xã hội hạ tầng của ta. Trước hết, chúng đưa vào nước ta một hệ thống kinh tế, có phạm vi bao trùm toàn bộ lãnh thổ Đông Dương thuộc quyền quản lý của chúng, nhằm thay thế một hệ thống kinh tế dựa trên tổ chức làng xã cổ của Việt Nam. Tiếp đến là sự ra đời của chính sách thuế trực tiếp với người dân thay thế chính sách thuế cũ đặt qua giữa làng xã, với tư cách là đơn vị xã hội, sau gia đình.

Cho dù các thể chế cơ sở hạ tầng của chúng ta kiên cường đến đâu, những biện pháp này có thể phá vỡ chúng.

Kết quả của những sự kiện này là sự vô tổ chức của xã hội chúng ta ngày nay. Nếu các tín hiệu tập thể của chúng ta hợp lệ, thì tác động của sự vô tổ chức này sẽ ít gây hại hơn. Nhưng tín hiệu tập hợp của chúng ta cũng đã mất vì thời Pháp thuộc.

Vì vậy, sự vô tổ chức ngày nay là điều không thể nếu chúng ta muốn dẫn dắt cộng đồng dân tộc đi vào con đường thực hiện những công việc vĩ đại như sự phát triển mà chúng ta phải đạt được trong giai đoạn này.

Cấp độ vô tổ chức.

Chúng ta phải biết rằng tình trạng vô tổ chức của xã hội chúng ta ngày nay đang ở mức độ rất nghiêm trọng. Vì chúng ta đã loại trừ Cộng sản, nên tất nhiên khi xét xã hội chúng ta là vô tổ chức, chúng ta không lấy việc quân sự hóa quần chúng trong xã hội Cộng sản làm tiêu chuẩn. Nhưng, một thực tế mà chúng ta muốn nêu ra, đó là các tổ chức quần chúng của các nước phương Tây, vốn coi sự tôn trọng tự do cá nhân như một quy luật nghiêm ngặt của nền văn minh, chúng ta không có.

Giả sử có ba nhóm người, một nhóm theo Cộng sản, một nhóm theo chủ nghĩa tự do phương Tây và một nhóm người Việt Nam. Cả ba nhóm đều phải đối mặt với một thử thách chung: vượt qua một chặng đường dài với nhiều chướng ngại vật tự nhiên bất ngờ, di chuyển từ địa điểm A đến địa điểm B. Hành động của ba nhóm người sẽ như thế nào?

Trước hết, trong đám người của chế độ Cộng sản, theo lệnh của cấp chỉ huy, tất cả đều gia nhập hàng ngũ sẵn có của mình. Có những đội nhỏ, dưới sự chỉ huy nghiêm ngặt của một đội trưởng. Tất cả các đội được tập hợp thành từng nhóm, đặt dưới sự chỉ huy của một chỉ huy. Các khẩu đội trưởng, súng ngắn, đạn dược chuẩn bị sẵn, lúc nào cũng sẵn sàng nổ súng, ai nấy đều khiếp sợ và nghiêm chỉnh chấp hành mệnh lệnh. Người lãnh đạo giải thích rằng, vì lợi ích của giai cấp vô sản, Đảng và người lãnh đạo đã xác định rằng phong trào phải được tiến hành theo một con đường duy nhất mà người lãnh đạo đã biết. Tất cả họ đều đồng thanh reo lên trong khi nhìn vào nòng súng sâu hoắm đang chĩa vào họ.

Và đoàn người tiến bước theo chân đoàn quân. Dọc đường, vấp phải những chướng ngại vật tự nhiên, cả đoàn người, vì có chủ kiến và dưới sức ép của nòng súng, vẫn tiến lên gục ngã vì kiệt sức và không thể vượt qua chướng ngại vật. Cuối cùng đoàn người sau khi tiêu hao sinh lực phải dừng lại chờ hiệu lệnh chuyển hướng. Mệnh lệnh được ban xuống, mọi người lại nhìn lên nòng súng, reo mừng và tất cả lên đường trên một chặng đường mới, một chướng ngại vật mới. Phong trào Công xã Nhân dân Trung Quốc điển hình cho trường hợp này.

Nhóm người thuộc khối tự do sẽ thực hiện nước đi theo cách khác. Mọi người tự chia thành các nhóm nhỏ. Mỗi nhóm không có trưởng nhóm, nhưng một người được nhóm chỉ định để điều phối các ý tưởng tổng thể của hành trình. Những người phụ trách tập hợp lại với nhau, phối hợp phương hướng và tốc độ của các nhóm, sao cho sự vận động của toàn thể được quy định dưới trách nhiệm của một người nhất trí lãnh đạo. Theo lệnh của người này, tất cả đều lên đường, mỗi người đều không hiểu hết, nhưng đều biết lý do hành động và lộ trình hiện tại của cộng đồng. Mặc dù không có sự hoan nghênh nhiệt liệt, nhưng đã có quyết tâm tiến về phía trước và nhận thức được những trở ngại tự nhiên đang chờ đợi. Dọc đường gặp trở ngại thiên nhiên, do không có ý định vững chắc về lộ trình, tất cả đều dừng lại và dùng kỹ thuật khoa học để đánh giá thực tế để tìm cách khắc phục. Nhờ đó, phương Tây đã tìm ra giải pháp cho các vấn đề xã hội cuối thế kỷ 19.

Cuối cùng là nhóm người Việt Nam, sẽ thực hiện hành trình như sau. Một người đứng lên, với sự hỗ trợ của một số người khác, giải thích sự cần thiết của việc di chuyển và đề xuất lộ trình. Nhưng xung quanh, mọi người đang đứng và ngồi, một số đang lắng nghe, một số đang tính toán công việc của họ, một số đang giải trí, một số đang làm việc. Nhìn chung, một cảnh vô cùng hỗn loạn. Khi có hiệu lệnh, có người lên đường, nhưng tốc độ không đều, có người nhanh, có người chậm. Phần còn lại ngồi trong im lặng, không biết phải làm gì. Đi một chặng đường dài, số người đi trước phải quay lại để tìm cách thuyết phục những người chưa quyết định. Đấu tranh, đi, ở, không có hồi kết. Thời gian đã trôi qua mà cuộc hành trình vẫn chưa bắt đầu, chỉ vì nhóm không được tổ chức. Vì vậy, chúng ta bất lực trước một công việc cần sự tham gia của cả cộng đồng.

Tác dụng của tổ chức quần chúng.

Như vậy, muốn tiến hành công tác tập thể thì trước hết phải tổ chức quần chúng.

Nhưng nhiều vấn đề quan hệ hơn. Bởi vì nếu chúng ta không tổ chức quần chúng, tất nhiên chúng ta sẽ không thể thực hiện được những công việc mà chúng ta đã dự định.

Nhưng tình hình không kết thúc ở đó, bởi vì, nếu chúng ta không dẫn dắt nhóm trên hành trình đã định, thì sẽ có người khác tổ chức và dẫn dắt họ. Trong giai đoạn hiện nay của đất nước, nếu chúng ta không thể tổ chức quần chúng và giải quyết các vấn đề hiện tại của cộng đồng, thì các nhà lãnh đạo Cộng sản sẽ tổ chức quần chúng và giải quyết các vấn đề hiện tại của cộng đồng theo quan điểm cộng sản. Nhưng chúng ta đã biết giải pháp Cộng sản sẽ có hại cho dân tộc như thế nào.

Trên thực tế, các nhà lãnh đạo Cộng sản Bắc Việt, những người kế thừa sự nghiệp nghiên cứu của Cộng sản quốc tế, đã nhận thức được điều này, và từ lâu đã rất quan tâm đến công tác tổ chức quần chúng. Và sức mạnh của họ lâu nay là ở chỗ kỹ thuật tổ chức quần chúng của Quốc tế Cộng sản đã được đặc biệt nghiên cứu và vận dụng. Và một khi đã tổ chức được quần chúng, chúng đã có trong tay một thứ vũ khí sắc bén mà chúng ta không có.

Vì vậy, tổ chức đoàn thể, đối với chúng ta, là một yếu tố vô cùng cần thiết, không chỉ để thực hiện bất kỳ công việc phát triển cộng đồng nào có liên quan, mà đồng thời, là vũ khí để ngăn chặn sự phá hoại của du kích miền Bắc đang hoạt động ở miền Nam.

Một lần nữa, chúng ta phải nhận thức rõ ràng rằng một bộ máy hành chính dù tinh vi đến đâu cũng không đủ sức giải quyết những vấn đề nan giải hiện nay của đất nước. Vì không có bộ máy hành chính, không có bộ máy tổ chức quần chúng thì không huy động được toàn dân. Sở dĩ có sự ngộ nhận về vai trò tự mãn của bộ máy hành chính là do ký ức về thời Pháp thuộc còn rất mới. Và trong thời kỳ này, bộ máy hành chính của Pháp thực sự hoạt động rất hiệu quả. Nhưng khi đó mục tiêu của người Pháp không phải là mục tiêu của chúng ta ngày nay. Hai điều này chúng ta đã thấy rõ ở đoạn trên.

Cuối cùng, lý do xác đáng nhất để chứng minh sự cần thiết của tổ chức quần chúng là công việc Tây phương hóa mà chúng ta phải thực hiện trong thời điểm hiện tại.

Ở đoạn trên, chúng ta đã thấy công cuộc Tây hóa phải toàn diện, tức là phải được tiến hành trong mọi lĩnh vực của đời sống và phải ăn sâu, bám rễ sâu rộng trong nhân dân. Nếu phương Tây hóa chỉ giới hạn trong một nhóm lãnh đạo, như trường hợp của một số quốc gia ở Cận Đông, thì sớm hay muộn, quần chúng sẽ ly khai khỏi nhóm lãnh đạo và địa vị xã hội chín muồi cho một cuộc cách mạng lật đổ các nhà lãnh đạo phương Tây hóa. Một quá trình Tây hóa nếu muốn có kết quả như mong muốn thì phải ăn sâu bám rễ và lan tỏa trong nhân dân.

Một quá trình Tây hóa đã ăn sâu và lan rộng trong nhân dân, có nghĩa là người chủ trương Tây hóa phải làm sao để quần chúng từ thành thị đến nông thôn chấp nhận nhiều phong tục tập quán mới, nếp sống mới, cách sinh hoạt mới. Một công việc to lớn như vậy không thể do một bộ máy hành chính dù tinh vi đến đâu làm được mà chỉ có một mình nó làm được. Và một công việc vĩ đại như vậy, nếu không có sự tham gia thực sự của quần chúng, tất yếu sẽ thất bại vì lực lượng thụ động của quần chúng quen sống theo những lề thói mà Tây phương hóa đã đặt ra cho mình để thay đổi.

Trong trường hợp đó, thực hiện công cuộc Tây phương hóa trước hết là hướng dẫn cho nhân dân nhận thức rõ sự cần thiết của Tây phương hóa và phương thức Tây phương hóa. Vậy thì chúng ta phải lãnh đạo nhân dân hợp tác với các nhà lãnh đạo, để thực hiện những công việc cần thiết cho sự nghiệp Tây phương hóa.

Và những hoạt động như vậy đã ăn sâu và lan rộng trong quần chúng nhân dân, không thể thực hiện được trong tình trạng vô tổ chức của nhân dân trong xã hội ta hiện nay. Điều kiện chủ yếu và tiên quyết của các hoạt động trên là tổ chức quần chúng. Và chỉ thông qua các tổ chức quần chúng đó, các hoạt động này mới có thể phát triển mạnh mẽ và đưa quần chúng đến chỗ hợp tác, theo hướng Tây phương hóa, với các nhà lãnh đạo.

Tóm lại, qua những đoạn văn trên, chúng ta nhận thấy:

Trong hoàn cảnh bình thường, các tổ chức quần chúng là một yếu tố thiết yếu trong cuộc sống của một quốc gia độc lập.

Trong tình hình hết sức gay gắt như hiện nay, ở những nước đang phát triển như nước ta, các tổ chức quần chúng lại càng là một bộ phận thiết yếu của đời sống dân tộc.

Trong chính trường miền Nam hôm nay, tổ chức quần chúng lại là vũ khí ngăn chặn sự phá hoại của quân du kích miền Bắc. Nhưng quần chúng của chúng ta bây giờ hoàn toàn vô tổ chức. Chúng ta đã quen sống trong tình trạng hỗn loạn mà lầm tưởng đó là tình trạng tự do. Thật vậy, trở lại câu hỏi về sự cân bằng động cần thiết cho mọi cộng đồng giữa lợi ích cá nhân và lợi ích cộng đồng, xã hội chúng ta ngày nay là một xã hội sắp mất đi sự cân bằng nói trên, và chúng ta đang sống trong tình trạng mà lợi ích của cộng đồng hy sinh vì lợi ích của cá nhân. Như vậy, đối với chúng ta, tổ chức quần chúng và các tổ chức quần chúng trở thành nhân tố quyết định sự tồn vong của cộng đồng.

Làm thế nào để tổ chức quần chúng?

Dưới chế độ độc tài do Đảng lãnh đạo, cũng như dưới chế độ dân chủ pháp quyền, tổ chức quần chúng là cần thiết vì những lý do chúng ta đã phân tích. Tuy nhiên, khái niệm về tổ chức, mục đích của tổ chức và hình thức tổ chức ở hai chế độ khác nhau.

Phương thức lãnh đạo của một chế độ độc tài Đảng Cộng sản là cưỡng chế dưới mọi hình thức và mọi cấp độ, nhằm mục đích biến các cá nhân thành những bộ phận dễ uốn nắn và quản lý trong một guồng máy chung, mà mọi sự ràng buộc đều nằm trong tay của nhóm lãnh đạo. Vì vậy, ngoài tác dụng của các tổ chức quần chúng mà chúng ta biết, tổ chức quần chúng của một Đảng độc tài còn có tác dụng uốn nắn cá nhân. Và do đó, hình thức tổ chức quần chúng trong chế độ này được thiết kế để cắt đứt mọi ràng buộc giữa cá nhân và cộng đồng, dù là quan hệ gia đình, tôn giáo, văn hóa, hay kinh tế hay xã hội, và thay vào đó là mối liên hệ duy nhất giữa cá nhân và Đảng. nắm quyền.

Vì quan niệm đó, các tổ chức quần chúng trong chế độ độc tài Đảng Cộng sản đều là các tổ chức do chính phủ chủ trương, do chính phủ kiểm soát, do chính phủ điều hành và do chính phủ quản lý tài chính. Việc tham gia vào tổ chức, cũng như tham gia vào các hoạt động của nó, là bắt buộc. Tất nhiên, sự ép buộc tạo ra sự tham gia thông thường của cá nhân. Sau đó, theo nguyên tắc ép buộc, một cuộc đàn áp khéo léo hoặc công khai nhưng hợp lý sẽ được thực hiện để tích cực thu hút cá nhân đến một mức độ cần thiết cho cuộc sống và sức sống của tổ chức.

Phương thức lãnh đạo của một nền dân chủ pháp quyền là sự phân định có hiệu lực pháp luật, hài hòa với mức độ tự giác của cá nhân về nghĩa vụ đối với cộng đồng. Tổ chức quần chúng của một nền dân chủ pháp quyền, bên cạnh những tác dụng thông thường, còn có tác dụng thúc đẩy ý thức cộng đồng của từng cá nhân. Vì vậy, tổ chức quần chúng là hình thức cung cấp thêm mối liên kết giữa cá nhân và cộng đồng trên mọi lĩnh vực, gia đình, tôn giáo, văn hóa, kinh tế, xã hội.

Vì vậy, các tổ chức đoàn thể, trong một nền dân chủ pháp quyền, sẽ do tư nhân chủ trương, tổ chức, kiểm soát và quản lý tài chính, dưới sự kiểm soát của chính quyền. Việc cá nhân gia nhập tổ chức là hoàn toàn tự nguyện, hoặc nếu cần thiết được khuyến khích bởi các đặc quyền, ngoài quyền công dân thông thường, dành cho nhân viên của một tổ chức quần chúng. Các cơ hội tích cực để phát triển năng lực, được tìm thấy trong các tổ chức quần chúng, cũng là một động lực để gia nhập. Tuy nhiên, trong mọi trường hợp, việc gia nhập là hoàn toàn tự nguyện, và do đó, việc tham gia vào đời sống của tổ chức tất nhiên là rất tích cực, sức sống của nó dồi dào một cách tự nhiên.

Chúng ta đã bài trừ Cộng sản, chúng ta không thể chọn tổ chức quần chúng của chế độ độc tài Đảng, nếu không thì lý do bài trừ Cộng sản của chúng ta đã không còn.

Nhưng, giả sử chúng ta vượt ra ngoài quan điểm lý thuyết trên, và vì bị phương pháp độc đoán cám dỗ, mà chọn hình thức tổ chức quần chúng của chế độ độc tài Đảng, thì theo một công thức đơn giản, chúng ta sẽ đi đến tình trạng không có lối thoát. Nếu chọn tổ chức quần chúng của chế độ độc tài đảng cộng sản thì chính quyền sẽ tổ chức, chỉ đạo và điều hành các tổ chức quần chúng. Khi đó, vì một lý do dễ hiểu, việc tham gia tổ chức cũng như tham gia các hoạt động của tổ chức sẽ không còn mang tính tự nguyện, chủ động nữa. Trong trường hợp đó, chính quyền lâm vào tình thế tiến thoái lưỡng nan. Nếu giữ nguyên hiện trạng, các tổ chức đoàn thể vì thiếu sự tham gia tích cực của các cá nhân sẽ không đủ sức sống để có hiệu quả như mong muốn. Nếu sự ép buộc được sử dụng để thúc đẩy sự tham gia của cá nhân, thì chính phủ, vì không phải là chế độ độc tài Đảng, sẽ không thể sử dụng các biện pháp độc tài Đảng mà không tạo ra một cuộc khủng hoảng nghiêm trọng cho chính thể. Hơn nữa, chính phủ không có đủ các biện pháp cưỡng chế như trong chế độ độc tài Đảng để khắc phục tình hình.

Vì vậy, chúng ta không thể áp dụng một hình thức tổ chức quần chúng độc tài Đảng. Tuy nhiên, nếu áp dụng hình thức tổ chức quần chúng dân chủ pháp quyền nói trên, chúng ta sẽ gặp trở ngại, nhất là đối với những nước chậm tiến như Việt Nam.

Trong hoàn cảnh xã hội của chúng ta hiện nay, ý thức tập thể của quần chúng rất yếu kém, kinh nghiệm tổ chức, kiểm soát và quản lý các tổ chức quần chúng còn rất kém.

Tất nhiên, đóng góp tài chính cá nhân sẽ rất hạn chế. Vì vậy, sáng kiến của tổ chức quần chúng không thể hoàn toàn do nhân dân. Chính phủ, ngoài nhiệm vụ kiểm soát, tất nhiên phải đảm nhận trách nhiệm định hướng tổ chức, hướng dẫn đào tạo cán bộ quản lý vận hành, quản lý tài chính cho tổ chức. Điều cần thiết là nhiệm vụ hướng dẫn phải được làm rõ và không được nhầm lẫn với vai trò tổ chức, chỉ đạo và điều hành trực tiếp của chính phủ như trong chế độ độc tài Đảng.

Trong trường hợp chúng ta đã có các tổ chức quần chúng trưởng thành, nhiều cán bộ được trang bị kinh nghiệm chuyên môn thì trong vấn đề tổ chức quần chúng không những không cần đến vai trò chỉ đạo của chính quyền mà chúng ta còn tránh được nhờ vốn tổ chức đoàn thể sẵn có của chúng ta, những sai lầm mà một sự hướng dẫn sơ ý không đầy đủ có thể làm cho hệ thống tổ chức đoàn thể của chúng ta.

Tổ chức quần chúng và tổ chức chính trị.

Thường có sự nhầm lẫn giữa tổ chức chính trị và tổ chức quần chúng. Nhiều người vô tình nghĩ đoàn thể là tổ chức chính trị và thấy ảnh hưởng chính trị của đoàn thể. Nhưng cũng có nhiều người cố tình gây hoang mang vì muốn lợi dụng ảnh hưởng chính trị của các tổ chức quần chúng để ủng hộ một phong trào chính trị.

Riêng ở Việt Nam, sự hiểu lầm tổ chức quần chúng thành tổ chức chính trị thường xảy ra vì một lý do lịch sử mà chúng ta đã đề cập ở đoạn trước. Sau hơn tám mươi năm bị gạt ra ngoài những vấn đề liên quan đến lãnh đạo quốc gia, một số đông người Việt Nam đã quay trở lại với những vấn đề lãnh đạo trong thời kỳ kháng Pháp. Nhưng lúc bấy giờ Cộng Sản làm chủ tình hình, nên những biện pháp lãnh đạo áp dụng được coi như những sáng kiến độc quyền của Cộng Sản, hay như những biện pháp chính trị mà chế độ nào cũng phải áp dụng. Và trong chế độ độc tài đảng cộng sản, các tổ chức quần chúng, là công cụ chính trị của chế độ. Vì những lý do trên, nhiều người vẫn cho rằng, trong mọi chế độ, tổ chức quần chúng là tổ chức chính trị.

Ngoài ra, tại các quốc gia như Việt Nam ngày nay, đang bị Cộng sản thâm nhập và xâm lược, các tổ chức đoàn thể được Cộng sản sử dụng làm bình phong để che đậy các hoạt động chính trị bí mật. Hoặc Cộng sản dùng các tổ chức đoàn thể như một lực lượng chính trị để áp đảo chính quyền quốc gia.

Thực tế trên tạo điều kiện thuận lợi cho sự nhầm lẫn giữa tổ chức chính trị và đoàn thể quần chúng. Tuy nhiên, nguyên nhân chính của sự nhầm lẫn vẫn là ảnh hưởng chính trị của các tổ chức quần chúng.

Đấu trường chính trị của một cộng đồng quốc gia là lĩnh vực hoạt động chung của mọi thành viên trong cộng đồng. Vì vậy, về nguyên tắc, mỗi cá nhân đều có ảnh hưởng đến các công việc của cộng đồng. Tuy nhiên, ảnh hưởng chính trị của các cá nhân rất hạn chế, trừ trường hợp cá nhân có vai trò quan trọng trong bộ máy quốc gia, hoặc nhiều cá nhân tập hợp thành một khối có lực lượng đáng kể.

Nguồn gốc của ảnh hưởng chính trị của các tổ chức đoàn thể là sự kiện trên.

Nhưng chúng ta cần nhận thấy rằng, trong một nền dân chủ pháp quyền, sự khác biệt giữa hai tổ chức chính trị và đoàn thể quần chúng rất rõ ràng, xét về mục đích, hình thức tổ chức và phương thức hoạt động.

Một tổ chức chính trị của những người tin tưởng vào một đường lối chính trị, tức là một giải pháp tổng thể cho các vấn đề của cộng đồng quốc gia, trong mọi lĩnh vực của đời sống. Mục đích đấu tranh của một tổ chức chính trị, tức là của một đảng chính trị, là nắm quyền để đưa những giải pháp mà chính đảng đó chủ trương áp dụng vào các vấn đề của cộng đồng. Trong một nền dân chủ pháp quyền, các tổ chức chính trị hoạt động công khai và là một bộ phận của bộ máy lãnh đạo. Tổ chức chính trị có hệ thống tổ chức địa lý giống như hệ thống hành chính.

Một tổ chức quần chúng của những người làm việc trong cùng một nghề nghiệp, hoặc những người có cùng lợi ích kinh tế, hoặc những người theo đuổi một mục đích tôn giáo chung, hoặc một nguyên nhân xã hội, văn hóa, đạo đức hoặc thể chất. Mục đích của các tổ chức đoàn thể là bảo vệ các lợi ích nghề nghiệp, kinh tế, văn hóa hoặc xã hội của nhân viên, hoặc để bảo vệ một niềm tin, hoặc để phát triển một sự nghiệp xã hội hoặc văn hóa. Hoạt động của các tổ chức quần chúng do mục đích quyết định và không lúc nào trực tiếp đi vào lĩnh vực chính trị, nghĩa là vào lĩnh vực của bộ máy lãnh đạo. Ảnh hưởng chính trị của một tổ chức quần chúng sẽ bị giới hạn trong việc ủng hộ hoặc không ủng hộ một đường lối chính trị, khi có cơ hội, chẳng hạn như trong một chiến dịch bầu cử, vì đường lối đó có lợi hoặc không có lợi cho các mục đích riêng của tổ chức quần chúng.

Vì những sự việc vừa phân tích ở trên, trong một nền dân chủ pháp quyền, sự lẫn lộn giữa hai tổ chức chính trị và đoàn thể sẽ mang lại nhiều hệ lụy bất lợi cho cộng đồng. Trước hết, sự lộn xộn sẽ kéo theo sự hỗn loạn trong tổ chức bộ máy quốc gia và tạo điều kiện thuận lợi cho Cộng sản xâm nhập. Nếu chúng ta tôn trọng những tiêu chuẩn phân biệt tổ chức chính trị với tổ chức quần chúng, thì bất kỳ tổ chức quần chúng nào, sử dụng quần chúng của mình để hỗ trợ một phong trào chính trị, sẽ tự nhiên là một tổ chức. Quần chúng đã bị cộng sản thâm nhập. Kinh nghiệm cho thấy những dữ kiện trên rất chính xác.

Ngoài ra, việc cố tình nhầm lẫn giữa tổ chức quần chúng với tổ chức chính trị vì mục đích chính trị, sẽ mang đến cho tổ chức quần chúng một cuộc khủng hoảng nội bộ nghiêm trọng vì mục đích của nó đã bị vi phạm. Khủng hoảng có thể kéo theo sự tan rã của tổ chức.

Các tổ chức quần chúng công nhân và nông dân.

Trong xã hội của chúng ta ngày nay, sự phân chia dân số theo ngành hoạt động kinh tế, xác định hai loại tổ chức quần chúng quan trọng nhất về mặt số lượng. Loại đầu tiên bao gồm các tổ chức quần chúng của người lao động trong các doanh nghiệp công nghiệp hoặc nông nghiệp và thương mại, nghĩa là công đoàn. Loại thứ hai bao gồm các tổ chức nông dân, như chúng ta sẽ thấy trong đoạn sau, phù hợp nhất trong bối cảnh hiện nay của khu vực nông thôn là các hợp tác xã nông nghiệp, bảo vệ lợi ích kinh tế của nông dân. Hai loại tổ chức đoàn thể này chiếm tới chín mươi phần trăm dân số hoạt động và do có quan hệ gia đình sẽ ảnh hưởng tới chín mươi phần trăm dân số cả nước. Xem xét tỷ lệ dân số trên, chúng ta nhận thấy vai trò quan trọng của các tổ chức công đoàn và các tổ chức hợp tác xã nông nghiệp trong đời sống đất nước. Vì vậy, nỗ lực tổ chức quần chúng của chúng ta phải tập trung vào hai lĩnh vực công đoàn và hợp tác xã nông nghiệp.

Các hợp tác xã nông nghiệp lại chiếm từ bảy đến tám mươi phần trăm dân số. Công đoàn từ mười đến mười lăm phần trăm. Bộ máy quần chúng của chúng ta gần như là bộ máy hợp tác xã nông nghiệp. Nông thôn đóng vai trò quyết định trong tổ chức đoàn thể và trong các công việc quốc gia khác, vì như chúng ta đã thấy, tổ chức đoàn thể là công cụ để chúng ta thực hiện các dự án cộng đồng.

Thành phần dân cư còn lại ở các đô thị tuy ít về số lượng nhưng xét về chất lượng và tính chất hoạt động của họ lại cực kỳ quan trọng, bởi vì trong số này có đầy đủ các thành phần của các bộ phận khác trong guồng máy quốc gia: Lãnh đạo, hành chính và quân sự. bộ máy và cơ cấu kiểm soát của khu vực công và tư nhân và khu vực thương mại.

Những người này, ngoài các tổ chức tự nhiên trong ngành của họ, có thể tham gia vào nhiều tổ chức quần chúng khác nhau với mục đích bảo vệ niềm tin, lợi ích nghề nghiệp hoặc kinh tế của họ, hoặc theo đuổi mục tiêu chung về văn hóa, xã hội hoặc đạo đức hoặc thể dục hoặc du lịch . Cuộc sống của dân tộc ở các thành phố và thủ đô càng phức tạp và phong phú bao nhiêu thì các tổ chức quần chúng càng phải thích nghi với các hoàn cảnh và các loại hình khác nhau bấy nhiêu.

Ở nông thôn, cuộc sống của mọi người đơn giản hơn và các dạng sống ít dày đặc hơn. Vì vậy, các tổ chức quần chúng có thể chỉ là những hợp tác xã nông nghiệp với hình thức hết sức thô sơ, dễ kiểm soát, dễ hoạt động.

Trên một bậc các tổ chức công đoàn và hợp tác xã, xét về mức độ phức tạp của tổ chức và trình độ chuyên môn khá cao, điều mà việc kiểm soát các tổ chức này sẽ đòi hỏi, có các tổ chức bảo hiểm tương hỗ để hỗ trợ họ. Bảo hiểm ốm đau, tai nạn lao động, bảo hiểm gia súc, bảo hiểm sinh sản và tuổi già. Tất cả các tổ chức bảo hiểm tương hỗ đều hướng tới mục tiêu bảo vệ bằng nhiều cách, dưới nhiều hình thức lợi ích cá nhân của các thành viên trong tập thể, đồng thời phát huy tinh thần tập thể của các cá nhân.

Giáo dục công cộng.

Ngoài những tác dụng rõ rệt của các tổ chức đoàn thể mà chúng ta biết, tổ chức đoàn thể của dân tộc, còn góp một phần rất quan trọng vào các chương trình giáo dục đại chúng. Các chương trình giáo dục công lập khác với và không thay thế các chương trình giáo dục phổ thông mà chúng tôi sẽ đề cập ở phần sau.

Các chương trình giáo dục công cộng là công cụ cần thiết và hiệu quả để hỗ trợ cho quá trình Tây phương hóa đã ăn sâu và lan rộng trong nhân dân, như chúng ta đã biết. Các mục tiêu vừa là ngắn hạn đối với các kỹ thuật sản xuất của phương Tây, vừa là mục tiêu dài hạn đối với các phương thức thực hành mới cần trang bị cho người dân để Tây phương hóa toàn bộ. Các tổ chức quần chúng cũng là hoạt động dã ngoại để rèn luyện tinh thần tập thể của nhân dân, ý chí tự do, độc lập dân tộc đòi hỏi trước hiểm họa xâm lược thường xuyên của Trung Quốc.

Trong số các mục tiêu ngắn hạn, có các chương trình phổ biến kỹ thuật sản xuất phương Tây và đào tạo kỷ luật theo yêu cầu của phương tiện sản xuất công nghiệp.

Việc truyền bá kỹ thuật sản xuất phương Tây chủ yếu quan tâm đến nông nghiệp và tiểu thủ công nghiệp. Các hợp tác xã sơ cấp và các hiệp hội công nghiệp nhỏ đóng vai trò chính trong việc phổ biến này.

Lâu nay, người Việt Nam chỉ quen với lối sản xuất của một nền kinh tế nông nghiệp. Công việc đồng áng không đòi hỏi ở người nông dân một kỷ luật cứng nhắc về thời gian và sự căng thẳng về tinh thần, như khi một công nhân nhà máy chịu trách nhiệm về một bộ phận của nhà máy công nghiệp lớn. Công việc đồng áng của chúng ta ít nhiều cho phép sự cẩu thả trong công việc và sự mờ nhạt trong phân chia công việc. Sự thiếu rõ ràng và trật tự trong sản xuất nông nghiệp của chúng ta, trải qua nhiều thế hệ, đã tạo ra cho những người nông dân chúng ta một thói quen làm việc lộn xộn và thiếu hiểu biết.

Mặt khác, nền sản xuất công nghiệp không dung thứ cho sự làm việc bừa bãi và sự mơ hồ về kiến thức. Sản xuất công nghiệp chỉ có thể được tiến hành một cách có hiệu quả nếu có nền nếp, rõ ràng. Ngoài ra, việc chăm sóc, bảo dưỡng máy móc tức là các phương tiện sản xuất công nghiệp đòi hỏi người sử dụng phải nỗ lực không ngừng hàng ngày. Những nỗ lực như vậy là nguyên nhân của trạng thái căng thẳng tinh thần mà cuộc sống lâu dài ở nông thôn, trong một tình hình kinh tế nông nghiệp thuần túy, không biết đến.

Vì vậy, khi một người nông dân rời bỏ mảnh đất của mình để trở thành một công nhân nhà máy, hành động nhỏ đó không chỉ có nghĩa là thay đổi công việc để kiếm sống. Thực ra, điều đó cũng có nghĩa là người nông dân từ bỏ lối sống dễ dãi, vô trật tự theo nhịp điệu nhàn nhã của thời tiết để chuyển sang lối sống kỷ luật, trật tự theo nhịp điệu của máy móc. Điều đó có nghĩa là người nông dân sẽ phải làm quen và chấp nhận một sự căng thẳng về tinh thần mà họ đã không biết từ lâu. Và dần dần tâm lý người nông dân cũng sẽ thay đổi, cũng như cách sống của họ.

Tất nhiên, một sự chuyển đổi tương tự không thể là một nhiệm vụ dễ dàng. Không bao giờ, ngay cả khi kế sinh nhai của họ buộc họ phải trở thành công nhân nhà máy. Người nông dân, họ có thể tự mình chuyển đổi mà không có sự hướng dẫn và giúp đỡ hiệu quả từ bên ngoài. Nhưng lâu nay, trong quá trình chuyển đổi này, người nông dân không được hướng dẫn, giúp đỡ. Sự thay đổi này cũng là sự hỗn loạn chung của quá trình Tây phương hóa, thiếu định hướng của xã hội ta dưới thời Pháp thuộc.

Nhiệm vụ hướng dẫn, giúp đỡ nói trên phần lớn là nhiệm vụ của tổ chức công đoàn và một bộ phận nhỏ của xí nghiệp. Nhưng bấy lâu nay, các doanh nghiệp, hoặc do người nước ngoài kiểm soát, hoặc được tổ chức trên cơ sở lợi ích cá nhân, do đó chưa bao giờ quan tâm đến vấn đề biến nông dân thành công nhân trong khuôn khổ Tây phương hóa toàn diện.

Các nghiệp đoàn của ta cũng như của các nước đang phát triển chưa hoàn toàn cởi bỏ chiếc áo phương Tây nên chưa quan tâm đúng mức đến sự chuyển biến của người nông dân nói trên. Những lý do cho điều đó như sau:

Liên minh phương Tây.

Nguồn gốc của các công đoàn phương Tây, theo các nhà xã hội học, là những hiệp hội nghề nghiệp trước đây của những người cùng hành nghề, cả chủ và thợ. Nhưng liên đoàn công nhân, với hình thức hiện tại ở phương Tây, rõ ràng đã được hình thành và phát triển đến mức trưởng thành sau cuộc cách mạng công nghiệp ở các nước phương Tây. Và ngày nay, công đoàn là một hành động cân bằng quan trọng trong bộ máy quốc gia.

Sau khi các phương tiện sản xuất công nghiệp được phát minh và hấp thụ vào xã hội phương Tây, như chúng ta đã phân tích ở đoạn trước, các lực lượng sản xuất mới đã tạo ra nhiều xáo trộn xã hội, làm lung lay nền tảng của cấu trúc quốc gia của các nước công nghiệp hóa. Các cơ cấu xã hội cũ, được tổ chức trên cơ sở kinh tế thủ công nghiệp và nông nghiệp, hoàn toàn bất lực trong nhiệm vụ hấp thụ lực lượng sản xuất công nghiệp. Các trạng thái cân bằng của xã hội bị lấn át đến cùng cực.

Nhân tiện, chủ nghĩa cộng sản được đề xuất như một phương thuốc cho các cuộc khủng hoảng. Chúng ta đã thấy, trong hoàn cảnh nào các nhà lãnh đạo phương Tây vì lý do gì đã bác bỏ giải pháp Cộng Sản. Và ngày nay chúng ta đang chứng kiến sự thành công của phương Tây không chỉ trong việc loại bỏ các khủng hoảng xã hội mà còn đặt những cơ sở thiết thực để đảm bảo sự phát triển của cả cộng đồng bằng cách sử dụng các phương tiện kỹ thuật ngày càng tinh vi.

Công đoàn của người lao động đóng một vai trò quan trọng trong thành công này.

Nguyên nhân chính gây ra những rối loạn xã hội ở các quốc gia phương Tây vào thời kỳ đầu của cuộc cách mạng công nghiệp là do sự bành trướng quá mức của lợi ích cá nhân khiến cho sự bành trướng quá mức của lợi ích tập thể. Tất nhiên, sự thiếu kinh nghiệm với những hậu quả xã hội của những phát minh mới, và tổ chức xã hội lúc bấy giờ, dựa trên nền kinh tế thủ công và nông nghiệp, đã cho phép nắm trong tay một số ít tư liệu sản xuất cực kỳ mạnh mẽ. Ý thức cộng đồng của thiểu số nắm trong tay lực lượng sản xuất mới, lực lượng sản xuất này không phát triển cùng lúc với khả năng mạnh mẽ của công nghệ mới được phát minh.

Tổ chức xã hội cũ hoàn toàn bất lực trong việc phân phối của cải quốc gia một cách công bằng. Sự giàu có của quốc gia đã tăng lên, nhờ lực lượng sản xuất mới, nhưng mức sống phần lớn đã giảm xuống, vì sự thất bại trong phân phối.

Vì những lý do trên, chức năng chính của các liên đoàn công nhân là đóng góp hiệu quả vào công việc tạo cơ sở mới cho việc phân phối của cải quốc gia. Do đó, trọng tâm hoạt động của các liên đoàn công nhân phương Tây lúc đầu là đòi quyền của các thành viên công đoàn, nhằm đảm bảo cho người lao động được chia sẻ công bằng trong phân phối thu nhập quốc dân. Tuy nhiên, các biện pháp yêu sách chưa có tác dụng quyết định và lâu dài, nhằm bảo đảm sự cân bằng giữa lợi ích cá nhân và lợi ích chung.

Các liên đoàn công nhân đã đương nhiên đóng vai trò phản đối và yêu sách, trở thành một yếu tố cân bằng quan trọng trong bộ máy quốc gia. Còn lịch sử liên minh công nhân phương Tây minh chứng cho sự chuyển biến của một hình thái xã hội mới, có khả năng hấp thụ lực lượng sản xuất công nghiệp, duy trì sự cân bằng giữa lợi ích cá nhân và lợi ích cộng đồng, đặc biệt là đặt cơ sở thực tiễn, bảo đảm việc sử dụng các phương tiện kỹ thuật ngày càng tinh vi vì sự phát triển của cộng đồng loài người và sự phát triển của con người.

Đồng thời, hoạt động của các liên đoàn công nhân phương Tây cũng tăng lên và thoái hóa. Bên cạnh các hoạt động yêu sách, hoạt động giáo dục, rèn luyện đoàn viên ngày càng được mở rộng và trở thành hoạt động chủ đạo của các liên đoàn công nhân phương Tây.

Phạm vi đào tạo và giáo dục, bao gồm từ kỹ thuật tổ chức chuyên nghiệp của nghề nghiệp đến kỹ thuật tổ chức và kiểm soát công đoàn, đến vị trí và sứ mệnh của công đoàn, được coi là yếu tố cân bằng của bộ máy quốc gia.

Phần IV-C

CÔNG ĐOÀN VIỆT NAM

Công đoàn Việt Nam ngày nay là tổ chức quần chúng của người lao động có giá trị nổi bật. Các nước Đông Nam Á và nhiều nước trên thế giới cũng ở trong tình trạng kém phát triển và vô tổ chức như chúng ta, chưa có tổ chức quần chúng của công nhân như nước ta. Nhưng giá trị của công đoàn Việt Nam không chỉ ở sự hiện diện hiếm hoi đó.

Trong một xã hội vô tổ chức như xã hội chúng ta ngày nay, các công đoàn, có tổ chức và bám rễ sâu vào quần chúng, là vốn tổ chức quần chúng rất quý báu đối với chúng ta. Bản thân các liên đoàn công nhân hiện tại đã là vốn. Nhưng kinh nghiệm lãnh đạo, tổ chức, điều hành, kiểm soát của đội ngũ cán bộ tích cực hoạt động trong nhiều năm vẫn là vốn quý rất hiếm cho sự phát triển của các tổ chức đoàn thể nước ta sau này. Ở đoạn trên chúng ta đã thấy, những trở ngại mà một nước kém phát triển như nước ta đương nhiên gặp phải trong công tác tổ chức quần chúng là do người dân thiếu sáng kiến và kinh nghiệm tổ chức quần chúng. Với nguồn vốn hiện có của chúng ta do các tổ chức của người lao động cung cấp, những trở ngại trên sẽ không còn khó vượt qua.

Cuối cùng, trong một xã hội thiếu tín hiệu tập thể như của chúng ta, các công đoàn là một tín hiệu tập hợp có nhiều khả năng tập hợp hơn.

Tuy nhiên, trong cộng đồng quốc gia Việt Nam, cũng như ở tất cả các nước chưa công nghiệp hóa, vai trò của công đoàn, tuy rất quan trọng, nhưng không thể quan trọng bằng ở một nước phương Tây phát triển.

Trước hết, tổng số công nhân nhà máy của chúng ta, ước tính chiếm từ mười đến mười lăm phần trăm dân số đang hoạt động, vẫn là một tỷ lệ nhỏ trong tổng dân số. Ở các nước phát triển, tỷ lệ công nhân nhà máy rất cao so với tổng dân số đang hoạt động. Ở Pháp 53 phần trăm, ở Anh 65 phần trăm, ở Hoa Kỳ chỉ có 12 phần trăm dân số sống bằng nông nghiệp. Vì vậy, hoạt động của công đoàn đương nhiên chỉ giới hạn ở Việt Nam.

Bên cạnh những nguyên nhân định lượng, sở dĩ các liên đoàn công nhân phương Tây có đóng góp quyết định trong việc xây dựng một hình thái xã hội phương Tây mới là do những nguyên nhân lấn át trạng thái cân bằng xã hội. Xã hội phương Tây, như chúng ta đã thấy ở trên, xuất phát từ các xí nghiệp công nghiệp, trường học hoạt động của quần chúng lao động. Trạng thái cân bằng năng động của xã hội chúng ta ngày nay cũng có thể áp đảo, nhưng bởi những nguyên nhân phát sinh từ một lĩnh vực khác trong nền kinh tế của chúng ta: lĩnh vực nông nghiệp. Hơn nữa, khi phương Tây sử dụng các công đoàn để đối phó với những xáo trộn xã hội, thì nguyên nhân của các cuộc khủng hoảng là do xã hội cũ không có khả năng phân phối của cải quốc gia. Ngày nay, trong xã hội chúng ta, nếu có sự phân phối không đồng đều của cải quốc gia hạn hẹp của chúng ta, thì thực tế đó không kém phần quan trọng so với sự kém phát triển của quốc gia.

Vì vậy, trong hoàn cảnh Việt Nam hiện nay, công đoàn chưa đóng góp một phần quan trọng vào bộ máy quốc gia, như trong xã hội phương Tây.

Tuy nhiên, nếu chúng ta lấy phát triển, theo con đường Tây phương hóa, làm mục tiêu hàng đầu trong giai đoạn này, thì sau phát triển, xã hội chúng ta sẽ là một xã hội công nghiệp. Khi đó, vai trò của công đoàn sẽ trở nên quan trọng, như trong xã hội phương Tây ngày nay. Nhưng ngay trong thời kỳ phát triển, vai trò của các tổ chức công đoàn cũng vô cùng quan trọng, vì sứ mệnh của nó là biến người nông dân lam lũ thành công nhân của một nền kinh tế sản xuất theo kỷ luật và sự thúc đẩy của máy móc. Trong sự phát triển mà chúng ta chủ trương, nhiệm vụ này cực kỳ quan trọng và tổ chức công đoàn phải phụ trách.

Công đoàn là một phát minh của phương Tây. Việc đưa các tổ chức như vậy vào xã hội của chúng ta cũng là một phần của quá trình Tây phương hóa mà chúng ta ủng hộ: Tây phương hóa trong lĩnh vực tổ chức xã hội. Tuy nhiên, nếu giữ bản chất của công đoàn phương Tây, chúng ta sẽ rơi vào căn bệnh phương Tây hóa hình thức, và tất nhiên, hiệu quả của công đoàn sẽ giảm.

Chính vì những lý do trên mà các tổ chức công đoàn của chúng ta, tuy không phủ nhận hoạt động đòi quyền lợi, với tư cách là hoạt động tập hợp, phải tập trung sức lực cho hoạt động giáo dục, rèn luyện và tổ chức. Chương trình giáo dục và đào tạo bao gồm chương trình giáo dục và đào tạo của tổ chức công đoàn phương Tây, ngoài ra còn có chương trình giáo dục và đào tạo liên quan đến sự chuyển đổi của người nông dân như đã trình bày ở trên.

Chương trình tổ chức phải được phát triển đến mức tối đa và được coi là một bộ phận của chương trình tổ chức quần chúng.

Tổ chức quần chúng nông thôn.

Các tổ chức quần chúng quan trọng nhất của chúng tôi về số lượng là các tổ chức quần chúng ở nông thôn. Theo ước tính, dân số nông thôn của chúng ta chiếm phần trăm dân số từ 70 đến 80 phần trăm dân số. Cũng giống như các nước kém phát triển có nền kinh tế thuần nông, nguồn nhân lực của chúng ta là ở nông thôn. Vì vậy, vấn đề tổ chức quần chúng ở nông thôn thành công hay thất bại sẽ quyết định sự thành bại của chúng ta trong công cuộc phát triển đất nước.

Nhưng tổ chức quần chúng của công nông đặt ra nhiều điều kiện tiên quyết mà tổ chức quần chúng của công nhân không hề hay biết.

Sự tập trung người lao động vào tập thể của xí nghiệp đương nhiên tạo điều kiện thuận lợi không chỉ cho việc tổ chức người lao động thành công đoàn mà còn cho việc nuôi dưỡng và phát triển các hoạt động của tổ chức khi thành lập. Đối tượng chung của cuộc đấu tranh chung là bảo vệ quyền lợi của người lao động cho ban lãnh đạo xí nghiệp một cách tự nhiên và dễ thấy.

Hình thức vật chất của cuộc sống ở nông thôn, trong khung cảnh rộng lớn của cánh đồng, tất nhiên không có điều kiện mật độ. Công việc đồng áng, tùy theo mùa, đôi khi đòi hỏi phải làm việc theo nhóm ở mức độ cao. Nhưng ngoài những cơ hội đó, tinh thần tập thể của nông dân đã vắng bóng, vì lối sống truyền thống của nền kinh tế nông nghiệp là sự phục tùng vô điều kiện trước sự bất thường của thời tiết, thay vì đấu tranh để thay đổi hoàn cảnh bên ngoài, chẳng hạn như đào kênh, làm cống, xây đường và xây cầu. Mỗi người chỉ lo ruộng của mình, cày bừa gặt hái nhiều hoa lợi.

Tinh thần tập thể của nông dân cũng không dễ bị kích động bởi vì những nguyên nhân của một cuộc đấu tranh tập thể, tuy nhiều, nhưng không dễ thấy.

Điều kiện thiếu thốn dày đặc của đời sống nông thôn tất nhiên tạo ra nhiều trở ngại vật chất cho các kế hoạch tổ chức các mối quan hệ cộng đồng, bên cạnh các mối quan hệ gia đình. Điều kiện về mật độ là cần thiết, không chỉ đối với khâu tổ chức, mà cần thiết hơn, đối với sự nuôi dưỡng và phát triển hoạt động của tổ chức. Con đường đất giữa các mái nhà càng xa thì tổ chức quần chúng nông dân càng ít có hy vọng thành công. Vì vậy, ở những vùng có điều kiện mật độ dưới mức cố định, việc tổ chức quần chúng nông dân muốn có hiệu quả phải dựa vào một điều kiện tiên quyết: tổ chức đời sống đông đúc cho đồng bào.

Hợp tác xã nông nghiệp

Một khi các điều kiện tiên quyết đã được thỏa mãn, câu hỏi đặt ra là hình thức tổ chức nào áp dụng cho quần chúng nông thôn. Ngoài những tác động mà chúng ta mong đợi từ các tổ chức nông dân quần chúng, trong khuôn khổ chương trình phát triển quốc gia, mục đích trực tiếp là bảo vệ lợi ích kinh tế của nông dân. Nhưng đối tượng của cuộc đấu tranh không dễ thấy như đối với liên đoàn công nhân. Đối với nông dân, cần đặt vấn đề bảo vệ quyền một cách rộng rãi và thiết thực, bảo vệ thiên nhiên và thị trường nông sản. Nhiệm vụ của tổ chức là vận động nông dân thực hiện nhiều công việc vì lợi ích của mọi thành phần, đào kênh, đắp đường, xây cầu, xẻ cống. Đối với thị trường nông sản, chỉ có thể bảo vệ hiệu quả bằng các biện pháp kinh tế, không cho vay nặng lãi, găm hàng nông sản, tiêu thụ kịp thời.

Do những điều kiện về mục đích và nhiệm vụ nêu trên, hình thức của tổ chức quần chúng nông dân phải là hình thức hợp tác xã nông nghiệp thô sơ, đa năng.

Chính vừa có nghĩa là đơn vị hợp tác xã nhỏ nhất, vừa là cơ cấu tổ chức đã được đơn giản hóa đến mức tối đa để chấp nhận sự kiểm soát của chính các đoàn viên nông dân.

Tất nhiên, hệ thống tổ chức là một hệ thống địa lý.

Trách nhiệm tổ chức

Chúng ta đã thấy rằng, trong một nền dân chủ pháp quyền, trách nhiệm tổ chức, chỉ đạo, điều hành các đoàn thể phải do cá nhân chủ động. Và chúng ta cũng đã thấy rằng, nếu không tôn trọng nguyên tắc này thì tổ chức quần chúng sẽ thất bại.

Tuy nhiên, ở một nước kém phát triển như Việt Nam, ý thức cộng đồng còn thấp và kinh nghiệm kỹ thuật trong tổ chức, kiểm soát và điều hành chưa phong phú. Trong trường hợp đó, chính phủ có nhiệm vụ hướng dẫn tổ chức và nhiệm vụ hướng dẫn đào tạo những người kiểm soát và quản lý. Tuy nhiên, cần phải phân biệt giữa nhiệm vụ chỉ đạo và nhiệm vụ trực tiếp của chính phủ, như trong chế độ độc tài của Đảng, nếu chính phủ muốn đảm bảo sự thành công của tổ chức nhân dân.

Trong bối cảnh các tổ chức quần chúng của công nhân, Việt Nam đã có một nguồn vốn đáng kể, các công đoàn đã có và với kinh nghiệm tích lũy được, tương lai phát triển cũng được đảm bảo.

Các tổ chức quần chúng nông dân của chúng ta còn rất phôi thai. Nhưng vốn của chúng ta trong lĩnh vực tổ chức quần chúng công nhân có thể được sử dụng có hiệu quả trong lĩnh vực tổ chức quần chúng nông dân. Kinh nghiệm lãnh đạo, tổ chức, kiểm tra, điều hành của hệ thống công đoàn sẽ góp phần quyết định vào công tác tổ chức quần chúng nông thôn. Do đó, trong trường hợp của chúng ta, trách nhiệm tổ chức quần chúng nông thôn là trách nhiệm của hệ thống công đoàn hiện có. Nhưng ngoài lý do về vốn nói trên, còn có lý do về sự gắn bó chặt chẽ giữa hai loại hình đoàn thể, vì sự chuyển hóa nông dân thành công nhân trong khuôn khổ phát triển toàn diện của dân tộc.

Lĩnh vực kinh tế – quyền tài sản

Trong các đoạn tiếp theo, chúng ta sẽ phân tích một thái độ kinh tế thích ứng, một mặt với các sự kiện lịch sử mà chúng ta đã trình bày ở các phần trước, một mặt với thái độ chính trị mà chúng ta đã chọn.

Chúng ta sẽ không nâng cao và bảo vệ một lý thuyết kinh tế nào cả. Và chúng ta cũng xin tự nguyện không phê phán và bình luận về một học thuyết kinh tế nào cả. Dưới đây chúng ta chỉ nhận diện hoàn cảnh lịch sử nước ta thời kỳ này với những điều kiện gì, những vấn đề mà nhân dân ta cần giải quyết và thái độ chính trị mà chúng ta đã lựa chọn, đòi hỏi những điều kiện gì trong lĩnh vực kinh tế. Nếu cần thiết, việc xây dựng một hệ thống kinh tế đáp ứng các điều kiện trên nằm trong khả năng của các nhà kinh tế.

Chúng ta cũng không nên quên rằng công việc Tây phương hóa mà chúng ta phải đảm nhận, bao trùm mọi lĩnh vực của đời sống quốc gia. Và chúng ta cũng phải tiến hành Tây phương hóa trong lĩnh vực kinh tế. Trong lĩnh vực này cũng như trong các lĩnh vực khác, chúng ta phải tuyệt đối tránh Tây phương hóa hình thức. Tức là tránh du nhập tận gốc một hệ thống kinh tế Âu Mỹ, ép thực tế hoàn cảnh Việt Nam nhào nặn vào đó, tránh dùng danh từ kinh tế phương Tây để mô tả hoạt động. Các động lực kinh tế không thua gì phương Tây của chúng ta.

Các vấn đề kinh tế cũng phức tạp như tất cả các vấn đề liên quan đến cuộc sống. Và kinh tế học, vì lý do đó, không thể được gọi là một khoa học chính xác, các quy luật kinh tế cũng biến đổi như sự cân bằng hóa học trong cơ thể con người, hay các quy luật kinh tế về vị trí của các electron trong nguyên tử. Tuy nhiên, nếu các nhà kinh tế học không thể tìm ra những quy luật bất biến xác định nguyên nhân và kết quả của các sự kiện kinh tế, như một nhà khoa học chính xác sẽ làm, thì sau khi phân tích sự kiện của một trường hợp kinh tế, họ có thể thấy trước và dự đoán chiều hướng và hướng đi trong tương lai của trường hợp đó.

Vì vậy, trong công việc của chúng ta về phương Tây hóa, trong lĩnh vực kinh tế, trước hết chúng ta cần hiểu các nguyên tắc chi phối các hệ thống kinh tế phương Tây. Sau đó, tìm hiểu xem hoàn cảnh lịch sử của chúng ta đòi hỏi những điều kiện gì, trong lĩnh vực kinh tế, và cuối cùng là xây dựng một hệ thống kinh tế tôn trọng các nguyên tắc và đáp ứng các điều kiện của địa phương chúng ta.

Trước hết, chúng ta ủng hộ một thái độ chính trị dựa trên cơ sở bảo vệ thế cân bằng năng động giữa lợi ích cá nhân và lợi ích tập thể. Thái độ kinh tế phải thích ứng với thái độ chính trị trên và hỗ trợ nó.

Trong tất cả các yếu tố khẳng định lợi ích cá nhân của các thành viên trong một tập thể, quyền tài sản là sự bảo đảm cụ thể và hiệu quả nhất cho tự do cá nhân. Có quyền sở hữu, cá nhân có thể tự bảo vệ mình khi bị tập thể chèn ép. Do đó, phủ nhận quyền tài sản, như dưới các chế độ độc tài Cộng sản, có nghĩa là đặt cá nhân hoàn toàn dưới quyền định đoạt của nhà nước mà không được đền bù và phá vỡ thế cân bằng động giữa lợi ích cá nhân và lợi ích cộng đồng. Và đó là lý do tại sao mà trong chính sách kinh tế của chúng ta, quyền tài sản phải được tôn trọng tuyệt đối .

Tuy nhiên, một mặt, sự vô tổ chức của xã hội ta, một mặt, chế độ ưu đãi của giới cầm quyền thời Pháp thuộc đã tạo điều kiện cho nhiều loại tư hữu phát triển lớn mạnh, đe dọa lợi ích tập thể.

Đất.

Quyền tài sản đối với ruộng đất, trong xã hội hỗn loạn của chúng ta, dễ xảy ra nhiều trường hợp bị lạm dụng, vì về thuế và luật, chúng ta chưa có biện pháp hạn chế diện tích. Tài sản có thể là tài sản riêng của một cá nhân. Dưới chế độ quân chủ cũ, thỉnh thoảng có sự phân chia lại ruộng đất. Nhưng chẳng bao lâu, do thiếu các yếu tố hạn chế, thông qua mua bán, ruộng đất dần tập trung vào tay một số ít người. Tình hình bị đảo ngược và sự tập trung trở thành mối đe dọa cho tập thể, bởi vì sự tập trung đất đai vào tay một số ít làm mất cân bằng giữa lợi ích cá nhân và tập thể. Và trong trường hợp đó, một bộ phận mới trở nên cấp thiết.

Bây giờ, sau thời Pháp thuộc, chúng ta đang ở trong thời kỳ tập trung như vậy. Do đó, một cuộc cải cách ruộng đất trở nên cần thiết. Không chỉ vậy, luật thuế và tài sản phải được sửa đổi để ngăn chặn sự tái diễn của sự tập trung.

Các biện pháp pháp lý và thuế nhằm hạn chế quyền tài sản, ngăn chặn tài sản tư nhân trở thành mối đe dọa đối với lợi ích tập thể, là rất cần thiết trong giai đoạn này, chứ không chỉ ngăn chặn tình trạng trung hữu ruộng đất tái diễn. Vì bên cạnh tác động này, như chúng ta sẽ thấy dưới đây, bản thân công nghiệp hóa sẽ đòi hỏi những biện pháp hạn chế sở hữu tư nhân thậm chí còn cấp bách hơn.

Công nghệ.

Công nghiệp hóa một xã hội có nghĩa là đưa vào xã hội đó những lực lượng sản xuất mạnh mẽ, lớn hơn nhiều lần so với những lực lượng sản xuất của nền kinh tế nông nghiệp.

Vì vậy, việc sở hữu lực lượng sản xuất to lớn như vậy sẽ biến những người sở hữu thành những người nắm giữ những lực lượng có thể đe dọa đến lợi ích của tập thể và an ninh quốc gia, nhưng không đồng thời và tương xứng làm tăng trách nhiệm của những người này đối với đất nước. Việc tập trung tư liệu sản xuất nông nghiệp vào tay một số ít đã là sự mất cân đối giữa lợi ích cá nhân và lợi ích tập thể. Sự tập trung lực lượng sản xuất mạnh hơn gấp nhiều lần là mối nguy hiểm cho tập thể.

Vì vậy, trong một xã hội công nghiệp hóa, tức là khi lực lượng sản xuất hùng mạnh đã được sử dụng, thì việc hạn chế sở hữu tư nhân là một bảo đảm cho sự tồn tại của tập thể. Hạn chế bằng cách quốc hữu hóa các ngành liên quan trực tiếp đến quốc phòng, các ngành thiết yếu phục vụ đời sống hàng ngày của đại bộ phận nhân dân, ví dụ ngành sản xuất dược phẩm. Chủ sở hữu của những lực lượng sản xuất đó phải là tập thể, tức là quốc gia, tức là Chính phủ.

Những hạn chế về quyền sở hữu có thể được thực hiện thông qua các biện pháp thuế, sao cho việc tập trung tư liệu sản xuất vào tay một số ít người không trở thành một lợi thế hấp dẫn.

Tuy nhiên, quyền sở hữu phải được tôn trọng tuyệt đối vì chỉ có quyền sở hữu mới là bảo đảm hữu hiệu nhất cho tự do và các quyền của cá nhân. Từ chối quyền sở hữu, như ở các nước Cộng sản, có nghĩa là sự hy sinh hoàn toàn của cá nhân cho tập thể, hay nói cách khác là sự phá hủy tính di động xã hội.

Đơn vị kinh tế.

Công nghiệp hóa của một xã hội cũng có thể làm đảo lộn sự cân bằng giữa lợi ích cá nhân và lợi ích tập thể, theo một cách khác.

Trong một xã hội nông nghiệp, lực lượng sản xuất tương đối không đáng kể. Và đơn vị thông thường của hoạt động kinh tế là gia đình. Như vậy, sự phân phối lợi ích vật chất, thông qua hệ thống tổ chức dựa trên gia đình, là đủ để bảo đảm công bằng xã hội.

Nhưng đối với một xã hội công nghiệp hóa, mọi chuyện lại khác. Trước hết, xã hội công nghiệp hóa có nghĩa là xã hội đã làm chủ được lực lượng sản xuất mà hiệu quả không thể đo đếm được. Khả năng sản xuất của máy móc là vô tận, nghĩa là chỉ cần có đủ nguyên liệu thô, máy móc có thể sản xuất bao nhiêu tùy ý. Trình độ sản xuất có thể đáp ứng nhu cầu của một làng, cũng như của một tỉnh, hoặc của cả nước, hoặc của cả thế giới. Vì vậy, đơn vị của hoạt động kinh tế trong phạm vi đó không còn là một ngôi làng hay một quốc gia, mà là cả một thế hệ trên thế giới.

Dựa trên hiệu quả kinh tế này, chủ nghĩa tân Mác ủng hộ một chủ nghĩa quốc tế chính trị để phù hợp với lực lượng sản xuất công nghiệp mà khoa học đã phát minh ra. Tuy nhiên, thực tế lịch sử không phù hợp với điều đó, vì hai lý do. Trước hết, đồng thời với việc phát minh ra lực lượng sản xuất công nghiệp trong lĩnh vực kinh tế, phương Tây đã tìm lại chế độ dân chủ. Ý thức dân chủ, khi mở rộng và đánh đổ các chế độ quân chủ, đương nhiên tạo ra tính chất nhà nước có chủ quyền, để thay thế cho tín hiệu tập thể bị tiêu diệt: chế độ quân chủ. Ở đây chúng ta không tùy tiện bàn về Dân chủ và Quân chủ. Sở dĩ chúng ta phải nhắc lại những sự kiện lịch sử trên là bởi vì, tư cách của một quốc gia có chủ quyền, tất nhiên, sẽ giới hạn đơn vị hoạt động kinh tế trong phạm vi một quốc gia. Và trên lĩnh vực kinh tế, lực lượng sản xuất công nghiệp và ý thức dân chủ cũng tác động ngược chiều nhau.

Lý do thứ hai là những định kiến về chủng tộc còn lâu mới biến mất trong tâm lý con người. Chỉ khi toàn thể nhân loại đã tiến lên một trình độ văn minh cao hơn nhiều so với hiện nay thì những định kiến chủng tộc mới có thể không còn là trở ngại đối với đơn vị kinh tế của lực lượng sản xuất công nghiệp.

Hàng trăm thế hệ sẽ sinh ra và chết đi trước khi cấp độ đó đến.

Vì vậy, mục tiêu mà lý thuyết Cộng sản đặt ra cho mình, đó là tạo ra một chủ quyền chính trị quốc tế hài hòa với năng lực sản xuất của công nghiệp, chỉ là một ảo tưởng trước thực tế lịch sử.

Ngày nay, mặc dù các nhà tư bản quốc tế tìm mọi cách phá bỏ bức tường thành của quốc gia có chủ quyền, để thỏa mãn nhu cầu tạo ra một đơn vị hoạt động kinh tế, bao gồm cả nhân loại, và để thích nghi với lực lượng sản xuất công nghiệp, thì bức tường thành của quốc gia có chủ quyền vẫn đã đứng. Cuối cùng, chính các đơn vị hoạt động kinh tế phải phụ thuộc vào biên giới của một quốc gia. Biên giới càng rộng thì đơn vị hoạt động kinh tế càng lớn và do đó càng mạnh. Biên giới càng hẹp, hoạt động kinh tế càng nhỏ và yếu. Đó là lý do tại sao các nước châu Âu đang cố gắng tạo ra các thị trường chung cho hoạt động kinh tế, cho tất cả các nước trong khu vực.

Để thực hiện một đơn vị hoạt động kinh tế lớn, nhiều quốc gia tự nguyện thành lập liên minh. Điều này liên quan đến chúng ta rất nhiều. Chúng ta sẽ trở lại với nó chi tiết hơn sau.

Trên thực tế, nếu vì hai lý do trên mà đơn vị hoạt động kinh tế phải bị giới hạn trong khuôn khổ chật hẹp của một quốc gia, thì việc phân phối lợi ích vật chất cho các thành viên của quốc gia, theo cách tổ chức trên cơ sở gia đình, là không đủ để đảm bảo công bằng xã hội.

Bởi vì đơn vị hoạt động kinh tế, mặc dù bị giới hạn ở cấp độ quốc gia, vẫn vượt ra ngoài gia đình, đơn vị hoạt động kinh tế cũ. Vì vậy, để đảm bảo công bằng xã hội, chính quốc gia, tức là chính phủ, phải lo việc phân phối thu nhập vật chất. Điều này có nghĩa là, trên thực tế, chính phủ phải quốc hữu hóa nhiều ngành công nghiệp và kiểm soát nhiều ngành khác. Đồng thời đánh nhiều thứ thuế để bảo đảm phân phối của cải quốc gia theo nguyên tắc công bằng xã hội.

Nếu vậy, những đoạn trên nêu lên hai sự kiện chính:

1. Quyền tài sản phải được tôn trọng tuyệt đối để bảo đảm các quyền và tự do của cá nhân.

2. Quyền sở hữu phải được hạn chế bằng các biện pháp luật pháp và thuế khóa để bảo đảm công bằng xã hội và lợi ích tập thể.

Nền kinh tế chỉ huy.

Công nghiệp hóa, như đoạn trước vừa chỉ ra, tự nó mang lại hai hệ quả. Thứ nhất là sự kiểm soát của tập thể đối với lực lượng sản xuất to lớn và mạnh mẽ, bảo đảm sự cân bằng giữa lợi ích của tập thể và lợi ích của cá nhân. Công nghiệp quốc phòng, công nghiệp vì lợi ích công cộng phải đặt dưới sự chỉ huy trực tiếp của chính phủ.

Hậu quả thứ hai là chế độ phân phối tự nhiên của xã hội dựa trên tổ chức gia đình không còn đủ để đảm bảo công bằng xã hội. Việc phân phối phải do tập thể đảm nhận và thông qua các cơ quan an sinh xã hội, lợi ích quốc gia được phân phối đồng đều hơn cho mọi thành viên của tập thể. Chỉ riêng hai sự kiện này thôi cũng đủ chứng minh rằng một nền kinh tế công nghiệp thực sự phải được định hướng, và hướng dẫn.

Đối với một quốc gia đang muốn phát triển, nền kinh tế càng cần được chỉ huy nhiều hơn, vì những lý do sau.

Công nghiệp hóa là một phần quan trọng của phát triển kinh tế. Bản thân sự phát triển kinh tế là một bộ phận của sự phát triển quốc gia theo phương thức Tây phương hóa.

Phát triển đất nước như chúng ta biết là một sự nghiệp vĩ đại chỉ có thể thực hiện được khi có sự tham gia của toàn dân, theo một chương trình được xác định rõ ràng, bao trùm mọi lĩnh vực của đời sống quốc gia và bao gồm nhiều giai đoạn tiến triển. Thực hiện một chương trình như vậy có nghĩa là áp dụng một sự lãnh đạo trực tiếp và một mệnh lệnh chặt chẽ.

Trong lĩnh vực kinh tế, sự phát triển phải được thực hiện bằng cách chuyển đổi nền kinh tế nông nghiệp hiện tại thành nền kinh tế công nghiệp. Muốn vậy, điều kiện thiết yếu là phải trang bị cho đất nước tư liệu sản xuất công nghiệp, tức là có máy móc sản xuất và nguồn lực để vận hành các máy móc nói trên.

Để mua máy móc, một phần sản lượng vốn là từ nguồn viện trợ của các nước. Nhưng phần lớn vốn phải đến từ các quốc gia muốn phát triển nền kinh tế của họ. Và số vốn này, như chúng ta đã thấy, được trích từ thu nhập hàng năm của đất nước, nghĩa là mỗi thành viên của tập thể phải đưa ra phần của mình, trong số tiền họ kiếm được hàng năm, để đưa vào quỹ công nghiệp hóa, thay vì mang đi tiêu thụ.

Hơn nữa, trong tình trạng hiện nay, các nước có nền kinh tế nông nghiệp như nước ta có thu nhập quốc dân rất thấp vì lực lượng sản xuất nông nghiệp của họ rất yếu. Thu nhập kém, mức sống thấp, nay phải trích một phần quỹ tiêu dùng để đưa vào quỹ công nghiệp hóa. Như vậy, việc đóng góp vào quỹ công nghiệp hóa chỉ có thể bằng việc mỗi người dân phải làm việc chăm chỉ hơn để tăng mức sản xuất và thu nhập của đất nước mà không cần đến mức sống của toàn dân. Do đó, nó giảm xuống dưới mức chấp nhận được.

Tất nhiên, một nỗ lực sản xuất kinh tế như vậy phải được tiến hành theo một chương trình, nghĩa là dưới sự chỉ huy.

Suy cho cùng, trong một nền công nghiệp hóa, các ngành công nghiệp không thể cùng phát triển đồng thời với cường độ như nhau. Trước hết, phương tiện chưa đủ, để có thể cùng một lúc tiến hành công nghiệp hóa trên tất cả các lĩnh vực. Nếu vậy, một thứ tự ưu tiên cần được thiết lập dựa trên nhu cầu của tập thể.

Và chúng ta đã thấy rằng nhu cầu của tập thể bị chi phối bởi hoàn cảnh lịch sử, vị trí địa lý và vị thế quốc tế của quốc gia. Nói cách khác, thứ tự ưu tiên trong các lĩnh vực công nghiệp phải được nghiên cứu cẩn thận và sau đó được tôn trọng một cách trung thực. Như vậy, công nghiệp hóa phải được tiến hành theo một chương trình đã định rõ ràng và do đó phải có sự lãnh đạo.

Những trường hợp đã phân tích ở trên đều chứng tỏ rằng nền kinh tế quốc gia muốn phát triển phải là nền kinh tế chỉ huy.

Điều chúng ta cần đặc biệt lưu ý là chúng ta đi đến kết luận trên không phải sau khi đã phân tích các lý thuyết kinh tế, cân nhắc ưu nhược điểm của từng loại rồi cuối cùng chọn một. Hiện đại và đầy đủ nhất. Chúng ta cũng không tạo ra một tổng hợp các lý thuyết kinh tế để dung hòa các quan điểm và rút ra bản chất của nhiều lý thuyết để tạo thành một tổng thể. Chúng ta đã không thực hiện công việc lý thuyết đó và chúng ta đã tự ý loại mình ra khỏi việc phân tích các lý thuyết kinh tế vì công việc đó thuộc thẩm quyền của các nhà kinh tế học.

Chúng ta chỉ phải phân tích các sự kiện thực tế của lịch sử đang chi phối trường hợp của chúng ta. Và chính những sự kiện đó đã tạo ra cho chúng ta những điều kiện và nhu cầu trong lĩnh vực kinh tế mà chúng ta cần phải thỏa mãn.

Thái độ của chúng ta trong lĩnh vực này, cũng như thái độ của chúng ta đối với vấn đề chính yếu của dân tộc trong cuốn sách này. Thái độ đó có thể không thỏa mãn một lý thuyết nào, nhưng chắc chắn là thiết thực và sát với sự thật cụ thể của lịch sử.

Dưới đây chúng ta một lần nữa trở lại vấn đề nền kinh tế chỉ huy. Mệnh lệnh đã là hiển nhiên, chúng ta cần nhận rõ bản chất của mệnh lệnh và xác định rõ sự khác biệt giữa các giới hạn của mệnh lệnh mà chúng ta nắm giữ.

Bản chất và giới hạn của mệnh lệnh.

Trước hết, vai trò lãnh đạo của chúng ta trong lĩnh vực kinh tế sẽ được xác định và giới hạn bởi thái độ chính trị của chúng ta. Trong lĩnh vực chính trị, chúng ta đã chứng minh tại sao trong hoàn cảnh lịch sử và vị trí địa lý của chúng ta, không thể áp dụng chế độ độc tài chỉ mang lại kết quả tai hại cho dân tộc.

Vì thái độ chính trị này, sự lãnh đạo của chúng ta chủ trương trong lĩnh vực kinh tế, cũng như sự hướng dẫn của chúng ta, trong lĩnh vực tổ chức quần chúng, không thể đạt đến mức cưỡng chế hoàn toàn. Vì thái độ chính trị của chúng ta, chúng ta không thể sử dụng các biện pháp độc tài để vượt qua sự tham gia thực sự nhưng bắt buộc của người dân vào các công việc của đất nước. Đã không khắc phục được sự tham gia của nhân dân bằng phương pháp cưỡng chế thuần túy thì phải khắc phục được sự tham gia tự nguyện của nhân dân. Cũng như lĩnh vực đoàn thể, nếu quần chúng không tham gia thì đoàn thể không có lý do tồn tại. Trong lĩnh vực kinh tế, nếu không có sự tham gia của người dân, bằng sáng kiến, bằng vốn, bằng kỹ thuật kinh doanh thì nền kinh tế không thể phát triển được.

Nhận xét trên đặt ra rõ ràng các giới hạn của mệnh lệnh mà chúng ta ủng hộ. Chỉ huy kinh tế của chúng ta sẽ nằm trong giới hạn của việc lập kế hoạch phát triển kinh tế, phân loại các khu vực cần quốc hữu hóa, tạo điều kiện thuận lợi, trang bị và kiểm soát. Công việc kiểm soát và thúc đẩy các doanh nghiệp trong các lĩnh vực không được quốc hữu hóa phải hoàn toàn do tư nhân chủ động, công nghệ và vốn.

Bộ chỉ huy của chúng ta chủ trương trong lĩnh vực kinh tế không thể đi quá giới hạn đã đề ra ở trên.

Bởi vì, nếu vượt ra ngoài điều đó, chúng ta sẽ không có sự tham gia của người dân vào các công việc kế hoạch của quốc gia trong lĩnh vực kinh tế, ngoại trừ một sự tham gia bắt buộc. Nhưng thái độ chính trị mà chúng tôi ta chọn không cho phép chúng ta sử dụng tất cả các phương tiện có thể để khắc phục sự tham gia bắt buộc như vậy.

Tóm lại, trong lĩnh vực kinh tế, các chương trình phát triển phải được đặt dưới sự chỉ huy của chính phủ, bên cạnh những lĩnh vực sẽ do chính phủ trực tiếp điều hành. Đặc tính thiết yếu của lãnh đạo được tạo nên bởi các yếu tố sau:

1. Ngăn chặn tình trạng tập trung vào tay một số ít tư liệu sản xuất lớn có thể trở thành mối nguy cho tập thể.

2. Bảo đảm phân phối thu nhập quốc dân một cách công bằng giữa các thành viên của tập thể.

3. Tổ chức gây quỹ cho quỹ công nghiệp hóa quốc gia.

4. Đảm bảo công cuộc công nghiệp hóa đáp ứng nhu cầu của tập thể.

Nhưng mệnh lệnh phải được giới hạn trong phạm vi được quyết định bởi thái độ chính trị của chúng ta. Và vì thái độ này, chúng ta không thể sử dụng nhiều biện pháp có thể để khắc phục việc người dân bị ép buộc tham gia vào các công việc theo kế hoạch tập thể.

Chúng ta đã nhiều lần để cập ở trên các lĩnh vực mà phát triển kinh tế phải được quốc hữu hóa.

Lý do chính của việc quốc hữu hóa một ngành là để ngăn chặn tư liệu sản xuất của ngành đó, tập trung trong tay một số ít, biến thành mối đe dọa cho tập thể.

Theo nghĩa hẹp, tất cả các ngành công nghiệp quốc phòng, hoặc liên quan trực tiếp đến quốc phòng phải là những ngành đặt dưới sự quản lý trực tiếp của nhà nước.

Trong các loại đầu tiên, có các doanh nghiệp năng lượng, doanh nghiệp công nghiệp nặng, nhà máy nguyên tử và doanh nghiệp điện tử, ngoại trừ các máy điện tử nói chung. Các doanh nghiệp vận tải quy mô lớn rơi vào loại thứ hai. Tuy nhiên, tính cách liên quan đến quốc phòng ít nhiều là chủ yếu và thay đổi tùy theo tình hình chính trị. Đối với các hạng mục đầu tiên, chính phủ có nhiệm vụ kiểm soát trực tiếp và liên tục. Đối với loại thứ hai, điều khiển trực tiếp chỉ theo từng giai đoạn.

Theo cách hiểu chung, mối đe dọa đối với tập thể không chỉ giới hạn ở lĩnh vực quân sự và quốc phòng. Khi có sự tập trung trong tay một số tư liệu sản xuất liên quan đến đời sống của nhiều người, sẽ có trường hợp bị đe dọa cho tập thể. Do đó, quốc hữu hóa phải mở rộng sang các lĩnh vực công nghiệp cung cấp nhu cầu chung của đa số. Ví dụ như nhà máy dược phẩm, nhà máy dệt may. Tuy nhiên, trong những trường hợp này, quốc hữu hóa không phải là cố định và vĩnh viễn. Nguyên tắc cần được tôn trọng là luôn phải giữ vững sự cân bằng giữa lợi ích cá nhân và lợi ích tập thể. Nhưng bất cứ khi nào nhu cầu cơ bản của đa số không được đáp ứng, ngành công nghiệp liên quan phải được đặt dưới sự kiểm soát trực tiếp của chính phủ. Ngược lại, bất cứ khi nào mức sản xuất đủ dồi dào để đáp ứng nhu cầu của tập thể, các ngành liên quan có thể, dưới nhiều hình thức tài chính khác nhau, quay trở lại khu vực tư nhân.

Một quan điểm kinh tế như quan điểm mà chúng ta ủng hộ ở trên phức tạp và khó thực hiện hơn quan điểm một chiều: hoặc phó thác hoàn toàn cho sáng kiến tư nhân hoặc quốc hữu hóa hoàn toàn. Thái độ mà chúng ta ủng hộ không phải là sự thỏa hiệp giữa hai thái độ cực đoan mà là sự cân bằng năng động giữa hai yếu tố đối lập nhau: lợi ích cá nhân và lợi ích tập thể. Một thái độ hòa giải là một thái độ tỉnh táo, yếu ớt và không chính xác; Duy trì trạng thái cân bằng động là một nỗ lực không ngừng, để tìm đúng vị trí cân bằng luôn chuyển dịch và luôn thay đổi.

Và đó là lý do tại sao thái độ kinh tế của chúng ta phức tạp.

Nhưng đó cũng là lý do tại sao đạt được sự cân bằng động là tìm cách sống.

Khối kinh tế.

Trong một xã hội sống bằng nền kinh tế nông nghiệp, đơn vị hoạt động kinh tế đương nhiên là gia đình.

Trong một xã hội sống dựa vào nền kinh tế công nghiệp, đơn vị của hoạt động kinh tế là không xác định. Các lực lượng sản xuất công nghiệp lớn đến mức có thể thỏa mãn nhu cầu của toàn nhân loại. Do đó, đơn vị hoạt động kinh tế của một xã hội công nghiệp hóa phải là toàn thể nhân loại.

Nhưng, như chúng ta đều biết, đồng thời với sự mở rộng của lực lượng sản xuất công nghiệp, ý thức về chủ quyền quốc gia, được xây dựng trên tinh thần dân tộc, cũng phát triển mạnh mẽ không kém. Xu hướng của các lực lượng sản xuất công nghiệp là từ bỏ các ranh giới địa phương để tạo ra một đơn vị hoạt động kinh tế bao trùm toàn nhân loại. Trái ngược với khuynh hướng ý thức về chủ quyền quốc gia là đặt ra những ranh giới bất khả xâm phạm chia nhân loại thành những nhóm người có cùng ngôn ngữ, cùng một di sản tinh thần và cùng quan tâm. Đối với nhân loại ngày nay, ý thức về chủ quyền quốc gia là một sức mạnh tinh thần không kém gì sức sản xuất công nghiệp về mặt vật chất. Hai lực đó tác dụng ngược chiều nhau.

Cho đến ngày nay, theo sự thật lịch sử, sức mạnh tinh thần của ý thức chủ quyền dân tộc vẫn thắng thế.

Vì vậy, trên toàn thế giới, các đơn vị hoạt động kinh tế phải uốn theo biên giới lãnh thổ quốc gia. Như vậy, biên giới quốc gia càng rộng thì phạm vi hoạt động kinh tế càng phù hợp với bản chất của lực lượng sản xuất công nghiệp. Ngược lại, biên giới quốc gia càng thu hẹp thì phạm vi hoạt động càng trái với bản chất và lực lượng sản xuất càng kém hiệu quả.

Vì lý do này, chúng ta có hai mục đích ngày hôm nay. Trước hết, các khối kinh tế hùng mạnh là các quốc gia kiểm soát một vùng lãnh thổ rộng lớn, dân cư đông đúc, đương nhiên có một đơn vị hoạt động kinh tế vừa đủ cho lực lượng sản xuất công nghiệp. Sau khi các đế quốc trao trả độc lập cho các dân tộc bị trị, tất nhiên, chúng phải thu hẹp phạm vi kiểm soát chính trị của mình. Nhưng đồng thời, các đế chế cũ đã tìm ra những cách để duy trì một loạt các hoạt động kinh tế, dưới hình thức Liên minh, hoặc các chương trình hỗ trợ lẫn nhau.

Mặt khác, các quốc gia có lãnh thổ nhỏ và dân số ít cũng tìm cách liên kết với nhau, dưới hình thức cộng đồng để có thể tạo ra một đơn vị hoạt động kinh tế lớn chung, phù hợp với bản chất của lực lượng sản xuất công nghiệp, đồng thời tôn trọng ý nghĩa lịch sử chủ quyền quốc gia.

Giải pháp thứ hai là giải pháp mà các nước nhỏ và yếu như chúng ta hiện nay cần phải áp dụng. Định kiến chủng tộc, khác biệt ngôn ngữ, di sản tinh thần chung, sẽ duy trì ý thức chủ quyền dân tộc trong nhiều giai đoạn lịch sử. Và sự thống nhất về mặt chính trị của những người dân sống trong cùng một khu vực hoạt động kinh tế sẽ còn phải trải qua nhiều thế hệ nữa mới có thể thực hiện được.

Ngược lại, hợp tác kinh tế dưới hình thức Liên bang hoặc cộng đồng, trong đó chủ quyền của mỗi quốc gia được tôn trọng trong lĩnh vực chính trị là điều kiện thiết yếu để tạo ra hoạt động kinh tế bền vững.

Việc liên kết các quốc gia thành một khu kinh tế thịnh vượng chung là không thể phủ nhận. Nhưng chúng ta không nên quên rằng lý do thiết yếu nhất để ủng hộ hiệp hội là tạo ra một đơn vị hoạt động kinh tế thích nghi với các lực lượng sản xuất công nghiệp. Do đó, hiệp hội chỉ cần thiết khi các lực lượng sản xuất công nghiệp đã hoạt động. Nếu liên kết để thiết lập và thực hiện một chương trình sản xuất công nghiệp chung thì điều đó càng có giá trị. Nhưng với tinh thần dân tộc rất cao và ý thức chủ quyền quốc gia rất dễ xúc động của các nước mới giành được độc lập thì khó có thể đoàn kết trước khi lực lượng sản xuất vận hành cụ thể. Vì vậy, vấn đề công nghiệp hóa riêng của mỗi nước, vẫn là điều kiện tiên quyết cho mọi sự hội nhập thành một khối kinh tế thịnh vượng chung của các nước trong cùng khu vực. Nhưng kết nối là yếu tố quyết định đối với sự phát triển kinh tế của cả khu vực và của từng quốc gia trong khu vực.

Lĩnh vực văn hóa.

Nền văn minh phương Tây và đặc điểm dân tộc

Quá trình Tây phương hóa có hướng dẫn của một cộng đồng sắc tộc phải trải qua hai giai đoạn. Trong giai đoạn đầu, các nỗ lực hướng vào việc tiếp thu các kỹ thuật phương Tây. Giai đoạn thứ hai bắt đầu, khi cộng đồng đã làm chủ được công nghệ hấp thụ và sử dụng nó như những công cụ sáng tạo. Khi đó, tính dân tộc sẽ hiện ra trong sáng tạo.

Trong giai đoạn đầu, không có sự tranh giành ảnh hưởng và xung đột giữa đặc điểm dân tộc và đặc điểm văn minh phương Tây, vì hai lý do:

Nếu đã xác định Tây phương hóa, thì như chúng ta biết, cần phải sẵn sàng tiếp thu tất cả, không ngần ngại, cho dù những thứ tiếp thu không phù hợp với dân tộc. Một thái độ hiển nhiên như vậy bao hàm ý chí không phản đối những điểm không phù hợp với tính chất dân tộc.

Chỉ trong quá trình Tây phương hóa không có hướng dẫn thì cuộc xung đột này mới trở nên gay gắt và cản trở quá trình Tây phương hóa. Ngược lại, trong Tây phương hóa có hướng dẫn, người đề xuất thấy xung đột mới bắt đầu phải tìm cách ngăn chặn ngay.

Mặt khác, ở giai đoạn thứ hai, tính dân tộc bị giới hạn trong những ràng buộc của nhu cầu hấp thụ, vốn nổi lên một cách tự nhiên một cách mạnh mẽ trong sáng tạo. Nhưng những sáng tạo sẽ được thực hiện bằng các công cụ phương Tây đã được thuần hóa.

Tinh thần dân tộc nằm trong sự sáng tạo.

Tinh thần của nền văn minh phương Tây nằm trong các công cụ sáng tạo.

Do đó, sự tranh giành ảnh hưởng xung đột giữa hai tâm trí là điều không thể tránh khỏi.

Trong bất kỳ lĩnh vực nào, chính trị, quân sự, kỹ thuật, kinh tế, xã hội hay văn hóa, một cộng đồng dân tộc đều có thể vượt qua giai đoạn thứ nhất và tiến tới giai đoạn thứ hai của phương thức làm việc phương Tây.

Tuy nhiên, kinh nghiệm ở các nước đã thu được nhiều kết quả trong quá trình Tây phương hóa cho thấy, chỉ trong lĩnh vực văn hóa, mâu thuẫn giữa đặc điểm quốc gia và dân tộc nói trên vẫn thường xuyên xảy ra. Đặc điểm của nền văn minh phương Tây, nằm trong các công cụ sáng tạo, vẫn chiếm ưu thế. Sở dĩ có sự kiện này, chỉ riêng trong lĩnh vực văn hóa, hầu hết các dân tộc đang thực hiện quá trình Tây phương hóa đều có di sản là nhiều sáng tạo có giá trị tương đương hoặc hơn, những sáng tạo cùng loại với phương Tây.

Trong phần đầu của cuốn sách này có trích dẫn một bằng chứng khác về sự xung đột giữa tính cách dân tộc và tính cách văn minh phương Tây trong lĩnh vực văn hóa. Ngày nay trong lĩnh vực văn hóa, thế giới vẫn được chia thành năm khu vực, như trước khi phương Tây chinh phục thế giới. Trong khi đó, trong lĩnh vực kỹ thuật hay kinh tế chẳng hạn, phương Tây đã đặt quyền bá chủ của mình.

Vì những lý do vừa nêu, trong các phần liên quan đến lĩnh vực chính trị và kinh tế, chúng ta không bàn đến vấn đề sáng tạo và vấn đề xung đột giữa tính dân tộc và tính văn minh Tây phương hóa.

Ngược lại, trong các đoạn sau, liên quan đến lĩnh vực văn hóa, hai vấn đề trên sẽ chiếm một phần quan trọng.

Vì những lý do tương tự như đã để cập ở trên, các đoạn dưới đây, liên quan đến lĩnh vực văn hóa, sẽ được chia thành hai phần. Phần thứ nhất trình bày các vấn đề văn hóa trong giai đoạn hấp thụ. Phần thứ hai bao gồm các vấn đề về sáng tạo văn hóa.

Mặc dù các khía cạnh của cơ sở giáo dục sẽ được giải quyết, nhưng theo nghĩa thông thường, các đoạn dưới đây hoàn toàn không phải là bản phác thảo của cơ sở giáo dục, công việc đó thuộc thẩm quyền của các nhà giáo dục chuyên biệt.

Nhưng cũng như các phần liên quan đến lĩnh vực chính trị và kinh tế, phần liên quan đến lĩnh vực văn hóa dưới đây sẽ phân tích những nhu cầu và điều kiện mà một cơ sở giáo dục phải thỏa mãn trước khi thử thách sự Tây hóa của dân tộc.

Phần hấp thụ.

Đầu tiên, tác dụng của phương Tây hóa là để chống lại sự xâm lược của phương Tây. Nhưng nhìn lại, diễn biến và sự phức tạp của quá trình Tây phương hóa đã biến mục tiêu ban đầu thành một mục tiêu khác, bao quát và rộng lớn hơn: sự phát triển của toàn thể cộng đồng dân tộc trong mọi lĩnh vực của đời sống, bằng cách tiếp thu và làm chủ kỹ thuật phương Tây.

Công nghệ phương Tây

Công nghệ của phương Tây, theo cách hiểu thông thường nhất, không phải là những cỗ máy tinh vi, dù nhỏ hay lớn mà là sự sáng tạo, biết tận dụng và khai thác hết, đúng công suất. Tất cả máy móc phương Tây, từ cái bóng đèn điện nhỏ xíu cho đến những chiến hạm vượt đại dương và những trung tâm công nghiệp khổng lồ mà thế giới ngưỡng mộ, đều là sản phẩm của công nghệ phương Tây.

Công nghệ phương Tây là con đường đến với vấn đề để tìm ra vấn đề, giải quyết vấn đề và tổ chức vấn đề, mà tinh thần chính xác của nền văn minh phương Tây đã tạo ra. Phương Tây đã sử dụng phương pháp đó, tức là kỹ thuật đó, để hiểu và kiểm soát các vấn đề. Họ đã sử dụng công cụ sắc bén đó để vận hành không chỉ vũ trụ bao quanh chúng ta mà cả vũ trụ tâm linh bên trong chúng ta. Không phải như nhiều người lầm tưởng, công nghệ của họ chỉ có thể thâm nhập vào vũ trụ vật chất mà còn muốn thâm nhập vào vũ trụ tâm linh thì phải viện đến trực giác phương Đông.

Nói cách khác, văn minh phương Tây thường được coi là duy vật còn văn minh phương Đông là duy tâm.

Không đi sâu vào vấn đề và để tôn trọng quan điểm không đứng về mặt lý luận, chúng ta xin không bàn đến vấn đề duy tâm hay duy vật. Ta chỉ biết rằng suy luận trên đây thường được dùng để che đậy sự không nhận ra thất bại của phương Đông. Chúng ta không thể đánh bại phương Tây trong lĩnh vực vật chất, một lĩnh vực cụ thể và dễ thấy, nên thường tự an ủi rằng, trong lĩnh vực tinh thần, một lĩnh vực trừu tượng và vô hình, công nghệ của chúng ta hơn hẳn. Đó cũng là phản ứng của sự mặc cảm, không dám nhìn vào sự thật. Hơn nữa, công nghệ phương Tây và trực giác phương Đông không cùng loại. Công nghệ phương Tây có thể được truyền từ người này sang người khác, trong khi trực giác thì không. Tính chất đại chúng đó là một lợi thế đáng sợ của công nghệ phương Tây bởi vì công nghệ phương Tây có thể bằng mọi cách trở nên mạnh mẽ, trong khi trực giác luôn tự bó mình trong phạm vi lựa chọn cá nhân.

Các thiết bị giải phẫu của phương Tây, tức là kỹ thuật của họ, thành công hơn trong lĩnh vực vật chất hơn là trong vũ trụ tinh thần. Lý do là vũ trụ vật chất vì tính chất cụ thể nên dễ nhìn thấy, còn vũ trụ tinh thần vì tính chất trừu tượng nên không dễ dò xét, dù bằng bất cứ loại khí giới nào. Bằng chứng là trong lĩnh vực tinh thần, sự thành công của phương Tây cuối cùng vẫn chiếm ưu thế hơn sự thành công của phương Đông; Theo dư luận của hai bên, hàm ý càng rõ ràng là tổng số người trong dân số phương Tây đã đạt đến mức tinh thần minh mẫn vẫn cao hơn tổng số tương đương trong dân số phương Đông.

Tiếp thu công nghệ phương Tây

Công nghệ phương Tây tự nó là một ý thức rất toàn diện và phong phú. Như vậy, tiếp thu công nghệ phương Tây là một công việc to lớn và khó khăn.

Các quốc gia đã trải qua các giai đoạn Tây phương hóa đã để lại một số kinh nghiệm liên quan đến các giai đoạn hấp thụ. Tất nhiên, công việc hấp thụ luôn bắt đầu trong các lĩnh vực công nghệ đơn giản và thiết thực và dần dần lan sang các lĩnh vực kỹ thuật trừu tượng và ngày càng phức tạp hơn.

Lúc đầu học và ghi nhớ các sản phẩm của công nghệ phương Tây, và tự nhiên không bận tâm đến các nguyên tắc sâu xa của nó. Công việc này phải được để lại và dành cho những người đã đạt đến mức làm chủ công nghệ phương Tây.

Ngay từ đầu, việc tiếp thu công nghệ phương Tây không nên chỉ giới hạn trong bất kỳ lĩnh vực nào của cuộc sống. Ngược lại, công cuộc tiếp thu kỹ thuật phương Tây phải tiến hành đồng thời trên tất cả các lĩnh vực: chính trị, văn hóa, kinh tế, xã hội, quân sự và trong từng lĩnh vực, phải chú ý tất cả các ngành. Ví dụ, trong lĩnh vực khoa học, ngành cơ bản của toán học phải được nghiên cứu đồng thời với tất cả các ngành liên quan và phụ thuộc của nó, chẳng hạn như vật lý, y học, nông học, luật học, lịch sử học, tâm lý học, v.v.

Và ngay từ đầu, việc tiếp thu công nghệ phương Tây không nên bị giới hạn trong bất kỳ giới hạn nào. Ngược lại, ngay từ đầu, công tác tập hợp phải được quan niệm rộng rãi để thâm nhập vào quần chúng. Công việc tập hợp phải được quan niệm rộng và bao la như thủy triều dâng.

Tất nhiên, một quan niệm bao quát như vậy ngụ ý rằng công việc thu thập không chỉ bao gồm tất cả các nhánh của công nghệ phương Tây, mà còn bao gồm cả những lĩnh vực tầm thường và bình thường của cuộc sống. Ví dụ, làm thế nào để sử dụng hợp lý và khai thác tối đa dịch vụ có thể, những công cụ rất bình thường, tất nhiên chúng ta chấp nhận từ phương Tây. Cách sử dụng xà phòng hợp lý và tiết kiệm. Cách chăm sóc và bảo quản một đôi giày để nó luôn tốt và bền. Quần áo phương Tây phải được mặc, và việc bảo quản các loại vải, nhập khẩu và nhân tạo, đòi hỏi những điều kiện nào, ngoài những điều kiện mà công chúng quen thuộc, để bảo tồn các loại vải truyền thống.

Xét cho cùng, việc tiếp thu công nghệ phương Tây phải liên tục và không bao giờ kết thúc. Ngay cả khi cộng đồng đang Tây hóa, đã đạt đến mức làm chủ công nghệ phương Tây và bắt đầu sáng tạo, công việc thu thập vẫn phải tiếp tục với động lực mạnh mẽ như trước. Có lẽ lúc đó nhờ những gì đã góp nhặt được nên công sức đòi hỏi trong cộng đồng không nhiều như lúc đầu. Nhưng cũng chính nhờ vậy, đà tập hợp mới có thể duy trì cường độ như trước hoặc hơn trước. Và đây là một điều kiện rất cần thiết, bởi vì trong khi chúng ta cố gắng tiếp thu công nghệ phương Tây thì phương Tây không ngừng cải tiến công nghệ của họ bằng những loại phát minh mới.

Như vậy, trong quá trình tiếp thu công nghệ phương Tây, hai nhiệm vụ chính rất rõ ràng. Một mặt, nó chấp nhận công nghệ phương Tây trong mọi lĩnh vực. Một mặt, việc phổ biến các kỹ thuật đã được công nhận rộng rãi.

Nhiệm vụ đầu tiên phần lớn là trách nhiệm của một cơ sở giáo dục hợp pháp và nhiệm vụ thứ hai là trách nhiệm của một cơ sở giáo dục đại chúng.

Vấn đề phiên âm.

Quá trình tiếp thu công nghệ phương Tây nảy sinh nhiều nhu cầu, trong đó vấn đề phiên dịch là một điểm hết sức quan trọng. Vấn đề này đã được đưa ra và là chủ đề thảo luận nhiều lần. Chính sách dùng tiếng nước ngoài cũng được chấp nhận như chính sách dùng tiếng Việt.

Sử dụng ngôn ngữ sống nào để phiên dịch, trong giáo dục phổ thông và giáo dục đại chúng? Những người ủng hộ nên lấy ngoại ngữ dựa trên lập luận rằng muốn Tây hóa thì phải Tây hóa cho đến cùng, rút hết những gì tinh hoa của phương Tây. Như vậy, chỉ có ngoại ngữ mới giúp chúng ta đạt được mục tiêu đó: tiếng Việt không đủ phong phú về danh từ, không có khả năng diễn đạt những lý thuyết cô đọng và những tư tưởng trừu tượng siêu việt. Nhưng những người ủng hộ như vậy quên rằng việc thu thập công nghệ phương Tây như vậy chỉ có thể được thực hiện cho một thiểu số cộng đồng, và sau đó, như chúng ta biết, sẽ không giải quyết được các vấn đề của cộng đồng.

Những người chủ trương dùng tiếng Việt làm bản dịch, cho rằng đại chúng là quan trọng. Nếu công cuộc Tây phương hóa không đến được với quần chúng thì coi như thất bại. Và như chúng ta đã thấy, lập luận của họ thật đúng. Nếu vậy, chỉ có người Việt Nam mới có thể giúp chúng ta đạt được mục tiêu này. Nhưng, những người ủng hộ như vậy lại quên rằng, tất cả kho tàng tri thức liên quan đến công nghệ phương Tây, mà việc tiếp thu chúng đối với chúng ta đã là điều cần thiết và mất đi tất cả kho tàng tri thức. Những kho báu đó đều bằng tiếng nước ngoài. Nếu chúng ta không sử dụng ngoại ngữ một cách rộng rãi và đạt trình độ tinh vi thì vấn đề tiếp thu công nghệ không thể thực hiện được.

Trên thực tế, các chính sách trên không đối lập nhau mà phải bổ sung cho nhau. Sở dĩ có sự đối lập chỉ vì những người ủng hộ hai lập trường nhìn vấn đề dịch thuật từ hai vị trí khác nhau nên chỉ nhìn thấy một nửa vấn đề.

Trường hợp này, mặc dù ở một lĩnh vực khác, tương tự như trường hợp lập trường quốc gia so với quốc tế mà chúng ta đã xem xét trong phần chính trị.

Theo kinh nghiệm của các nước đã tiến hành tiếp thu kỹ thuật phương Tây, vấn đề dịch thuật phải được giải quyết như sau.

Như đã giải thích ở trên, công việc tiếp thu công nghệ phương Tây bao gồm hai hoạt động chính là công việc tiếp thu công nghệ và công việc phổ biến kỹ thuật đã tiếp thu.

Như vậy, bản dịch tác phẩm tiếp thu là tiếng nước ngoài và bản dịch tác phẩm truyền bá là tiếng Việt. Ranh giới giữa hai phiên âm được hoạch định như thế nào? Thực tế không có ranh giới và hai loại hình dịch thuật phải cùng tồn tại trong mọi lĩnh vực và trong mọi giai đoạn của bộ sưu tập.

Ở các nước đã hoặc đang tiến hành quá trình tiếp thu công nghệ phương Tây, vấn đề dịch thuật cũng được giải quyết theo cách đơn giản như trên. Ở Việt Nam, vấn đề trở nên khó khăn do hiện tượng tâm lý của thời thuộc địa tạo ra. Tinh thần dân tộc đã đi quá xa. Khi chủ quyền được thu hồi, một cách tự nhiên và đồng thời với ách thống trị, ngôn ngữ nước ngoài của nhà cai trị cũng phải bị loại bỏ, vì nó được coi là di tích của thời kỳ nô lệ.

Vấn đề dịch thuật đã được giải quyết như trên, xác định tiếng Việt trong trường hợp nào sẽ đóng vai trò chủ đạo là thẩm quyền của các cơ sở giáo dục và tổ chức giáo dục đại chúng. Nhưng dù thế nào đi chăng nữa thì công việc dịch tài liệu nước ngoài sang tiếng Việt vẫn là một công việc hết sức quan trọng. Nói rõ hơn, công việc dịch tài liệu nước ngoài là một đoàn xe mà qua đó việc sưu tầm có thể tiến hành, không có nó thì việc sưu tầm không thể thực hiện được.

Sau khi giải quyết vấn đề dịch thuật trên, câu hỏi tự nhiên nảy ra trong đầu chúng ta là: chọn ngoại ngữ nào? Câu trả lời sẽ như sau:

Chúng ta đã nghiên cứu kỹ thuật của Tây phương, tất nhiên học được cái gốc của kỹ thuật đó thì có lợi. Nếu chúng ta vào trường của những người cũng đang học Tây hoặc mới học, thì chúng ta tự động hạ mình xuống ngang hàng với học sinh của học sinh. Trong trường hợp đó, đuổi kịp người học đã khó, huống hồ là theo kịp thầy, đó là phương Tây. Như vậy, ngoại ngữ chúng ta chọn sẽ là một trong những ngoại ngữ của phương Tây để phiên dịch cho công nghệ tiên tiến nhất.

Cho đến Thế chiến II, các ngoại ngữ đáp ứng các điều kiện trên là tiếng Anh, tiếng Đức và tiếng Pháp. Trong Chiến tranh thế giới thứ hai, khi Pháp bị chiếm đóng trong bốn năm, các tài liệu tham khảo kỹ thuật của Pháp đã giảm dần.

Và sau Thế chiến II, Đức cũng ở trong tình trạng tương tự, mặc dù nhẹ hơn. Rốt cuộc, tiếng Anh phải được chọn trước tiên với tư cách là người phiên dịch ngoại ngữ của chúng ta.

Đối với chúng ta, nhiều biến cố lịch sử đã khiến tiếng Pháp vẫn chiếm ưu thế trong giáo dục ở Việt Nam. Tuy nhiên, nhu cầu Tây phương hóa buộc chúng ta phải từ bỏ tiếng Pháp mà không hề hối tiếc. Còn một nguyên nhân nữa, thuộc về lĩnh vực chính trị, buộc chúng ta phải thay thế tiếng Pháp bằng tiếng Anh ở vị trí ngoại ngữ ưu tiên ở nước ta. Nhìn vào bản đồ châu Á, chúng ta nhận thấy ngay sự kiện sau đây. Ba nước: Việt Nam, Campuchia, Lào. Lãnh thổ Đông Dương trước đây chỉ có ba nước sử dụng tiếng Pháp như một ngoại ngữ trong khi tất cả các nước xung quanh đều sử dụng tiếng Anh, một ngoại ngữ được sử dụng phổ biến nhất trên thế giới. Sự cô lập khủng khiếp đó là một trở ngại ghê gớm trong lĩnh vực ngoại giao.

Vượt qua sáng tạo của công nghệ phương Tây

Chúng ta đã thấy trong nhiều đoạn trước rằng mức độ Tây phương hóa đủ cao sẽ không thể thực hiện được nếu việc tiếp thu công nghệ phương Tây chỉ giới hạn ở việc thu thập các đổi mới công nghệ Tây phương hóa. Mặc dù sưu tập này, có sức lan tỏa và bao trùm khắp các lĩnh vực công nghệ như chúng ta đã phân tích ở trên, chỉ giới hạn ở những sáng tạo của công nghệ phương Tây, nhưng kết quả là như nhau. Cộng đồng đang theo đuổi Tây phương hóa sẽ mãi mãi phụ thuộc vào phương Tây, vì Tây phương hóa nửa chừng sẽ đưa cộng đồng đến mức chỉ có thể sử dụng những cải tiến công nghệ của phương Tây.

Tây phương hóa, ở một mức độ đủ cao, chỉ có thể thực hiện được khi việc hấp thụ công nghệ phương Tây được hoàn thành ở mức độ mà người hấp thụ áp đảo nó để đến lượt sáng tạo. Và tất nhiên, để làm chủ được kỹ thuật đó, trước tiên người ta phải hiểu nguyên tắc sáng tạo và thực hành cách sử dụng nó.

Trong khuôn khổ này, một quan niệm sai lầm phổ biến cần phải được sửa chữa. Hầu hết các cộng đồng theo đuổi phương Tây hóa đều nghĩ rằng phương Tây mạnh là nhờ khoa học của họ. Vì vậy, nếu chúng ta học khoa học của phương Tây, chúng ta không mạnh bằng phương Tây. Vì khoa học, cũng như mọi phát kiến kỹ thuật của phương Tây là những hiện tượng nhìn thấy được của kỹ thuật phương Tây chứ chưa phải là công nghệ phương Tây. Sáng tạo kỹ thuật là sóng, nhưng công nghệ là gió.

Vậy đâu là nguyên nhân tạo nên khả năng sáng tạo của công nghệ phương Tây? Câu hỏi này cực kỳ quan trọng đối với quá trình Tây phương hóa. Nếu trả lời được điều đó, chúng ta có thể thỏa mãn điều kiện Tây phương hóa đến mức đủ cao. Điều kiện thứ hai là thực hiện đủ số điểm mà câu trả lời sẽ nêu ra.

Công nghệ phương Tây hùng mạnh nhờ hai đức tính vô cùng quý giá được thừa hưởng từ nền văn minh Hy Lạp - La Mã cổ đại. Hai đức tính đó là:

• Chính xác về mặt tinh thần.

• Ngăn nắp và minh bạch trong tổ chức.

Ngay cả trong thời kỳ khoa học chưa được phát minh, hai đức tính này đã xuất hiện trong các tác phẩm văn hóa và trong ngôn ngữ của người Hy Lạp-La Mã.

Quan niệm sai lầm ở trên là sai bởi vì nó dựa trên một niềm tin sai lầm. Niềm tin sai lầm đó là, vì khoa học phương Tây chính xác, trật tự và minh bạch, nếu chúng ta tiếp thu khoa học đó, chúng ta cũng có thể tiếp thu sự chính xác và minh bạch đó. Lập luận trên chỉ đúng một phần và sai phần lớn. Sở dĩ khoa học phương Tây có những phẩm chất này là bởi vì khoa học phương Tây là sự sáng tạo của công nghệ phương Tây. Làm con tất nhiên cũng có một số đức tính của người mẹ. Nhưng thực ra những phẩm chất đó được thừa hưởng, giống như sức mạnh của sóng được thừa hưởng từ gió. Và vì khoa học cũng chỉ là một trong những sáng tạo của công nghệ phương Tây, nên chúng ta tiếp thu khoa học chưa đủ để chinh phục công nghệ phương Tây. Tục ngữ thường nói "chó ngoáy đuôi là thường, không thấy đuôi trả về chó".

Đoạn cuối quan trọng ở chỗ nó phơi bày một quan niệm sai lầm mà chúng ta đã có từ lâu. Quan niệm sai lầm đó rất tai hại, vì nó trở thành một trở ngại không thể lay chuyển đối với quá trình Tây phương hóa đối với bất kỳ ai coi đó là kim chỉ nam để tiếp thu công nghệ phương Tây: Chúng ta cần ghi nhớ rằng, một khi bị đóng khung trong quan niệm sai lầm này, thì ngay cả bộ sưu tập khoa học phương Tây gấp mười lần cũng sẽ không giúp chúng ta chinh phục công nghệ phương Tây. Khi nói đến sự sáng tạo thì tất nhiên không thể không luyện tập. Một xã hội Tây phương chỉ tập trung vào tiếp thu khoa học phương Tây sẽ mãi mãi là một sự Tây phương hóa kém, và một cộng đồng chỉ chú trọng tiếp thu khoa học phương Tây sẽ mãi mãi phụ thuộc vào những cải tiến kỹ thuật của phương Tây và không bao giờ vươn lên được trình độ sáng tạo như phương Tây.

Những điều đã nói ở trên làm rõ ba điểm:

1. Kỹ thuật phương Tây lấy sinh lực từ hai nguồn:
   - Chính xác về mặt tinh thần.
   - Ngăn nắp và minh bạch trong tổ chức.

2. Các đức tính trên có trước mọi phát minh khoa học và khai sinh ra khoa học.

3. Với sưu tập khoa học của phương Tây thôi thì không giúp chúng ta chinh phục được công nghệ phương Tây.

   Do đó, vấn đề trở nên rõ ràng đáng chú ý. Nếu chúng ta muốn làm chủ công nghệ phương Tây, chúng ta cần trau dồi hai phẩm chất:

- Chính xác về lý do
- Ngăn nắp và minh bạch trong tổ chức.

Việc thu thập dù chỉ một phần kết quả của khoa học phương Tây, hay bất kỳ một hay tất cả những sáng tạo của công nghệ phương Tây cũng không thể cho phép chúng ta chế ngự công nghệ phương Tây, bởi vì sự thu thập không đủ để chúng ta thực hành hai đức tính này.

Vấn đề là như vậy, thì phương pháp nào sẽ giúp chúng ta đạt được kết quả mong muốn? Các tài liệu nghiên cứu về nguồn gốc của hai đức tính này, trong các nền văn minh Hy Lạp và La Mã cổ đại, đều ghi nhận hai đức tính này được phản ánh trong cách tổ chức đời sống hàng ngày và đặc biệt là trong ngôn ngữ của hai dân tộc này. Cũng nên nhắc lại rằng những phẩm chất này có trước mọi phát minh khoa học của hai dân tộc Hy Lạp và La Mã.

Hai đức tính thể hiện trên đây trong tổ chức sinh hoạt và trong ngôn ngữ vô cùng quan trọng. Vì thế, những ai theo lối sống ấy hàng ngày, luôn sử dụng ngôn ngữ ấy, đương nhiên sẽ tiếp thu sự rèn luyện không ngừng để thực hành hai đức tính trên.

Công nghệ của phương Tây ngày nay là kết quả của quá trình rèn luyện kiên nhẫn của vô số triệu người qua vô số thế hệ. Và cuộc sống hàng ngày cùng với ngôn ngữ là những công cụ sắc bén và duy nhất có thể giúp chúng ta rèn luyện hai đức tính này.

Như vậy, vấn đề càng sáng tỏ, muốn thực hành hai đức tính này, chúng ta phải sắp xếp cuộc sống hàng ngày của mình cho có trật tự và minh bạch, và ngôn ngữ của chúng ta phải được sắp xếp cho có trật tự và minh bạch. Bằng cách này, cuộc sống hàng ngày và ngôn ngữ của chúng ta sẽ trở thành công cụ sắc bén giúp chúng ta rèn luyện tính hợp lý, trật tự và minh bạch trong tổ chức. Và ngôn ngữ đã được tổ chức lại để trở thành một công cụ suy luận để chúng ta thâm nhập vào vũ trụ vật chất và vũ trụ tinh thần.

Lịch sử nhân loại cung cấp cho chúng ta nhiều ví dụ để xác nhận những sự kiện trên, về ảnh hưởng của tổ chức cuộc sống và của ngôn ngữ đối với sự phát triển của nền văn minh.

Giai đoạn bắt đầu từ thế kỷ 14 được gọi là thời kỳ Phục hưng của xã hội phương Tây là tiêu biểu nhất. Gần một nghìn năm trước đó, các nền văn minh Hy Lạp và La Mã đã sụp đổ trong một cuộc xâm lược lớn của các dân tộc man rợ sống xung quanh. Tất cả các tổ chức sự sống đều tan rã và ngôn ngữ trở nên mơ hồ dưới ảnh hưởng của các phương ngữ man rợ.

Gần một nghìn năm, xã hội phương Tây chìm trong bóng tối dày đặc của sự tàn bạo và ngu dốt.

Tuy nhiên, một số tu viện Công giáo vẫn giữ được ánh sáng của nền văn minh cũ và di sản của những ngôn ngữ đã mất. Giáo hội Công giáo đã dốc hết sức mình để bảo vệ ngọn đuốc mờ đó trước làn sóng xâm lăng đáng sợ.

Sau nhiều thế kỷ biến động khủng khiếp, tình hình đã lắng xuống. Và nhà thờ mới bắt đầu phát triển ngày càng rộng rãi vì di sản được bảo vệ. Kết quả là các quốc gia nổi lên từ các dân tộc man rợ trong quá khứ bắt đầu tổ chức cuộc sống của họ theo mô hình có trật tự của tiếng Hy Lạp-La Mã và điều chỉnh ngôn ngữ phôi thai theo mô hình có trật tự và minh bạch của ngôn ngữ Hy Lạp-La Mã.

Trong cái gọi là thời Trung cổ, vào thế kỷ thứ 10 và 11, cuộc sống ở các nước phương Tây bắt đầu được tổ chức từng cái một. Nhưng ngôn ngữ vẫn còn mơ hồ. Chỉ vài thế kỷ sau, ngôn ngữ chính thức đã xuất hiện và trở thành công cụ sắc bén để suy luận. Và như vậy, đến lượt mình, sự phát triển của nền văn minh phương Tây trong mọi lĩnh vực của đời sống ngày càng trở nên mãnh liệt và bao trùm hơn như chúng ta thấy ngày nay.

Một ví dụ lịch sử khác cũng chứng minh ảnh hưởng của ngôn ngữ đối với sự phát triển của suy luận và đối với sự phát triển của nền văn minh. Tiếng Trung vừa khó học vừa không phải là công cụ suy luận sắc bén. Do đó, ngôn ngữ Trung Quốc là một trở ngại cho việc phổ biến kiến thức và một trở ngại cho sự phát triển của các ý tưởng. Mặc dù nền văn minh của Trung Quốc đã đạt đến trình độ cao trong nhiều lĩnh vực, nhưng nó thiếu sức sống phát quang vì rào cản ngôn ngữ. Và ngay cả trong thời đại ngày nay, khi Trung Quốc đang dồn mọi nỗ lực để phát triển đất nước bằng việc Tây hóa thì tiếng Trung vẫn là một trở ngại rất lớn. Nếu các nhà lãnh đạo Trung Quốc không giải quyết được vấn đề ngôn ngữ, quá trình Tây phương hóa đúng đắn của Trung Quốc sẽ gặp nhiều khó khăn không thể vượt qua.

Bài toán sửa tiếng Việt.

Trở lại vấn đề rèn luyện hai đức tính hợp lý và ngăn nắp, minh bạch trong tổ chức, chúng ta thấy có hai công cụ sắc bén là tổ chức sinh hoạt và dùng ngôn ngữ chính xác.

Sắp xếp cuộc sống hàng ngày của chúng ta theo thứ tự, chúng ta có thể dễ dàng hình dung nó nên được thực hiện như thế nào. Bởi vì ngay cả trong truyền thống châu Á của chúng ta, việc giữ cho cuộc sống hàng ngày của chúng ta được ngăn nắp là điều nên làm. Ngày nay, chỉ cần điều chỉnh các phong tục hiện có cho phù hợp với nhu cầu do nhịp sống cấp bách hơn và một xã hội máy móc hơn đặt ra.

Vấn đề sửa tiếng Việt phức tạp hơn nhiều.

Chúng ta xem sự chinh phục như thế nào? Và làm thế nào để thực hiện điều chỉnh?

Như chúng ta đã nói ở trên, các giai đoạn đầu của quá trình Tây phương hóa nặng về việc tiếp thu những đổi mới công nghệ của phương Tây.

Rồi đến giai đoạn làm chủ công nghệ phương Tây. Và trong giai đoạn này, một ngôn ngữ có khả năng của một bộ máy suy luận tinh vi càng cần thiết hơn. Như vậy, việc chấn chỉnh đội quân Việt Nam có được coi là việc cấp bách?

Có lẽ không phải vì một ngôn ngữ được sửa lỗi với tư cách là một thiết bị suy luận tinh vi có thể cần thiết hơn trong giai đoạn thứ hai của quá trình tiếp thu công nghệ phương Tây. Nhưng điều mà chúng ta thắc mắc nhất về một ngôn ngữ hình thức là ảnh hưởng của nó đối với việc rèn luyện tính chính xác hợp lý. Như vậy, ngay khi bắt đầu quá trình Tây hóa, chúng ta phải đặt ngay vấn đề sửa lại tiếng Việt.

Tại sao phải sửa tiếng Việt?

Vì tiếng Việt kém và không đủ từ ngữ để diễn đạt hết những tư tưởng trừu tượng và súc tích như nhiều người vẫn nghĩ?

Vấn đề kém tiếng Việt không phải là vấn đề, vì nếu thiếu từ để diễn đạt ý mới thì chúng ta đưa từ mới vào. Không chỉ tiếng Việt mà bất cứ ngôn ngữ sinh hoạt nào cũng không sợ kém chữ. Trong bối cảnh này, có lẽ điều quan trọng nhất là các quy tắc tạo chữ cái mới. Đã có nhiều loại sách "Từ điển danh từ" v.v… sử dụng nhiều từ mới. Tuy nhiên, quy tắc tạo từ mới mà ngôn ngữ sinh hoạt nào cũng có, tiếng Việt không có.

Nhưng đây là phương pháp làm giàu tiếng Việt chứ không phải sửa tiếng Việt.

Sở dĩ cần đặt ra vấn đề sửa tiếng Việt vì những lý do sau:

Ngôn ngữ thường được chia thành hai loại. Từ trừu tượng và từ cụ thể.

Ngôn ngữ trừu tượng thường sử dụng danh từ. Danh từ mô tả một ý tưởng trừu tượng. Các ngôn ngữ sinh hoạt cụ thể thường sử dụng động từ. Động từ thể hiện một hành động cụ thể.

Ý tưởng trừu tượng bao giờ cũng phong phú và toàn diện hơn hiệu ứng cụ thể.

Ví dụ: Giữa động từ "phát triển" và danh từ "sự phát triển", ta phân biệt ngay tác động cụ thể "phát triển" chỉ giới hạn trong phạm vi tác động "sự phát triển" và khái niệm trừu tượng "sự phát triển" bao gồm tất cả các sự kiện liên quan đến " tác động phát triển".

Theo quy luật tự nhiên, nền văn hóa càng phát triển thì ngôn ngữ của cộng đồng đó càng phong phú về mặt trừu tượng. Và đồng thời, ngôn ngữ cũng phải được trừu tượng hóa để diễn đạt những khái niệm trừu tượng. Trừu tượng hóa ngôn ngữ bằng cách tạo ra nhiều danh từ hoặc đặt ra các quy tắc danh từ hóa động từ hoặc tính từ.

Trong tiếng Việt, có một cách danh hóa bằng cách dùng từ "sự" trước động từ. Ví dụ, hô hấp, sự hô hấp. Nhưng phương pháp này chưa được thiết lập và danh pháp này chưa phổ biến.

Như vậy, lý do đầu tiên để sửa tiếng Việt là làm trừu tượng hóa tiếng Việt bằng cách đặt ra các quy tắc danh từ hóa và phổ biến cách dùng danh từ.

Lý do thứ hai là lý do sau đây.

Tiếng Việt trước đây, cũng như tiếng Hán, thuộc loại ngôn ngữ sinh hoạt gọi là ngôn ngữ sinh hoạt biểu cảm, nghĩa là ghi lại ý tưởng, đối lập với ngôn ngữ sinh hoạt ký hiệu, nghĩa là ghi lại âm thanh. Do đặc điểm này mà trước đây tiếng Hán và tiếng Việt không thông dụng.

Ngày nay tiếng Việt đã thoát khỏi vòng vây đó nhờ phương thức ghi âm bằng mẫu tự Latinh.

Nhờ đó, tiếng Việt trở nên dễ học và phổ biến. Khi Nguyễn Văn Vĩnh nói: "Nước Việt Nam hay dở nhờ chữ Quốc ngữ" là ông đang nghĩ đến tiếng Việt, nhờ phương thức ghi âm, đã thoát khỏi chướng ngại mà chúng ta vẫn thấy đối với tiếng Hán.

Nhưng trong lối viết, tiếng Việt vẫn chịu ảnh hưởng nặng nề của tiếng Hán, tức là các ngôn ngữ sinh hoạt biểu cảm.

Lối viết của những ngôn ngữ sinh hoạt này đặc biệt "gợi cảm" và không chú ý đến cấu trúc câu.

Lối viết "gợi cảm" có nhiều ưu điểm và nhiều nhược điểm

Người đọc những câu văn khơi gợi có thể thấy ngay những hình ảnh mà tác giả muốn biểu đạt, không bị ràng buộc bởi cấu trúc câu làm mất liên hệ giữa tác giả và người đọc. Văn bản "gợi cảm" chỉ cần trình bày bằng hình ảnh, bằng ngôn từ rời rạc, không cần thông với nhau trong bất cứ kiến trúc nào. Người đọc câu "gợi cảm" tự tưởng tượng ra bố cục của các hình ảnh. Sự giao tiếp giữa tác giả và người đọc diễn ra nhanh chóng và đầy đủ. Trực giác hoạt động nhiều hơn lý luận.

Do đặc điểm trên nên câu "gợi cảm" rất phù hợp với thơ. Cái hay của một câu thơ Đường như "Bồ đào mỹ tửu, dạ quang bôi" hay cái hay của một câu Kiều như "Lơ mơ tơ liễu buông màn" chính là nhờ đặc điểm "khiêu gợi" nói trên trong phong cách viết trong thơ. Điều tuyệt vời ấy quyến rũ đến nỗi có nhiều nhà thơ Âu Mỹ chủ trương tìm cho phong cách kiến trúc của mình một lối thoát để gột rửa những ràng buộc của kiến trúc, để đạt tới sự diệu kỳ của thơ Đường. Tất nhiên, họ đã không thành công, bởi vì phong cách kiến trúc của họ không thể xóa bỏ bản chất của nó.

Và cũng vì lẽ đó mà thơ Đường khi dịch sang tiếng Âu đã mất hết vẻ đẹp của nó.

Như vậy, về mặt thi ca, tiếng Việt là một nhạc cụ rất sắc bén. Nhưng trong thơ có ưu điểm ấy thì ngược lại, từ "gợi cảm" lại mang rất nhiều bất cập khi được sử dụng như một công cụ suy diễn sở trường của văn kiến trúc.

Như đã thấy ở trên, trong lối viết "gợi cảm", tác giả chỉ nhắc đến hình ảnh. Người đọc phải tự sắp xếp các hình ảnh theo trí tưởng tượng của mình. Như vậy, mỗi độc giả có một bố cục khác nhau. Đó là sự thiếu chính xác của lối hành văn "gợi cảm". Làm sao có thể cùng nhau thảo luận một vấn đề, nếu cùng đọc một câu nhưng mỗi người hiểu khác nhau.

Muốn nghị luận thì việc sắp xếp các hình ảnh hay ý thức nêu trong câu không chỉ để người đọc tưởng tượng mà phải có trong câu.

Tức là câu phải có cấu trúc, tức là các từ chỉ hình ảnh phải được nối với nhau bằng những từ tự nó không có nghĩa, tự nhiên làm cho câu nặng nề.

Nhưng sự chính xác hợp lý phải được trả giá. Hoặc là chúng ta suốt đời chạy theo thi pháp, hoặc chúng ta buộc câu văn phải có một cấu trúc để diễn đạt chính xác tư tưởng của chúng ta.

Và đó là lý do thứ hai để sửa tiếng Việt.

Muốn rèn luyện tính chính xác trong suy luận thì điều kiện cần thỏa mãn trước hết là cấu trúc câu tiếng Việt.

Trên đây chúng ta đã đề cập đến trường hợp, nhiều nhà thơ Âu Mỹ muốn "gợi cảm hóa" phong cách kiến trúc của mình, để thể hiện ý thơ. Và họ đã thất bại. Vậy nếu chúng ta cấu trúc những câu "dự kiến" của mình, liệu chúng ta có thành công? Sở dĩ các nhà thơ Âu Mỹ không thành công là vì sức sống của nền văn minh Âu Mỹ chính là phong cách kiến trúc của họ. Còn mong muốn "dụ dỗ" câu giờ chỉ là một trào lưu gần đây trong một khu vực nhỏ.

Ngược lại, đối với chúng ta, cấu trúc của câu nói là một điều rất quan trọng, liên quan đến sự mất mát của chúng ta, vì vậy chúng ta phải làm cho đến khi có thể. Và nếu vì cấu trúc câu mà chúng ta mất đi bản chất của chúng, thì chúng ta phải; bởi vì sự mất tinh hoa, ở đây không làm cho nền văn minh của chúng ta mất đi sức sống, trái lại, là tìm lại sức sống cho nền văn minh của chúng ta, nên chúng ta quyết tâm thực hiện công cuộc Tây phương hóa. Trong đó kiến trúc của tiếng Việt là yếu tố quyết định.

Làm thế nào để kiến trúc tiếng Việt?

Gần đây có nhiều sách ngữ pháp tiếng Việt, trong đó có phân tích câu tiếng Việt thành mệnh đề, phân tích từng mệnh đề thành chủ ngữ, động từ, bổ ngữ... Ngoài ra còn có sự phân biệt từ loại. Điều đó có nghĩa là ngôn ngữ Việt Nam đã được kiến trúc hóa?

Chắc chắn là không. Những cuốn sách này tiêu biểu cho mặc cảm tự ti của tinh thần dân tộc. Nhiều người nhận thấy sự thiếu cấu trúc của câu tiếng Việt. Nhưng sau khi nhận ra khiếm khuyết đó, thay vì cố gắng cấu trúc câu thì lại cố gắng chứng minh rằng câu đó có một kiến trúc.

Để được như vậy, những người trên đã đem công cụ phân tích của một câu kiến trúc, áp dụng cho một câu phi kiến trúc, với hy vọng rằng, nếu sự phân tích đó được thực hiện thì tất nhiên là nó đã được thực hiện. Chứng minh rằng câu có cấu trúc.

Vì thái độ phi thực tế đó, chúng ta thấy ngay mọi sự khiên cưỡng và giả tạo của sự phân tích trên. Miễn cưỡng và tự phụ vì thực chất câu phân tích không có trong câu đã phân tích.

Cấu trúc của ngôn ngữ tiếng Việt phải được xem xét trên các cơ sở sau:

1. Một câu có cấu trúc khi giữa các loại từ có sự phân biệt về hình thức (thể loại) chứ không chỉ về vị trí (vị trí của từ trong câu).

2. Câu có cấu trúc khi các từ chính trong câu được liên kết với nhau bằng các từ phụ trợ, tự nó không có nghĩa nhưng có vai trò rất quan trọng.

3. Câu được cấu tạo khi mệnh đề chính được nối với một hoặc nhiều mệnh đề phụ bằng các trợ từ có nhiệm vụ đặt ra.

Vì vậy, nếu muốn cấu trúc câu, chúng ta phải:

1. Thường thức hóa sự khác biệt về hình thức của từ.

2. Đặt trợ từ cho các từ của mệnh đề.

3. Đặt trạng ngữ cho mệnh đề. Và phổ biến việc áp dụng cấu trúc câu.

VIỆT NGỮ VÀ HÁN NGỮ

Ở đoạn trên, so sánh tình hình phát triển của Trung Quốc và Việt Nam, chúng ta đã chứng minh được tình hình phát triển của Việt Nam có nhiều điều kiện thuận lợi hơn, trong đó có nhiều điều kiện về ngôn ngữ.

Ngôn ngữ của một cộng đồng dân tộc đương nhiên là công cụ của văn hóa cộng đồng đó. Nhưng ngôn ngữ chỉ trở thành công cụ toàn diện của văn hóa khi nó hội tụ đủ hai đức tính: dễ học để trở thành công cụ phổ biến, thông dụng và đại chúng; và chính xác để trở thành một công cụ suy luận tinh vi và sắc bén.

Tiếng Trung là một loại ngôn ngữ sống, mỗi chữ cái có một khái niệm. Vì vậy, một người Trung Quốc muốn sử dụng được tiếng Trung bình quân phải học thuộc lòng tối thiểu từ ba nghìn đến bốn nghìn từ. Nỗ lực duy lý thái quá này đã tạo ra một sự sùng bái Nho giáo, cả trong xã hội Trung Quốc và xã hội Việt Nam cổ đại.

Tiếng Hán hoàn toàn bất lực khi phải đóng vai một công cụ phổ biến và thông dụng cho văn hóa. Cũng vì trở ngại do ngôn ngữ sống biểu đạt tạo ra, nền văn minh Trung Hoa cổ đại dù ở đỉnh cao vẫn không có năng lượng bành trướng như nền văn minh phương Tây ngày nay.

Lối hành văn của tiếng Hán là kiểu "gợi cảm" nên câu văn không có cấu trúc. Một câu không có cấu trúc là một câu sai. Và một ngôn ngữ sống thiếu chính xác không thể trở thành một công cụ suy luận sắc bén và tinh vi. Vì không có các công cụ ngôn ngữ suy luận sắc bén và tinh vi để sử dụng trong việc khám phá vũ trụ vật chất và tinh thần, nên người Trung Quốc cổ đại đã thay thế lý luận bằng trực giác. Chúng ta đã xem qua một đoạn ở trên, những ưu và nhược điểm của trực giác. Tuy nhiên, có một thực tế không thể phủ nhận là trong các nền văn minh cổ đại, chỉ có nền văn minh Trung Hoa là rất kém về toán học và cực kỳ kém về triết học.

Lý do là ngôn ngữ Trung Quốc, với lối hành văn gợi cảm, hoàn toàn bất lực khi phải đóng vai một công cụ suy luận tinh vi và sắc bén.

Và chính ngày nay, mặc dù Trung Quốc đang áp dụng những phương pháp vận động cực kỳ tàn nhẫn của chế độ độc tài Đảng Cộng sản, để dồn mọi công sức của tám trăm triệu người vào công cuộc phát triển đất nước bằng phương pháp Tây hóa, thì chúng ta cũng có thể đoán được rằng sự phát triển của Trung Quốc, nếu nó vượt qua được đại dịch vật lý và những trở ngại chính trị, như chúng ta biết, sẽ không vượt quá giới hạn do ảnh hưởng hạn chế của một ngôn ngữ đặt ra, không thể là một công cụ phổ biến, phổ quát và đại chúng, và một công cụ suy luận sắc bén và tinh vi.

Tiếng Việt vốn quen dùng chữ Hán và chữ Nôm bị phụ thuộc hoàn toàn vào chữ Hán nên có lúc nó cũng bất lực trong vai trò công cụ phổ biến rộng rãi trong đại chúng. Chỉ cần nhìn vào di sản văn hóa vừa nghèo nàn vừa hạn chế của chúng ta, chúng ta càng thấy rõ hậu quả tai hại của sự lệ thuộc và bất lực hơn ngàn năm đó. Nhưng kể từ ngày tiếng Việt được ghi bằng chữ cái La Mã, nó đã được giải thoát khỏi sự bất lực nói trên. Một sự kiện rất cụ thể tiêu biểu cho sự giải phóng này là, trong tất cả các ngôn ngữ sinh hoạt trong xã hội Đông Á ngày nay, tiếng Việt là ngôn ngữ sinh hoạt duy nhất có thể viết ra bằng máy đánh chữ. Sự kiện trên một lần nữa bộc lộ sự rộng rãi của phong cách ghi chép, so với phong cách thể hiện.

Việc ghi âm tiếng Việt bằng mẫu tự La Mã thay cho chữ Nôm và chữ Hán là một ví dụ thành công về Tây phương hóa của chúng ta, trong phạm vi ngôn ngữ nhỏ nhưng quan trọng và quyết định. Tất nhiên, thành công này truyền cho chúng ta niềm tin mạnh mẽ vào những thành công thậm chí còn phong phú hơn, trong các lĩnh vực Tây phương hóa rộng lớn mà chúng ta đang theo đuổi.

Riêng việc ghi âm tiếng Việt theo mẫu tự La Mã, như chúng ta vừa thấy, là một lợi thế không thể phủ nhận của tiếng Việt so với tiếng Hán về nhiều mặt. Nhưng việc ghi âm, bằng bảng chữ cái La Mã, cũng mở ra cánh cửa cho một sự phát triển khác của tiếng Việt, những hệ quả của nó sẽ có tầm quan trọng lớn hơn nhiều. Việc ghi âm tiếng Việt theo bảng chữ cái La Mã sẽ cho phép chúng ta xây dựng câu như chúng ta đã thấy ở đoạn trên. Và câu, một khi đã được cấu trúc, tiếng Việt sẽ tự nhiên trở thành một công cụ suy luận sắc bén và tinh vi.

Lúc bấy giờ, tiếng Việt vừa là công cụ thông dụng, phổ biến, vừa là công cụ suy luận sắc bén, tinh vi, sẽ là công cụ hữu hiệu của văn hóa Việt Nam. So với tiếng Trung Quốc, lợi thế thậm chí còn rõ ràng hơn.

Khi đó, chẳng những văn hóa Việt Nam hoàn toàn không còn phụ thuộc vào văn hóa Trung Hoa, mà sự phát triển văn hóa của chúng ta sẽ đạt đến một trình độ mong muốn, có thể đóng góp một phần đáng kể vào di sản của văn minh nhân loại, nhờ năng lượng dồi dào mà một công cụ ngôn ngữ đắc lực sẽ mang lại và tạo ra cho nền văn hóa của chúng ta.

Triển vọng của công cụ ngôn ngữ và văn hóa cũng vậy, thế hệ chúng ta không có lý do gì không nỗ lực hết mình, nắm lấy cơ hội đã đến để thực hiện trong lĩnh vực văn minh văn hóa ý chí của tiền nhân: cởi bỏ tâm lý nô dịch của chủ nghĩa dân tộc đối với Trung Quốc và dân tộc. Và thế hệ chúng ta, không lý do gì phải từ bỏ sự phát triển văn hóa phong phú mà chắc chắn, của tiếng Việt đúng nghĩa sẽ dành cho chúng ta mà chịu lệ thuộc vào một nền văn hóa mà tiếng Hán không đảm bảo cho sự phát triển. Và những nhà lãnh đạo nào, vô tình hay hữu ý, để cho cộng đồng dân tộc ta bỏ lỡ cơ hội này, thì chẳng những sẽ phản bội lợi ích dân tộc mà còn phải gánh chịu mọi trách nhiệm của một kiếp phụ thuộc không thể chống trả. Nhưng các thế hệ tương lai vì những sai lầm của họ sẽ phải phục tùng hàng ngàn năm.

Chúng ta đã chứng minh ở đoạn trên rằng sự quy phục Cộng sản của một số lãnh tụ của chúng ta đã làm cho cuộc đấu tranh giành độc lập bị tiêu hao hết sức sống của dân tộc. Tuy nhiên, không bao giờ có thể phủ nhận những hy sinh cao cả của các thành viên trong cộng đồng, cũng như không thể phủ nhận sự kiêu hùng của dân tộc trong những trận chiến khốc liệt với kẻ thù.

Ở một đoạn khác, chúng ta phân tích rằng, do ảnh hưởng của tâm lý dân tộc, vì Trung Hoa hơn tám trăm năm, đè nặng lên sinh mệnh dân tộc, nên một số nhà lãnh đạo đã cố khoác lên mình tấm áo Việt Nam. Tam dân chủ mà Tôn Văn đã dày công nghiên cứu và đúc kết cho dân tộc mình. Tuy nhiên, không bao giờ có thể phủ nhận thành tích đấu tranh giải phóng dân tộc của các nhà cách mạng cả nước, cũng như không thể phủ nhận những trang sử vẻ vang mà những người đã nhân danh Tam dân chủ viết nên, viết bằng xương máu trong lịch sử dân tộc.

Chúng ta vừa chứng tỏ rằng thế hệ chúng ta có nhiều điều kiện thuận lợi để nắm bắt cơ hội đưa nền văn hóa của chúng ta thoát khỏi ách thống trị của văn hóa Trung Hoa, và qua đó tiêu diệt cái quan trọng nhất trong hai cái đã hơn ngàn năm nuôi dưỡng tâm lý của dân tộc ta đối với Trung Quốc. Tuy nhiên, di sản văn hóa của dân tộc thoát ra khỏi nền văn minh chung của xã hội Á Đông không bao giờ có thể phủ nhận, cũng như không thể phủ nhận tri thức uyên thâm và những mẫu người thoát ly đời thường, bằng sự tuân thủ đúng đắn những chuẩn mực giá trị của nền văn minh Trung Hoa.

Trong ba trường hợp trên, thái độ của chúng ta là của một nhà khoa học quang học, khi nhận ra rằng lý thuyết phát quang tuyến tính không còn giải thích được nhiều hiện tượng quang học, và thay vào đó là một lý thuyết khác. Nhưng điều đó không phủ nhận tất cả các định luật quang học, được phát minh ra khi nhà khoa học giải quyết lý thuyết về ánh sáng phát quang theo đường thẳng, bởi vì những định luật này thuộc về di sản quang học của phát minh.

Tính khí.

Một khi đã sử dụng các công cụ để trau dồi những phẩm chất vốn là nền tảng của công nghệ phương Tây thì việc thành công hay thất bại trong việc làm chủ công nghệ phụ thuộc rất nhiều vào một phẩm chất khác: Tính khí.

Trong một đoạn văn trước, liên quan đến việc tuyên bố vốn cố hữu của chúng ta, trước khi bắt tay vào công cuộc Tây phương hóa, chúng ta đã nhận thấy rằng khí chất của cá nhân cần thiết cho cộng đồng hơn là trí thông minh của tâm trí.

Những dân tộc đã thành công trong mọi sự nghiệp của họ là những dân tộc có tính khí rất cao. Và giữa hai dân tộc, cùng một hoàn cảnh, cùng một thách thức, cùng một giải pháp, bên nào có tính khí hơn sẽ thắng nhiều hơn. Một ví dụ mà chúng ta đã để cập là hai dân tộc Anh và Pháp.

Cũng như nhiều phẩm chất cao quý khác của con người, không dễ để xác định một cách chi tiết về khí chất. Vì khí chất thể hiện trong mọi lĩnh vực của cuộc sống.

Và tính khí thể hiện mạnh mẽ nhất không chỉ trong những cuộc khủng hoảng kích thích khả năng của cá nhân. Chẳng hạn, trong những cuộc khủng hoảng tương tự, khi đối mặt với mối nguy hiểm lớn, con người có thể trong một thời gian ngắn tập trung đến mức tối đa mọi năng lượng mà bình thường sẽ bị phân tán. Và thế giới có thể có những hành động phi thường để vượt qua những trở ngại bên ngoài mang lại.

Nhưng đó không phải là lúc tính khí đối mặt với những thử thách nguy hiểm nhất. Ngược lại với những lúc bình thường của cuộc sống mới, cả hai đều có khả năng tiêu hao khí lực và rèn luyện khí chất. Cuộc sống hàng ngày là chiến trường, là bài kiểm tra lâu dài của tính khí. Và cũng chính cuộc sống hàng ngày là lĩnh vực phát triển của tính khí.

Tính khí có điều kiện phát triển, ở một cá nhân hay cộng đồng, khi cá nhân hay cộng đồng ấy tin tưởng vững chắc vào một chuẩn mực giá trị nào đó làm nền tảng cho đời sống cộng đồng. Trong bất kỳ xã hội nào, nếu các chuẩn mực giá trị được giữ nguyên vẹn, thì tự nhiên nhân khí sẽ đơm hoa kết trái vô cùng tốt đẹp.

Vì vậy, những điều kiện có khả năng bảo tồn các chuẩn mực giá trị cũng có khả năng thúc đẩy khí chất. Trong đoạn trên, chúng ta đã thấy rằng một trong những điều kiện nói lên điều này là tính liên tục trong vấn đề lãnh đạo cộng đồng.

Xã hội Việt Nam trước đây là Nho giáo, cả cộng đồng đều tin tưởng mạnh mẽ vào các giá trị của Nho giáo. Nhờ vậy, xã hội ta đã sản sinh ra nhiều tấm gương khí phách hiên ngang. Nhân cách của Nho gia xưa là một hiện tượng của tiết khí.

Nhưng cùng với sự suy vong về quân sự của dân tộc, đất nước ta bị đô hộ, xã hội ta tan rã vì những chuẩn mực giá trị cũ đã bị nền văn minh phương Tây hủy hoại đến cùng cực. Đồng thời với sự mất uy tín của các chuẩn mực giá trị cũ, khí chất của nhân dân ta sa sút. Xã hội càng tan rã, nhân khí càng mất đi. Và khí chất càng mất đi thì xã hội càng tan rã.

Như vậy, việc hình thành nhân cách cộng đồng phải bắt đầu từ việc nâng cao các chuẩn mực giá trị làm nền tảng cho đời sống cộng đồng.

Tiêu chuẩn giá trị.

Trong thực trạng văn minh nhân loại hiện nay, có nhiều chuẩn mực giá trị đã trở thành di sản bất di bất dịch của nhân loại.

Chẳng hạn, chuẩn mực giá trị có trong câu: "Người quân tử tự tại, không giận dữ" là chuẩn mực giá trị đã trở thành di sản của nhân loại.

Tổ chức gia đình là một tiêu chí có giá trị khác mà nhân loại đã thu thập được sau nhiều năm tìm kiếm.

Cộng đồng nhân loại là một tiêu chuẩn giá trị đang nổi lên.

Tất nhiên, những giá trị loại trên, sẽ là những giá trị mà xã hội chúng ta sẽ tin tưởng.

Còn nhiều giá trị chuẩn mực khác, tuy chưa được xếp trên những giá trị mà cả nhân loại tin tưởng, nhưng chúng ta cũng chia sẻ niềm tin vào những giá trị đó với nhiều cộng đồng dân tộc khác.

Chẳng hạn, tiêu chuẩn giá trị của cộng đồng dân tộc, tiêu chuẩn tự do của con người. "Lý do của cuộc sống là một lý do cá nhân. Điều kiện sống là điều kiện cộng đồng" cũng là chuẩn mực giá trị mà chúng ta chia sẻ với nhiều cộng đồng khác trên thế giới.

"Lãnh đạo là tạo ra trạng thái cân bằng động giữa cá nhân và cộng đồng" là một tiêu chí giá trị khác.

Nhiều tiêu chí giá trị giống nhau, hoặc có trong các phần được trình bày ở các trang trên, hoặc là kết luận tự nhiên của các suy luận, cũng là cùng một tiêu chí giá trị mà chúng ta tin tưởng. Ví dụ: công bằng xã hội.

Ngoài ra, vì sự Tây phương hóa mà quốc gia theo đuổi để tồn tại, chúng ta sẽ tin vào các tiêu chuẩn hợp lệ của công nghệ phương Tây.

Chúng ta sẽ tin tưởng vào sự tiến bộ không ngừng của công nghệ phương Tây. Chúng ta sẽ tin vào những đặc điểm chính xác của lý trí, trật tự và minh bạch trong tổ chức.

Còn một tiêu chuẩn giá trị nữa là di sản của truyền thống văn minh Á Đông. Chúng ta tin rằng sự phát triển về vật chất phải được thực hiện đồng thời với sự phát triển về tinh thần.

Luyện khí chất.

Tiêu chuẩn giá trị đã có, khí chất sẽ có cơ hội thăng hoa. Tuy nhiên, sự phát triển của tính khí vẫn phải tuân theo hai điều kiện.

Các thành viên của cộng đồng trước tiên phải tin vào các giá trị được chấp nhận. Đó là nhiệm vụ của các cơ sở giáo dục hợp pháp và các tổ chức giáo dục đại chúng.

Điều kiện thứ hai là có những phương pháp vật chất, cá nhân hoặc tập thể, để tôi luyện. Mục đích trước mắt của những phương pháp trên là tập cho mọi người thói quen kiểm soát thân tâm mình. Việc huấn luyện luôn bắt đầu bằng các phương pháp điều khiển cơ thể, bởi vì hành động cụ thể dễ dàng hơn hành động với những suy nghĩ trừu tượng. Trong số các phương pháp này, cho đến ngày nay, các môn thể thao có hướng dẫn đã được chứng minh là hiệu quả nhất. Thể thao rèn luyện ý chí chủ động của cơ bắp và phản ứng của cơ thể.

Nếu ý chí đã chủ động về thể xác thì dần dần nó sẽ giành quyền chủ động về tinh thần. Các môn thể thao tập thể cũng có khả năng rèn luyện ý thức cộng đồng và trang bị cho các cá nhân những phản ứng cần thiết cho cuộc sống cộng đồng. Thể hiện rõ nhất, cụ thể nhất trong thể thao tập thể là ý nghĩa của câu nói "Lý do của cuộc sống là cá nhân. Điều kiện của cuộc sống là cộng đồng".

Một bằng chứng về hiệu quả của thể thao trong việc rèn luyện tính khí là những dân tộc rất yêu thích thể thao là những dân tộc có nhiều tính khí. Nhiều môn thể thao cũng là phương pháp tập trung, bao gồm cả võ thuật.

Ngoài các phương pháp thể thao này, còn có các phương pháp thể chất khác, cũng giúp cá nhân làm chủ cơ thể và dần dần nâng lên mức làm chủ tâm trí. Yoga của Ấn Độ, Thiền của Đức Phật và Lão Tử, sự tu dưỡng tâm linh của Hồi giáo và Thiên chúa giáo, tất cả đều nhằm mục đích điều phục cơ thể để dần dần đi đến mức vượt qua quan niệm về bản thân. Những câu thần chú sau này hiệu quả hơn nhiều so với phương pháp thể thao nói trên, và nhanh chóng đưa mọi người đến một mức độ tự chủ rất cao. Tuy nhiên, những phương pháp này không mang tính tập thể như các phương pháp thể thao. Mọi người, dưới sự hướng dẫn của một người mà mình tôn làm thầy, đều cố gắng tập trung tư tưởng vào một đối tượng để tìm cách kiểm soát bản thân. Những thực hành tâm linh này đều dựa trên chủ nghĩa khổ hạnh.

Tất cả các bài tập tinh thần và phương pháp thể thao đều dựa trên việc rèn luyện cơ thể và tâm trí để làm việc hết khả năng và tuân theo kỷ luật. Vì vậy, hai cách tu luyện khí chất không hề đối lập nhau mà ngược lại bổ sung cho nhau.

Giáo dục công cộng.

Chúng ta thấy rằng, ngay trong thời kỳ bình thường của cộng đồng, nhu cầu lãnh đạo cộng đồng đã trở thành một vấn đề đặc biệt quan trọng, đa số được lãnh đạo đều hiểu vấn đề cần giải quyết của cộng đồng.

Nếu vậy, ngay cả trong thời kỳ bình thường của cộng đồng, giáo dục quần chúng là một vấn đề nghiêm trọng.

Tuy nhiên, trong những lúc bình thường như vậy, chúng ta đã biết mâu thuẫn tự nhiên giữa lợi ích của cá nhân và lợi ích của cộng đồng, chưa đến mức căng thẳng có thể đe dọa đến sự tồn vong trong cộng đồng. Vì vậy, giáo dục quần chúng, mặc dù cần thiết để thực hiện sự cân bằng động giữa lợi ích của cộng đồng và lợi ích của cá nhân, nhưng không cấp bách như trong thời kỳ cộng đồng phải trải qua khủng hoảng.

Ngày nay, cộng đồng các dân tộc Việt Nam đang trải qua một cuộc khủng hoảng hết sức nghiêm trọng. Trong lịch sử của chúng ta, dân tộc Việt Nam đã trải qua nhiều giai đoạn khủng hoảng rất gay gắt, ngoại xâm, nội chiến tàn sát, chúng ta đều đã trải qua. Nhưng cuộc khủng hoảng này nghiêm trọng hơn bao giờ hết. Nó đã tồn tại hơn một thế kỷ và chúng ta vẫn chưa giải quyết được cho đến ngày nay. Chỉ riêng thực tế thời gian đó thôi cũng đủ chứng minh mức độ nghiêm trọng của cuộc khủng hoảng.

Trong các cuộc khủng hoảng trước đây, cộng đồng của chúng ta đã bị rung chuyển bởi các lực lượng vật chất tàn khốc. Tuy nhiên, những thế lực đó, mặc dù đã gây ra những vết thương cho cộng đồng dân tộc ta và ảnh hưởng kéo dài qua bao thế hệ, nhưng vẫn chưa đủ sức mạnh để chạm đến những giá trị cơ bản cho cuộc sống của cộng đồng. Kết quả là sau khi cơn bão đi qua, cộng đồng của chúng ta tiếp tục phát triển trên nền tảng truyền thống vững chắc.

Ngược lại, trong cuộc khủng hoảng này, ngoài lực lượng vật chất tàn phá không kém những lần trước, còn cộng thêm lực lượng tinh thần ghê gớm gấp mười lần, tấn công và tàn phá mọi chuẩn mực giá trị của xã hội Việt Nam. Chính vì lý do thứ hai mà cuộc khủng hoảng đã kéo dài hơn một thế kỷ. Sau khi những giông tố do các thế lực vật chất gây ra đã qua đi, cộng đồng dân tộc ta vẫn chưa tìm được thế cân bằng cần thiết cho sự tồn tại và phát triển của mình: bởi vì những chuẩn mực giá trị cơ bản đã mất đi và những chuẩn mực giá trị mới chưa được tiếp nhận.

Với điều này, chúng ta ngay lập tức nhận thức được lý do và mức độ nghiêm trọng của giai đoạn khủng hoảng này đối với cộng đồng. Cho đến khi chúng ta thiết lập lại các giá trị của mình thì cuộc khủng hoảng sẽ kết thúc.

Trong trường hợp đó, số đông đã khiến chúng ta hiểu vấn đề phải được giải quyết bởi cộng đồng, chưa có thời điểm nào trong lịch sử của chúng ta mà nó lại cần thiết như bây giờ về vấn đề giáo dục. Chưa lúc nào quần chúng cần được tạo ra và thực hiện như bây giờ.

Tiến hành giáo dục quần chúng.

Công nghệ khoa học ngày nay đã cung cấp cho chúng ta những phương tiện giáo dục đại chúng hữu hiệu và mạnh mẽ. Theo thứ tự thời gian phát minh, chúng ta có thể nói sách, phim ảnh, đài phát thanh, truyền hình...

Tất cả đều là những công cụ sắc bén trong vấn đề giáo dục quần chúng. Tuy nhiên, một nền giáo dục quần chúng có kỷ luật, mặc dù tất nhiên áp dụng các công cụ nói trên, nhưng phải lấy tổ chức quần chúng làm điều kiện tiên quyết.

Tổ chức quần chúng nên được quan niệm như thế nào, phải thực hiện như thế nào, chúng ta đã phân tích rất chi tiết ở đoạn trên về bộ máy quần chúng.

PHẦN KẾT LUẬN

Trụ mà không trụ

Đức Phật dạy "trụ mà không trụ". Ý nghĩa siêu phàm của giáo lý trên tràn ngập vũ trụ. Sự tiến hóa của nhân loại dựa trên nguyên tắc có trong lời dạy trên. Có trụ mới mới có vị trí để tiến lên. Nhưng khi vị trí đã mất tác dụng mà còn cố giữ lấy thì mọi sự tiến hóa chấm dứt, và kết quả thu được có thể mất đi.

Chúng ta phải định vị đúng thời điểm để tiến về phía trước. Và chúng ta không được đứng trước thời cơ để đảm bảo cả những thắng lợi đã giành được và cả con đường phía trước cho tương lai.

Trụ mà không trụ là một chân lý thể hiện trong những điều kỳ diệu của loài người cũng như trong những điều tầm thường của cá nhân trong cuộc sống hàng ngày.

Nhiều cộng đồng đã ươm mầm một nền văn minh bởi vì trong một thời gian, các nhà lãnh đạo đã nhận thức đầy đủ về các vị trí sẽ được nắm giữ. Nhưng rồi hoặc vì thiếu người lãnh đạo, hoặc vì thách thức, do hoàn cảnh bên ngoài đặt ra, vượt quá mức sức sống của cộng đồng có thể xoay xở, nên cộng đồng tiếp tục ở lại vị trí không còn là cứu cánh. Như vậy, nền văn minh mới chỉ là sơ khai, ngừng phát triển, lâu ngày trở nên cằn cỗi và chết khô như cây khô.

Các dân tộc da đỏ ở Bắc Mỹ đã hình thành một nền văn minh dựa trên sự thích nghi của cuộc sống hàng ngày với vũ trụ tự nhiên bao quanh họ. Chẳng hạn, thay vì tìm cách may quần áo dày hay xây nhà giữ nhiệt để chống chọi với giá lạnh của mùa đông, người da đỏ chủ trương rèn luyện cơ thể ngay từ nhỏ để chống chọi với thời tiết.

Thái độ của người da đỏ là phục tùng, cố gắng để cơ thể thích nghi với vũ trụ tự nhiên. Thái độ ăn mặc, dựng nhà là thái độ dùng phương tiện tự nhiên để chế ngự thiên nhiên.

Chính vì chọn con đường như vậy nên nền văn minh phôi thai của người da đỏ đã đào tạo ra một loại người mà sức chịu đựng của họ đối với thiên nhiên đạt đến mức phi thường. Và sự đồng cảm của họ với thiên nhiên lên đến mức hiếm có.

Trong lĩnh vực này, người da đỏ đã gây ấn tượng với mọi người. Và người mà ông Baden Powell, người sáng lập phong trào hướng đạo thế giới, làm mẫu là một người da đỏ.

Tuy nhiên, sức chịu đựng của con người có hạn, sức mạnh của thiên nhiên là vô hạn. Dựa vào công việc rèn luyện cơ thể phi thường để chống lại thiên nhiên, người da đỏ đã dấn thân vào con đường không lối thoát.

Các nhà lãnh đạo da đỏ không nhìn thấy sự bế tắc và không bao giờ nghĩ rằng cần phải ngừng chìm đắm trong đó. Vì vậy, ngay từ thuở sơ khai, nền văn minh da đỏ đã ngừng phát triển và dần trở nên cằn cỗi.

Theo các ghi chép khảo cổ mà chúng ta biết ngày nay, các dân tộc xung quanh Bắc Cực và các dân tộc trên các đảo ở Thái Bình Dương cũng ở trong tình trạng tương tự. Đứng mình trong công việc mang sức chịu đựng của con người chống lại thiên nhiên. Lúc đầu khi ở vị trí đó, cộng đồng đã ấp ủ một nền văn minh. Nhưng khi vị trí không còn thích ứng, cộng đồng không biết thời điểm thích hợp để thoát ra. Sai lầm đó đã đưa cộng đồng đến cái chết của nó.

Ví dụ dưới đây bao gồm sự việc này thậm chí còn rõ ràng hơn.

Đạo đức Nho giáo đã tạo ra cho cộng đồng dân tộc Trung Hoa, một trật tự xã hội ổn định theo thời gian, theo một cách chưa từng thấy trong lịch sử loài người. Hàng ngàn năm qua, trật tự xã hội vững chắc do đạo đức Nho giáo tạo nên không một chấn động nào có thể lay chuyển được. Nhờ trật tự xã hội vô cùng vững chắc đó, nền văn minh Trung Hoa đã phát triển đến mức tối đa và sáng rực cả một vùng trời. Các triều đại Trung Quốc, bao gồm nhà Hán và các triều đại ngoại bang, Mông Cổ và Mãn Châu, đã bị chinh phục bởi sự vững chắc trong trật tự xã hội của Nho giáo. Các thủ lĩnh đều dựa vào đó mà ra sức làm cho trật tự Nho gia càng thêm vững chắc.

Vì vậy, cho đến nay nền văn minh Trung Quốc, vì quá gắn bó với trật tự xã hội Nho giáo, sức sống phát triển đã suy yếu, không một nhà lãnh đạo nào nhìn thấy điều đó. Mải mê ngưỡng mộ một trật tự xã hội vốn đã cằn cỗi và đầy đá, không một nhà lãnh đạo nào thấy rằng nền văn minh Trung Quốc đã ngừng phát triển. Nếu không có sự tấn công của phương Tây, có lẽ cho đến ngày nay, Trung Quốc vẫn ngủ ngon trong trật tự xã hội Nho giáo của mình. Dựa vào trật tự xã hội Nho giáo để phát triển văn minh. Nhưng cũng chính vì sống ở đó quá lâu nên nền văn minh đã ngừng phát triển.

Ý nghĩa sâu xa của lời Phật dạy "trụ mà không trụ" thật là toàn diện.

Nhưng trong cuộc sống cá nhân, lời dạy "trụ mà không trụ" cũng ảnh hưởng sâu sắc đến hành vi thông thường.

Sách Gia Ngữ chép đại khái như sau:

Thầy Tử Hạ một hôm hỏi Khổng Tử: "Khổng Tử so sánh thế nào với những học trò như Nhan Hồi, Tử Cống, Tử Lộ?"

Khổng Tử đáp: "Nhan Hồi đáng tin cậy hơn ta. Tử Cống có sức thuyết phục hơn ta. Tử Lộ ra trận nhiều hơn ta."

Thầy Tử Hạ lại hỏi: "Vậy tại sao Nhan Hồi, Tử Cống, Tử Lộ lại tôn Khổng Tử làm thầy?"

Khổng Tử đáp: "Vì Nhan Hồi trung thành, không biết trái lời. Tử Cống biết tranh luận mà không đủ lý lẽ. Tử Lộ biết dũng mà không biết khiếp, biết cương mà không biết nhu».

Thấy Nhan Hồi biết tín, nhưng không biết trụ vào tín.

Thấy Tử Cống biết biện thuyết mà không biết không trụ vào biện thuyết.

Thấy Tử Lộ biết dũng nhưng không trụ vào dũng.

Khổng Tử là thầy hết vì trong mọi trường hợp ông đều biết trụ và biết không trụ ở đúng thời.

Phải biết trụ thì mới có vị thế phát triển, nhưng cũng phải biết không không trụ vào để đảm bảo cho sự phát triển không ngừng.

Sự phát triển của nền văn minh phương Tây đến mức bao trùm toàn nhân loại và mọi lĩnh vực của cuộc sống, như chúng ta chứng kiến ngày nay, là một sự kiện chưa từng có trong lịch sử nhân loại. Sức sống đó bắt nguồn từ việc người phương Tây đã quán triệt nguyên lý "trụ mà không trụ" và đã biến nó thành một công cụ khoa học, sắc bén để tìm hiểu vũ trụ. Ở bất kỳ ngành nào của nền công nghệ phương Tây, lịch sử phát triển của ngành đó đều mang dấu vết của nguyên tắc "trụ mà không trụ". Ví dụ dưới đây là phổ biến nhất.

Khi quang học còn sơ khai, tất cả các nhà vật lý phương Tây lúc bấy giờ như Descartes, Fermat, Malus, Huygens đều dựa vào lý thuyết "sự phát quang tuyến tính" để khảo sát, thực nghiệm và tìm ra các định luật quang hình học. Quang hình học, như chúng ta đã biết, là bước đầu tiên và quan trọng nhất của quang học.

Nhưng các thế hệ nhà vật lý sau này, đã chứng kiến nhiều hiện tượng quang học mà lý thuyết "sự phát quang trong một đường thẳng" không giải thích được. Fresnel, Young và Newton, trong khi vẫn thừa nhận di sản của quang học hình học, đã nhìn thấy các giới hạn của lý thuyết "đường ánh sáng" và nhận ra rằng đã đến lúc không nên tập trung vào nó nữa.

Nếu họ không ở đó nữa, tất nhiên họ phải ở một vị trí khác để tiếp tục phát triển quang học. Do đó, thế hệ các nhà quang học này đã dựa vào lý thuyết "ánh sáng phát quang trong sóng" để nghiên cứu thí nghiệm và cuối cùng phát minh ra các định luật quang học mới vừa rộng vừa đa dạng hơn. Cả ba quang học động đều được xây dựng trên lý thuyết mới này.

Giả sử rằng thế hệ các nhà vật lý đầu tiên không tuân theo lý thuyết "đường ánh sáng", thì sự nghiệp của quang học hình học sẽ không bao giờ thành hình, và những nấc thang quang học đầu tiên đó sẽ không bao giờ được xây dựng và sự phát triển của quang học đã không hiện hữu.

Nhờ những bước đầu tiên đó, thế hệ các nhà vật lý tiếp theo đã đạt tới hiện tượng xa lạ với lý thuyết "sự phát quang trong một đường thẳng". Nhưng, giả sử các nhà vật lý thế hệ này không vượt qua được sự phụ thuộc vào lý thuyết "tuyến tính" thì sự phát triển của quang học đã dừng lại ở đó và sẽ sớm trở nên cằn cỗi và chết chóc.

Nhưng trong thực tế, họ biết rằng họ không thể đứng đúng thời điểm và do đó đảm bảo sự phát triển liên tục của quang học.

Tính đến giai đoạn này, lịch sử phát triển của quang học đủ để chứng minh tính sắc bén của nguyên tắc "trụ mà không trụ", trong mọi lĩnh vực phát triển.

Nhưng quang học đã phát triển hơn nữa. Và sự phát triển gần đây của quang học, càng cho thấy nền văn minh phương Tây đã khoa học hóa và cải tiến nguyên tắc "trụ mà không trụ" để biến nó thành một kỹ thuật phát triển cực kỳ hiệu quả.

Sau thế hệ máy hiện sóng, một thế hệ các nhà vật lý khác đã phát minh ra nhiều hiện tượng vật lý mà lý thuyết "sự phát quang trong sóng" không thể giải thích được. Như trước đây, các chuyên viên đo thị lực chấm dứt sự phụ thuộc vào quang học ba động. Nhưng lần này, các nhà quang học đã xem xét không dựa vào quang học ba động như một phương pháp sáng tạo. Thế hệ De Broglie lại dựa vào lý thuyết "ánh sáng phát quang thành hạt chuyển động theo sóng" để khảo sát, thực nghiệm và phát minh ra các định luật quang học ngày càng sâu rộng và phong phú hơn. Tất cả công việc của quang học ba lượng tử động đều dựa trên lý thuyết mới này. Và những phát minh tiên tiến nhất hiện nay về đường quang học đều dựa trên ba quang tử động.

Nhưng sự nghiệp của ba hành khách sẽ không bao giờ có, nếu sự nghiệp của ba động quang chưa thành hình. Và sự nghiệp ba động sẽ không bao giờ có nếu sự nghiệp quang hình học chưa thành hình. Nhờ hình trụ, có quang hình học. Sau đó, nhờ có tàu vũ trụ, quang học đã phát triển. Sau đó, nhờ hình trụ, quang học ba chiều hình thành. Rồi nhờ khoảng trống mà quang học ba động phát triển. Sau đó, nhờ khối trụ, ba quang tử động thành hình.

Chúng ta có thể đoán rằng cơ chế "trụ mà không trụ" sẽ tiếp tục phát triển tương ứng và mở đường cho sự phát triển không ngừng của quang học.

Những sự thật này có giá trị, không chỉ đối với lĩnh vực quang học mà còn đối với tất cả các ngành khoa học phương Tây.

Những sự thật trên đây có giá trị, không chỉ đối với lĩnh vực khoa học mà còn đối với tất cả các ngành khoa học phương Tây, nghĩa là đối với tất cả các lĩnh vực của đời sống, kể cả chính trị như chúng ta sẽ thấy dưới đây.

Tóm lại, "trụ mà không trụ" là một chân lý phát triển. Một điều đáng đặt ra là câu hỏi, đó là chính phương Đông đã phát hiện ra chân lý trên, nhưng tại sao nền văn minh phương Đông, Ấn Độ cũng như Trung Quốc, bao đời vẫn dậm chân tại chỗ? ngàn năm? Các câu trả lời cho câu hỏi này vượt xa kết luận này.

Trở lại những vấn đề chính trị của cộng đồng dân tộc Việt Nam trong giai đoạn hiện nay, là chủ đề của cuốn sách này, chúng tôi nhận thấy mấy điểm sau:

Trong tình hình chính trị thế giới và trình độ tiến hóa của nhân loại hiện nay, những vấn đề của dân tộc Việt Nam, trong giai đoạn này, chỉ có đứng ở vị trí của dân tộc mới có thể tìm ra lời giải.

Dĩ nhiên, vị thế quốc gia mà chúng ta quan niệm xuyên suốt hàng trăm trang sách này không thể là một vị thế quốc gia khép kín, hạn hẹp và nông cạn như trong các chế độ quân chủ xưa. Vị thế quốc gia mà chúng ta quan niệm là một vị thế quốc gia trong bối cảnh thế giới với đầy đủ những ràng buộc cần thiết về tinh thần và vật chất.

Nhưng vị trí ở lại phải là vị trí dân tộc.

Khi nào chúng ta cần chấm dứt tình trạng trì trệ của vị thế quốc gia này để đảm bảo tương lai phát triển của dân tộc, đúng với nguyên tắc "trụ mà không trụ"?

Chắc chắn trong giai đoạn cộng đồng dân tộc không có hồi kết này. Giai đoạn này bao gồm nhiều thế hệ tiếp theo. Chúng ta phải tin tưởng vào sự sáng suốt của những nhà lãnh đạo tương lai để quyết định đúng lúc dừng lại ở vị trí hiện tại.

Các nhà lãnh đạo Cộng sản ở miền Bắc đã dựa vào lý thuyết Cộng sản trong cuộc đấu tranh giành độc lập. Chúng ta đã thấy trong các trang trên tính đúng đắn một phần của chúng trong một thời kỳ. Nhưng chúng ta cũng đã phân tích những lý do tại sao việc tiếp tục lệ thuộc vào các phương tiện Cộng sản hiện tại là một bế tắc cho sự tiến hóa của dân tộc. Không những như chúng ta đã phân tích, tiếp tục bám vào lý thuyết Cộng sản sẽ không giải quyết được vấn đề phát triển của dân tộc mà còn mở ra cánh cửa đưa các thế hệ mai sau vào bóng tối tăm không lối thoát.

Bản thân Trung Quốc đã không giải được bài toán phát triển cho dân tộc Trung Hoa. Kể từ ngày Nga ngừng viện trợ, sự phát triển của Trung Quốc hoàn toàn bị đình trệ. Như vậy, tự đặt mình dưới ảnh hưởng của Cộng sản, tức là của Trung Quốc, chính những người lãnh đạo Bắc Việt đã từ bỏ sự nghiệp phát triển đất nước.

Hơn nữa, sự gia tăng dân số gần tám trăm triệu người như của Trung Quốc là một mối đe dọa cho toàn thế giới. Và vì vậy, bản thân nhiệm vụ phát triển của Trung Quốc, mặc dù Trung Quốc không thù địch với bất kỳ ai, nhưng lại tạo ra nhiều kẻ thù. Những người này chắc chắn sẽ ngăn cản Trung Quốc phát triển.

Các sự kiện chính trị gần đây xác nhận phân tích này. Bây giờ, nếu chúng ta trói số phận của người Việt Nam vào số phận của người Trung Quốc, hành động đó có nghĩa là chúng ta sẽ từ bỏ công việc phát triển cần thiết cho sự tồn vong của dân tộc.

Trung Quốc không giải quyết được vấn đề phát triển dân tộc Trung Hoa. Nhưng con số tám trăm triệu người cần nuôi sống là một sự thật không thể phủ nhận. Quá trình mở rộng mà Trung Quốc buộc phải thực hiện dưới áp lực nhân khẩu học to lớn đó đã bắt đầu. Nếu chúng ta không thức tỉnh, một trong những nạn nhân đầu tiên của sự bành trướng đó sẽ là chúng ta. Chỉ tưởng tượng ra viễn cảnh đó thôi cũng đủ kinh hãi đối với chúng ta.

Vì vậy, chưa bao giờ cuộc chiến chống ngoại xâm phương Bắc lại cấp bách đối với cộng đồng dân tộc Việt Nam như lúc này.

Và vì vậy, chúng ta tha thiết mong rằng các nhà lãnh đạo miền Bắc sẽ kịp thời nhận ra rằng đã đến lúc, vì sự phát triển của đất nước, không còn tiếp tục dựa vào các phương tiện của Cộng sản.

SÁCH THAM KHẢO

1. BAINVILLE (Jacques) Histoire de France (Plon)

2. CHURCHIIL (S. Winston) Mémoires sur la Deuxième guerre mondiale (I à VI) (Plon)

3. COOMARASWAMY (Awanda K.) Hindouisme et Bouddhisme

4. DE GAULIE (Charles) Mémoires de Guene (I à III) (Plon)

5. DURANT (Will) Histoire do la Civilization (I à IX)

6. ETIENNE (Gilbert) La Voie Chinoise (Tiers Monde)

7. FALL (Bernard) Indochine 1946-1962 (L'histoire que nous vivous)

8. GEORGE (Piene) Géographie sociale du Monde (Presses universitaires de France)

9. HAYWARD (Fernand) Histoire des Papes

10. KOESTLER (Arthur) Le Lotus et le Robot (Calmann-lévy)

11. LACOUTURE (Jean) La Fin d'une Guerre. Indochine 1954 (Editions du Seuil)

12. LE THANH KHI Histoire du Viet Nam

13. MAO TSE TUNG La Guerre Révolutionnaire

14. MARX (Karl) Le Manifester du Parti Communiste; La Lutte des Classes

15. MAUROIS (André) Histoire d'angletère

16. MENDE (Tibor) Converstions avec Nehru; Aux Pays des Moussons; Asia du Sud- est; L'inde devant l'orage; La Chine et son Ombre; Des Mandarins à Mao

17. MITTERAND (Francois) La Chine au Défi

18. MIGOT (André) Le Bouddha (le club francais du livre)

19. NEHRU (Jawaharlal) The Discovery of India; Glimses of World History (Meridian books, London)

20. PERROUX (Francois) L'économie des jeunes nations; Industrialisation et groupement des nations

21. RIBBENTROP (Joachim Von) De Londres à Moscou

22. RUSSELL (Bertrand) La Philosophie Occidentale

23. SAINT PHALLES (Alexandre de) Tour du Monde (I à VI)

24. SCHWEITZER (Dr Albert) Les Grands Penseurs de l'inde

25. SPENGLER (Oswald) Le Déclin de l'occident (I et II) (Gallimard)

26. TABOULET (Georges) La Geste francaise en Indochine (I et II)

27. TOYNBEE (Amold) A Study of History (I à XI) (Oxford); A Study of History (Abridgement by D. C. Somerveil I et II); La civilisation à l'épreuve; Guerre et Civilization; L'histoire, un Essai d'interpretation (Gallimard); Le Monde et l'Occident

28. TOURNOUX (J.) Secrets d'état (Plon)

29. TRUMAN (Harry) Mémoires (I et II)

30. VU QUOC THUC Economie Communaliste au Vietnam

31. ENCYCLOPÉDIE DE LA PLÉIADE Histoire Universelle (I à III); Literature Universelle (I à III)

32. HISTOIRE ILLUSTRÉE DE LA RUSSIE (Gallimard)